D1680460

ஒப்பியல் இலக்கியம்

ஒப்பியல் இலக்கியம்

க. கைலாசபதி (1933–1982)

தமிழின் தலையாய மார்க்சிய இலக்கிய விமர்சகராக மதிக்கப்படும் கைலாசபதி, மலேசியாவின் கோலாலம்பூரில் பிறந்தவர். தாய்: தில்லைநாயகி; தந்தை: இளையதம்பி கனகசபாபதி.

கோலாலம்பூரில் தொடக்கக் கல்வி பயின்ற கைலாசபதி, இரண்டாம் உலகப் போரின் முடிவில் சொந்த ஊரான யாழ்ப்பாணம் திரும்பினார். யாழ்ப்பாணம் இந்துக் கல்லூரியில் இடைநிலை படித்த காலத்தில் மு. கார்த்திகேசன் தொடர்பினால் மார்க்சியத்தின்பால் ஈர்க்கப்பட்டார். பின்னர் கொழும்பு ராயல் கல்லூரியிலும் பேராதனைப் பல்கலைக் கழகத்திலும் படித்தார். பட்டம் பெற்றதும், 1957இல் கொழும்பு *தினகரன்* நாளிதழில் உதவியாசிரியரானார். 1958 முதல் 1961 வரை அதன் ஆசிரியராகக் கைலாசபதி இருந்த காலத்தில் *தினகரன்* ஈழத்து இலக்கியச் சூழலில் பெருந்தாக்கத்தை ஏற்படுத்தியது; முற்போக்கு இலக்கிய இயக்கம் காலூன்றுவதற்கும் காரணமானது. 1961இல் பேராதனைப் பல்கலைக்கழகத்தில் ஆசிரியப் பணியைத் தொடங்கிய கைலாசபதி, 1963இல் இங்கிலாந்தின் பர்மிங்ஹாம் பல்கலைக்கழகத்தில் சேர்ந்து, புகழ்பெற்ற மார்க்சிய அறிஞர் ஜார்ஜ் தாம்சன் மேற்பார்வையில் பிஎச்.டி. பட்டம் பெற்றார். இந்த ஆய்வேட்டை ஆக்ஸ்போர்டு பல்கலைக்கழகப் பதிப்பகம் நூலாக வெளியிட்டது. 1966இல் இலங்கைக்குத் திரும்பிய கைலாசபதி, பேராதனையிலும் கொழும்புவிலும் பணியாற்றியபின் 1974இல் யாழ்ப்பாணப் பல்கலைக்கழகம் நிறுவப்பட்டபொழுது அதன் தலைவராகவும் பேராசிரியராகவும் அமர்ந்து, அதன் வளர்ச்சியில் முக்கியப் பங்காற்றினார்.

ஐயோவா பல்கலைக்கழகப் படைப்பெழுத்துத் திட்டத்தின் ஃபெல்லோவாகவும் கலிபோர்னியா (பெர்க்லி) பல்கலைக்கழகத்தின் வருகைப் பேராசிரியராகவும் விளங்கிய கைலாசபதி, சீன அரசின் அழைப்பின்பேரில் சீனாவிற்கும் பயணம் மேற்கொண்டார்.

1982 டிசம்பரில் கைலாசபதி நோயுற்றுக் காலமானார்.

மனைவி: சர்வமங்களம். மகள்கள்: சுமங்களா, பவித்ரா.

கைலாசபதி நூல்கள்

இரு மகாகவிகள் (1962)
பண்டைத் தமிழர் வாழ்வும் வழிபாடும் (1966)
தமிழ் நாவல் இலக்கியம் (1968)
Tamil Heroic Poetry (1968)
ஒப்பியல் இலக்கியம் (1969)
அடியும் முடியும் (1970)
கவிதை நயம் (இணையாசிரியர்: இ. முருகையன்) (1970)
இலக்கியமும் திறனாய்வும் (1972)
சமூகவியலும் இலக்கியமும் (1979)
மக்கள் சீனம்: காட்சியும் கருத்தும்
 (இணையாசிரியர்: சர்வமங்களம் கைலாசபதி) (1979)
திறனாய்வுப் பிரச்சனைகள்: க.நா.சு. குழு பற்றிய ஆய்வு (1980)
நவீன இலக்கியத்தின் அடிப்படைகள் (1980)
இலக்கியச் சிந்தனைகள் (1983)
பாரதி ஆய்வுகள் (1984)
ஈழத்து இலக்கிய முன்னோடிகள் (1986)
On Art and Literature (1986)
On Bharati (1987)
சர்வதேச அரசியல் நிகழ்வுகள் பற்றி, 1979-1982 (1992)
நாவலர் பற்றி கைலாசபதி (2005)

க. கைலாசபதி

ஒப்பியல் இலக்கியம்

காலச்சுவடு பதிப்பகம்

அன்பார்ந்த வாசகருக்கு,

வணக்கம்.

காலச்சுவடு நூலை வாங்கியமைக்கு நன்றி.

நூலின் உள்ளடக்கம், உருவாக்கம், அட்டைப்படம் இன்ன பிற அம்சங்கள் பற்றிய உங்கள் கருத்துகளையும் ஆலோசனைகளையும் காலச்சுவடு வரவேற்கிறது. தகவல், எழுத்து, வாக்கியப் பிழைகள் தென்பட்டால் அவசியம் தெரிவித்து உதவுங்கள். நூல் தயாரிப்பில் கடும் குறைபாடு இருப்பின் மாற்றுப் பிரதி உங்களுக்குக் கிடைக்கக் காலச்சுவடு ஏற்பாடு செய்யும்.

மின்னஞ்சல்: publisher@kalachuvadu.com

காலச்சுவடு நாகர்கோவில் அலுவலகத்திற்குக் கடிதம் அனுப்பலாம்.

தங்கள்
எஸ்.ஆர். சுந்தரம் (கண்ணன்)
பதிப்பாளர் — நிர்வாக இயக்குநர்

ஒப்பியல் இலக்கியம் ♦ கட்டுரைகள் ♦ ஆசிரியர்: க. கைலாசபதி ♦ © சுமங்களா கைலாசபதி ♦ முதல் பதிப்பு: மார்ச் 1969 ♦ காலச்சுவடு முதல் பதிப்பு: நவம்பர் 2018, ஐந்தாம் பதிப்பு: செப்டம்பர் 2024 ♦ வெளியீடு: காலச்சுவடு பப்ளிகேஷன்ஸ் (பி) லிட்., 669, கே.பி. சாலை, நாகர்கோவில் 629001

oppiyal ilakkiyam ♦ Essays ♦ K. Kailasapathy ♦ © Sumangala Kailasapathy ♦ Language: Tamil ♦ First Edition: March 1969 ♦ Kalachuvadu First Edition: November 2018, Fifth Edition: September 2024 ♦ Size: Demy 1 x 8 ♦ Paper: 18.6 kg maplitho ♦ Pages: 248

Published by Kalachuvadu Publications Pvt. Ltd., 669, K.P. Road, Nagercoil 629001, India ♦ Phone: 91-4652-278525 ♦ mail: publications @kalachuvadu.com ♦ Printed at Clicto Print, Jaleel Towers, 42 KB Dasan Road, Teynampet Chennai 600018

ISBN: 978-93-86820-53-2

09/2024/S.No.833, kcp 5302, 18.6 (5) uss

பல்லாண்டுகளாக எனது இலக்கிய
முயற்சிகளை நேர்மையுடன் விமர்சித்து
ஊக்கங் கொடுத்து வந்தவரும்,
இன்றைய ஈழத்து எழுத்தாளரின்
முன்னோடிகளில் ஒருவரும்,
பிற மொழியிலக்கியங்களைக் கற்று மகிழ்ந்து
அவற்றைத் தழுவியும் பெயர்த்தும்
தமிழுக்கு அணி செய்தவரும்,
பல துறை வல்லுநருமான காலஞ்சென்ற
அ.ந. கந்தசாமி
அவர்களது நினைவுக்கு
இந்நூலைச் சமர்ப்பிக்கிறேன்.

பொருளடக்கம்

முகவுரை	11
1. ஒப்பியலின் தத்துவங்கள்	21
2. தமிழில் ஒப்பியல் ஆய்வு	42
3. தமிழ் வீரயுகப் பாடல்கள்	66
4. இரு கோட்பாடுகள்	78
5. பெரும் பெயர் உலகம்	94
6. பொற்காலமும் புதுயுகமும்	103
7. காதலும் கட்டுப்பாடும்	126
8. சித்தர் தத்துவம்	145
9. சிந்துக்குத் தந்தை	166
10. பாரதியும் சுந்தரம் பிள்ளையும்	198
11. பாரதியும் மேனாட்டுக் கவிஞரும்	219
உசாத்துணை நூல்கள்	240
நூலாசிரியர் அகர வரிசை	244

காலச்சுவடு வெளியீடாக வந்த
க. கைலாசபதியின் அனைத்து நூல்களையும்
மேற்பார்த்து உதவிய முனைவர் ப. சரவணனுக்கு நன்றி.

முகவுரை

'ஒப்பியல் இலக்கியம்' என்ற தலைப்பிலே தொகுக்கப் பெற்றுள்ள கட்டுரைகள் நான் பத்திரிகைகளுக்கு அவ்வப்போது எழுதியவற்றிற் சில. பொதுப்பண்புடைய இப்பதினொரு கட்டுரைகளையும் ஒருசேரத் தொகுத்தபோது அவை ஓரளவு காலவரையறையை யொட்டி அமைந்திருக்கக் காண்கிறேன். எமக்குக் கிடைக்கும் மிகப் பழைய சான்றோர் செய்யுட்களிலிருந்து தற்காலப் பாரதி பாடல்கள் வரை எனது கண்ணோட்டம் பாய்ந்திருக்கக் காணலாம். இலக்கியத்தின் தொடர்ச்சியில் எனக்கு ஆழ்ந்த நம்பிக்கையுண்டு. அதுபோலவே இலக்கியத்தின் உலகப் பொதுமையிலும் அசைக்க முடியாத நம்பிக்கையுள்ளவன். இந்நம்பிக்கைகள் நெஞ்சிலே நெடுங்காலமாகப் பதிந்திருப்பனவாதலால் அவ்வப்போது எழுதுங் கட்டுரைகளில் அங்கங்கே வெளிப் படுவது இயல்பே.

சுமார் இருபது வருடங்களுக்கு முன் யாழ்ப்பாணம் இந்துக் கல்லூரியிற் படித்துக்

கொண்டிருந்த காலத்தில், கல்லூரிக்குப் பக்கலில் நடாத்தப் பெற்ற *இந்துசாதனம்* என்ற வார ஏட்டிற்கு எழுதலானேன். என்னோடு ஒருசாலை மாணவராயிருந்த இ. முருகையனும் இவ்வெழுத்தார்வத்திற் பங்கு கொண்டவரே. இளங்கன்று பயமறியாது என்பது போல ஏதேதோ வெல்லாம் எழுதினோம். அப்பொழுது நான் எழுதிய கட்டுரையொன்று இப்பொழுது நினைவுக்கு வருகிறது. உலக ஞானியர் சிலரது நல்லுரைகளைக் குறட்பாக்கள் சிலவற்றோடு ஒப்பிட்டு வள்ளுவரின் மேம்பாட்டை எடுத்துக் காட்டியிருந்தேன். பத்திராதிபருக்குப் பொருள் பிடித்திருக்க வேண்டும்; 'வள்ளுவர் விஞ்சி விட்டார்' என்ற தலைப்பிற் சில கட்டுரைகளைத் தொடர்ந்து வெளியிட்டு ஊக்கமளித்தார். அன்று – பதினைந்து வயதுப் பருவத்திலே – எழுதியது பொருள் ஆழமுடையதாக இருந்திருக்க வியலாது. ஆனால் ஒப்புநோக்கும் பழக்கம் நிலைத்துவிட்டது.

கல்லூரியிலும், பின்னர் பல்கலைக் கழகத்திலும் 'புத்தகம் வாசிக்கும்' ருசியேற்பட்டுப் பலவகையான நூல்களைப் படித்தபோது முற்கூறிய ஒப்புநோக்கு உறுதிப்பட்டது. நான் கல்லூரி மாணவனாக இருந்த காலத்திலேயே வ.வே.சு. ஐயரது கம்பராமாயணம் பற்றிய ஆங்கிலத் திறனாய்வு நூல் வெளிவந்தது. ஏலவே ஒப்புநோக்கில் ஈடுபாடிருந்த எனக்கு அந்நூல் பேரூக்கமூட்டியது. தமிழில் ஒப்பியல் ஆய்வு செய்யும் பிறரும் என்னைப் போலவே ஐயருக்குக் கடமைப்பட்டவர்கள் என நினைக்கிறேன். இன்று ஐயரது ஒப்பியல் ஆய்வின் குறை நிறைகளைத் துணிய முற்படும்பொழுது ஐயரது செல்வாக்கே செயற்படுகிறது எனல் வேண்டும்.

ஒருவகையிற் பார்க்கும்போது நான் எழுதும் கட்டுரைகள் பலவற்றிலும் இவ்வொப்பியல் நோக்குநிலை இழையோடுகிறதெனலாம்.

இலக்கியமும் அதன் விளைநிலமாகிய சமுதாயமும் உலகப் பொதுவான நியதிகளுக்கு ஏற்ப நடப்பனவே என்னும் உண்மையை உணர உணர இந்நோக்கு இலக்கியக் கல்விக்குப் புதிய பொருளைத் தருவதாயுள்ளது. இத்தகைய இலக்கிய நோக்கைப் பிறருடன் பகிர்ந்துகொள்ளும் முயற்சியின் விளைவே இத் தொகுதியுள் அடங்கியுள்ள கட்டுரைகள்.

'ஒப்பியலின் தத்துவங்கள்' என்ற முதற் கட்டுரை விஞ்ஞான யுகத்தில் இலக்கியத்தின் நிலையையும், ஒப்பியல் ஆராய்ச்சியின் விஞ்ஞானப் பண்புகளையும் ஆராய்கிறது. இப்பொருள் பற்றி மேனாட்டு நூல்களில் நான் கற்றறிந்தவை கட்டுரையிற் கலந்துள்ளன. இரண்டாவது கட்டுரை தமிழில் ஒப்பியல் இலக்கிய ஆய்வு நடந்திருக்குமாற்றை விவரிக்கிறது. *1968*ஆம் ஆண்டு ஜனவரி மாதம் சென்னையில் நடந்த உலகத் தமிழாராய்ச்சிக் கருத்தரங்கிலே இடம்பெற்ற ஒப்பியல் இலக்கிய ஆய்வுகள் குறித்த ஒரு குறிப்பை அதனுடன் இணைத்துள்ளேன். 'தமிழில் வீரயுகப் பாடல்கள்' என்ற கட்டுரை மேற்கூறிய கருத்தரங்கிலே நான் படித்தது. ஆங்கிலத்திலிருந்து மொழிபெயர்த்திருக் கிறேன். நான்காவது கட்டுரை 'இரு கோட் பாடுகள்' என்பது. மூன்றாவது கட்டுரையின் தொடர்ச்சியாக அது அமைந்து பொருள் விளக்கஞ் செய்கிறது. 'பெரும்பெயர் உலகம்' என்ற ஐந்தாவது கட்டுரையில் பழந் தமிழிலக்கியத்திற் காணும் துறக்கத்தை ஜெர்மானிய மேலுலகத்துடன் ஒப்புநோக்கி இரண்டிற்கும் பொதுவான அடிப்படைகளைச் சுட்டிக்காட்டியிருக்கிறேன்.

ஆறாவது கட்டுரை எமது கால உணர்வு பற்றியது. கிரேக்க இலக்கியச் செய்திகள் ஒப்புநோக்கிற் பயன்படுத்தப்பட்டுள்ளன. பழமை போற்றும் பண்பு எமது நூல்களில்

எவ்வாறு செயற்பட்டு வந்திருக்கிறது என்பது முக்கியமான கவனத்திற்குரிய பொருள். ஒப்பியல் ஆய்வு, பொருள் விளக்கத்துக்குப் பேருதவி செய்வதை இக்கட்டுரை காட்டு கிறது. 'காதலும் கட்டுப்பாடும்' கிரேக்க இலக்கியத்துடன் ஒப்புநோக்கி யெழுதப் பட்டுள்ளது. 'சித்தர் தத்துவம்' என்ற எட்டாவது கட்டுரையில் சித்தர் மரபினையும் அதன் முக்கியத்துவத்தையும் கோடிட்டுக் காட்டி, சீன நாட்டுத் தாவோயிகளுடன் தமிழகத்துச் சித்தரை ஒப்புநோக்கி விவரித்துள்ளேன். மேனாட்டாசிரியர் சிலரது நூல்கள் இக்கட்டுரை யாக்கத்திற்குப் பெரிதும் பயன்பட்டன. ஒன்பது முதல் பதினொன்று வரையுள்ள மூன்று கட்டுரைகள் மகாகவி பாரதி சம்பந்தமானவை. பாரதி பற்றிய திறனாய்வுகளிலே போதிய அளவு வற்புறுத்தப்பெறா அம்சங்களை இவை எடுத்துரைக்கின்றன.

நூலினிறுதியில் இக்கட்டுரைகளை எழுதுங்கால் துணை நின்ற முக்கியமான நூல்களை வரிசைப்படுத்தியுள்ளேன். விரிவஞ்சித் தேர்ந்த சிலவற்றையே இங்குக் குறித்திருக்கிறேன். படைப்பிலக்கியத்திலும் திறனாய்வு முதலிய அறிவிலக்கியத் துறைகள் அயராத உழைப்பை வேண்டி நிற்பன. நடைமுறை யனுபவத்தாலும் நூற் பயிற்சியாலுமே இலக்கியக் கல்வி செம்மை யடைகிறது. இலக்கியம் என்பது ஞானோதயத்தின் வெளிப்பாடன்று. அதற்கும் வரன்முறையுண்டு. அட்டவணையில் குறித்துள்ள நூல்களைத் தவிர வேறு பலவும் இக்கட்டுரைகளின் உருவாக்கத்திற்குப் பயன்பட்டிருக்கின்றன. அவற்றிற் சிலவற்றை நூலில் ஆங்காங்குச் சுட்டி யிருக்கிறேன். இக்கட்டுரைப் பொருள்களை மேலும் ஆராய விழைபவர்க்கு உசாத்துணை நூல்கள் முதற் படியாக அமையும் என நம்பு கிறேன்.

எனது இலக்கிய முயற்சிகளுக்கு வாய்ப்பாக ஆசிரியரும் நண்பரும் அமைந்தனர். இது எனக்குக் கிடைத்த நற்பேறாம். ஈழத்தில் எனது நெருங்கிய இலக்கிய நண்பர்களான முருகையன், சிவத்தம்பி, கந்தசாமி, செல்வராசன் முதலியோரும் தமிழகத்திலே ரகுநாதன், அழகிரிசாமி முதலியோரும் பிரபல கன்னட எழுத்தாளர் உடுப்பி ஆனந்தமூர்த்தியும் பிறரும் மேனாட்டிலக்கியங்களிற் பயிற்சியும் பாண்டித்தியமும் உடையவரே. இத் தொடர்பு களினால் நானடைந்த பயனை வேறுபடுத்திப் பார்ப்பது இலகுவன்று. குறிப்பாக நண்பர்கள் முருகையனும் சிவத்தம்பியும் இந்நூலிலுள்ள கட்டுரைகளை எழுதுங் காலத்து நீண்ட சர்ச்சைகள் செய்தவர்கள். இலங்கைப் பல்கலைக் கழகத்திலே எனக்குத் தமிழறிவித்த பேராசிரியர் கணபதிப் பிள்ளை தமது விசாலமான உள்ளத்தால் உலக இலக்கியங்களை ஓர்ந்தளந்தவர். எனது ஒப்பிலக்கிய வேட்கைக்கு உற்சாகந் தந்து உரமூட்டியவர் அவர். பர்மிங்ஹாம் பல்கலைக்கழகத்திலே எனது ஆராய்ச்சி மேற்பார்வையாளரான பேராசிரியர் தொம்சன் 'நடமாடும் கலைக்களஞ்சியம்' என்று வழங்கப்பட்டவர். ஒப்பியலின் தத்துவங்களை அவரிடம் கற்றது மட்டுமன்றி அவற்றிற்கு உருவங் கொடுக்கவும் பழகிக்கொண்டேன். இவர்களுக்கெல்லாம் எவ்வாறு நன்றி கூறுவது? உபசாரத்துக்கு அப்பாற்பட்ட உள்ளத்து நட்புக்கு வார்த்தைகள் ஏது?

பல சஞ்சிகைகளிலும் பத்திரிகைகளிலும் சிதறிக்கிடந்த கட்டுரைகளைத் தொகுத்து வேண்டிய மாற்றங்கள் செய்யும்பொழுது மிக்க ஆர்வத்துடன் உதவி செய்தவர் எனது முன்னாள் மாணவரான செ. கதிர்காமநாதன். நான் எழுதியவற்றைப் பிரதி செய்வதில் இவரும் வேறு சிலரும் ஒத்தாசை புரிந்தனர்.

எழுத்தாள நண்பர்களான செ. கணேசலிங்கனும் நா. சுந்தரலிங்கமும் நூலின் அமைப்புப் பற்றி ஆலோசனைகள் கூறியுதவினர். இவர்களுக் கெல்லாம் எனது மனமுவந்த நன்றி.

இத்தொகுதியில் அடங்கிய கட்டுரைகளிற் பெரும்பாலானவை வெவ்வேறு அளவிலே தினகரன் பத்திரிகையில் வெளிவந்தவை. இவற்றைக் காலத்துக்குக் காலம் எழுதப் பண்ணும் பத்திராதிபர், நண்பர் இ. சிவகுரு நாதனுக்கு நன்றி உரியது.

இறுதியாக ஒன்று கூற விரும்புகிறேன். பாரதி ஒரு சந்தர்ப்பத்தில் எழுதினான்: "காரியம் மிகப் பெரிது, எனது திறமை சிறிது. 'ஆசையால்' இதனை எழுதி வெளியிடுகின்றேன், பிறருக்கு ஆதர்சமாக அன்று, வழிகாட்டியாக." பயில் தொறும் பாரதியிற் புதுமை காணும் நான், இம்மேற்கோளை நினைந்துகொள்கிறேன். இந்நூலிலுள்ள ஒவ்வொரு கட்டுரையும் தனித்தனி நூலாக விரித்தெழுதக்கூடியது. அந்த வகையில் இக்கட்டுரைகளை முற்குறிப்புரை களாகவே கருதுகிறேன்.

எனது நூல்களை வெளியிடுவதற்கு மன முவந்து ஊக்கமளித்துவரும் திரு. செல்லப்பன், கண. முத்தையா ஆகியோருக்கு அன்பு நிறைந்த நன்றிகள்.

'தமிழகம்'   க. கைலாசபதி
29, 42வது ஒழுங்கை
கொழும்பு 6

(முதல் பதிப்பின் முன்னுரை)

~

ஒன்பது ஆண்டுகளுக்கு முன் இந்நூல் வெளிவந்த வேளையில் தமிழிலக்கிய உலகிலே ஒப்பியல் ஆய்வு தோற்றம் எடுக்கும் நிலையிலேயே இருந்தது. ஒப்பிலக்கிய ஆய்வு முயற்சிகள் ஆங்காங்கே நடைபெற்றிருந்தபோதும் அவை பிரக்ஞை பூர்வமாக மேற்கொள்ளப்படவில்லை.

அது மட்டுமன்று, ஒப்பியல் இலக்கியக் கோட்பாடு அதற்குரிய அங்கீகாரத்தைப் பெற்று இலக்கிய இயலின் ஓர் அங்கமாக ஆய்வாளரிடையே நிலைகொள்ளவில்லை.

பலவழிகளில் என்னுடைய நூல் முன்னோடியாகவும் முதன் முயற்சியாகவும் அமைந்ததை இலக்கிய உலகம் ஒப்புக்கொண்டுள்ளது. குறிப்பாகப் பல்கலைக் கழகங்களில் இந்நூல் குறிப்பிடத்தக்க தாக்கத்தை உண்டாக்கியமை கவனிக்கத்தக்கதாகும். அந்த வகையில் இந்நூல் வெளியிட்டதன் நோக்கம் ஓரளவு நிறைவேறியிருக்கிறது என்னும் திருப்தி எனக்குண்டு.

இன்னொரு விதத்திற் கூறுவதானால் நமது மொழியிலே நவீன இலக்கியம்பற்றிய ஆய்வுகள் எந்த அளவிற்கு வளர்ச்சியடைகின்றனவோ, அந்த அளவிற்கே ஒப்பியல் ஆய்வுகளும் அபிவிருத்தியடையும் என்பது உறுதி. ஏனெனில் ஒப்பியல் ஆய்வுக் கோட்பாடு நவீன இலக்கியக் கொள்கைகளினடியாகத் தோன்றுவதொன்றாகும். இலக்கியத்திலே நவீனத்துவம் தோற்றுவித்த நல்லம்சங்களில் ஒன்று ஒப்பியல் நோக்கமாகும். நவீன வாழ்க்கையிலேயே அதற்கேதுவான காரணிகள் உள்ளன.

இன்னுமொன்று. ஒப்பியல் ஆய்வுக்கும் சமூகவியலுக்கும் தொடர்புண்டு. அதிலும் விஞ்ஞான ரீதியான சமூகவியல் ஆராய்ச்சிகளின் அடிப்படையே ஒப்பியல் நோக்கும் ஆய்வுமாகும். விஞ்ஞான சோசலிசத்தை உலகிற்களித்த மார்க்சும் ஏங்கல்சும் தமது மகத்தான நூல்களில் ஒப்பியல் ஆய்வு முறைகளை நுட்பமாகக் கையாண்டுள்ளனர். மார்க்சிய ஆய்வுகளின் தனிச் சிறப்பியல்புகளில் ஒன்று இதுவாகும். உதாரணமாக குடும்பம், தனிச்சொத்து, அரசு ஆகியவற்றின் தோற்றம் என்னும் நூலை ஏங்கல்ஸ் எழுதுவதற்குப் புராதன சமுதாயங்களின் ஒப்பியல் ஆய்வு அவருக்குப் பெரிதும் உதவியதென்பது வெளிப்படை.

மார்க்சியத்தின் ஒளியில் விஞ்ஞான பூர்வமான இலக்கிய விசாரம் நடத்தும் எவர்க்கும் ஒப்பியல் ஆய்வு முறை இன்றியமையாதது. தமிழிலக்கிய உலகிலே நவீன இலக்கிய ஆர்வமும் அதில் ஈடுபாடும் அதிகரித்துவரும் இந்நாட்களில் மார்க்சிய ஆய்வுகளும் பெருகி விடுகின்றன. இதனாலும் ஒப்பியல் இலக்கிய ஆய்வுகளுக்கு உண்மையான தேவை தோன்றியுள்ளதெனக் கருதலாம். எவ்வாறாயினும் கடந்த சில ஆண்டுகளாக இத்துறை சார்ந்த நூல்கள் அவ்வப்போது நம் மொழியில் வெளிவந்திருப்பது மகிழ்ச்சிக்குரியதே. இவற்றிற் குறைபாடுகள் இருக்கலாம்; ஒப்பியல் ஆய்வுக்கு அத்தியாவசியமான ஆழமான பார்வை இவற்றிற் சிலவற்றிலே இல்லாமை வருந்தத் தக்கதாகவும் இருக்கலாம். ஆயினும் நாளடைவில் வீறார்ந்த ஒப்பியல் ஆய்விற்கு இவை வழிவகுக்கும் என்பதில் ஐயமில்லை.

இந்நூலைத் தமது நிறுவன வாயிலாகப் பிரசுரிக்கும் ‘பாட்டாளிகள் வெளியீடு’ உரிமையாளர்கள் என்மீது காட்டிவரும் அத்தியந்த அன்பிற்கும் என் நூல்களை வெளிக்கொணர்வதிற் காட்டும் ஆர்வத்திற்கும் எவ்வாறு நன்றி கூறுவதென்றே தெரியவில்லை. நேசத்தால் ஒன்றுபடும் இவர்களின் உளப்பாங்கினை எண்ணி வியக்கின்றேன். இவ்விரண்டாம் பதிப்பை வெளியிடுவதில் வழக்கம்போல உத்சாகத்துடன் உழைத்த உழுவலன்பர்களுக்கு என் மனமார்ந்த நன்றி.

க. கைலாசபதி

(இரண்டாம் பதிப்பின் முன்னுரை)

~

நான்கு வருடங்களுக்குப் பின் இந்நூலின் மற்றொரு பதிப்பு வெளிவருதல் கண்டு மகிழ்ச்சியடைகிறேன். நமது இலக்கிய உலகில் ஒப்பியல் ஆய்வுகள் சிறிய அளவிலேனும் வளர்ந்துவருவது கண்கூடு. இந்நூலைப்

பல்வகைகளில் ஆதரித்து வந்திருக்கும் கல்வி நிறுவனங்களுக்கு மனமார்ந்த நன்றியைத் தெரிவித்துக்கொள்கிறேன். இப்பதிப்பு இரண்டாம் பதிப்பை ஒட்டியே வெளியிடப்படுகிறது. எனினும் சில சேர்க்கைகள் இடம் பெற்றுள்ளமையைக் குறிப்பிடுதல் பொருத்தமாயிருக்கும். இந்நூற் பதிப்பிலே தொடர்ந்து ஆர்வமும் ஈடுபாடும் காட்டிவரும் சென்னை புக் ஹவுஸ் நிறுவனத் தினர்க்கு என் இதயபூர்வமான நன்றி.

யாழ்ப்பாணம் **க. கைலாசபதி**
30.7.1982

(மூன்றாம் பதிப்பின் முன்னுரை)

1

ஒப்பியலின் தத்துவங்கள்

நவீன ஆராய்ச்சியிற் காணப்படும் முக்கிய பண்புகளிலொன்று பல துறைகள் மாறிமாறி ஒன்றையொன்று ஊடுருவிப் பாதிப்பதாகும். உதாரணமாக, ஒரு காலத்தில் மொழிநூல் என்பது இலக்கணத்தை ஆதாரமாகக் கொண்ட மொழி வரலாற்றாய்வாகக் கருதப்பட்டது. இன்று மொழியியலின் சில பிரிவுகளைச் செம்மையாகக் கற்றுத் தேர்வதற்குக் கணிதவியல், புள்ளியியல், பௌதிகவியல் முதலியவற்றின் அறிவு இன்றி யமையாதிருக்கிறது. அதுபோலவே ஒரு காலத்தில் அகழாராய்ச்சி என்பது நிலத்தைத் தோண்டி மறைந்து கிடக்கும் பொருள்களைக் கண்டெடுத்து விளக்கும் பயிற்சியாகக் கருதப்பட்டது. இன்று இரசாயனம், பௌதிகம் முதலிய அறிவியற்றுறைகளின் அறிவு பெரிதும் வேண்டப்படும் ஒரு 'புத்தம் புதிய' ஆய்வுப் பகுதியாக அது வளர்ந்து வருகிறது. இப்பொதுப் போக்கிற்கு இயைய இலக்கியமும் தற்காலத்தில் பிற துறைகளின் தாக்கத்தைப் பெற்று வருகின்றது. ஒரு காலத்தில் கவிதை என்பது கருவிலே திருவுடையாரால் படைக்கப்பெற்று இன்பம் பயக்கும் இயல்பொன்றே அமைந்த "தூய" கலையாகக் கருதப்பட்டது. இன்றோ பொறிமூளையாம் கணினி *(computer)* சுமாரான தரமுள்ள கவிதை செய்யுமளவிற்குக் கவிதைக் கலை அறிவியலின் தாக்கத்தைப் பெற்றுள்ளது.

இதில் ஆச்சரியப்படுவதற்கு ஒன்றுமில்லை. எமது யுகம் விஞ்ஞான யுகம். விஞ்ஞானம் எமது வாழ்க்கை முழுவதையும் எண்ணற்ற வழிகளிலும் வகைகளிலும் பாதிக்கிறது. ஆகவே வாழ்க்கையின் விளைபொருளாகவும் இலட்சியக் கனவாகவும் அமைந்த இலக்கியம் அறிவியலின் செல்வாக்கைத் தவிர்த்து இயங்க முடியுமா? முடியாது. விஞ்ஞான யுகத்திலும் இலக்கியம் தனக்கெனவோர் இடத்தைப் பெற்றே உள்ளது. ஆனால் அவ்விலக்கியத்தின் தன்மை நிச்சயமாக மாற்றமடைகிறது. புதிய கருத்துக்களையும் நம்பிக்கைகளையும் அது ஏற்றாலன்றிச் செயற்படவியலாது.

படைப்பிலக்கியம் ஒருபுறமிருக்க, இலக்கிய ஆய்விலும் நோக்கிலும் எத்தனையோ மாற்றங்கள் நிகழ்ந்துள்ளன. ஒரு சிறு உதாரணம் காட்டுவோம். சென்ற நூற்றாண்டின் பிற்கூறுவரை இலக்கிய வரலாறு எமது மொழியில் எழுத முயன்றவர் எவருமிலர். ஏனெனிற் காலவாராய்ச்சி முக்கியமாகக் கருதப்படவில்லை. விஞ்ஞானப் பிரிவாகிய உயிரியலின் நியதியாகப் பரிணாமக் கொள்கை தோன்றியதையொட்டி படிமுறை வளர்ச்சி என்னுங் கோட்பாடு சிந்தனையின் அங்கமாக அமைந்த காலத்திலேயே இலக்கிய வடிவங்களின் தோற்றமும் வளர்ச்சியும் பொருண்மை சுட்டுவனவாயின.

இவ்வாறு இலக்கிய ஆய்வில் வந்து புகுந்த புதுமுறைகளில் ஒன்றே ஒப்பியல் ஆய்வு. இலக்கியத்துக்கு முன்னதாக ஒப்பியல் நோக்கு மொழியாராய்ச்சியின் சிறப்புப் பண்பாக இருந்தது. அதற்கும் முன்னதாக அறியவியற்றுறைகளின் தனிச் சிறப்புப் பண்பாகவிருந்தது. ஒப்பு நோக்கு மொழியாராய்ச்சியை நெறிப்படுத்திய பின்னரே மொழி ஆய்வு, மொழியியல் ஆயிற்று. மொழியியல் அறிவியலின் (science) அந்தஸ்தைப் பெற்றது. மொழியியலுக்குப் புதுத்தகைமை அளிக்குமுன் மானிடவியல், சமூகவியல், பொருளியல், புவியியல் முதலியவற்றிற்கு அறிவியல் அந்தஸ்தைக் கொடுத்தது ஒப்பியல் ஆய்வேயாகும். சுருங்கக் கூறின் அது சென்றவிடமெல்லாம் சிறப்புச் செய்துள்ளது என்று கூறலாம். ஒருவகையிற் பார்த்தால் எமது மொழியில் மட்டுமன்றி வேறுபல மொழிகளிலும் ஒப்பியல் ஆய்வானது இலக்கியத் துறைக்குக் காலங் கடந்தே வந்து சேர்ந்திருக்கிறது. ஒப்பியற் சட்டம், ஒப்பியல் மதம், ஒப்பியற் கல்வி, ஒப்பியல் அரசியல் என்பன ஓரளவு வளர்ச்சிபெற்றவையாகக் காணப்பட, ஒப்பியல் இலக்கியம் கடைக்குட்டியாக இருக்கிறது எனலாம். ஆகவே, அதனைக் கவனமாக வளர்க்க வேண்டியுள்ளது.

க. கைலாசபதி

இன்னொரு வகையிற் பார்க்கும்பொழுது ஒப்பியல் நோக்கு இலக்கிய கர்த்தாக்களிடத்துத் தொன்று தொட்டுக் காணப்படுகிறது. பிற நூலாசிரியனைப் பற்றிய அறிவும், பிற நூற் பயிற்சியும் அடிப்படையில் ஒப்புநோக்குடையனவே. மிகப் பழங்காலத்தவரான சான்றோரைக் கணக்கெடுக்காதுவிட்டால் எமது தலையாய நூலோரெல்லாம் வடமொழி யறிவுடையோராகவே இருந்திருக்கின்றனர். அது மட்டுமன்று கம்பனைப் போன்ற புலவருக்கு வடமொழியோடு கன்னடம் முதலிய திராவிட மொழிகளும் தெரிந்திருக்கலாம் எனக் கருத இடமுண்டு. இலக்கியக்காரரைவிட இலக்கணக்காரரும், இலக்கணக்காரரைவிடச் சமய நூலாரும் பன்மொழிப் புலமையும் பரந்த ஒப்புநோக்கு முடையவரா யிருந்தனர்.

> தேவ பாடையில் இக்கதை செய்தவர்
> மூவ ரானவர் தம்முளும் முந்திய
> நாவி னார்உரை யின்படி நான்தமிழ்ப்
> பாவி னால்இது உணர்த்திய பண்பரோ

எனக் கம்பன் நூல் வரலாறு கூறும்போது தனக்குமுன் வடமொழியில் இராமகாதையைப் பாடிய மூவரையும் அவருள்ளும் ஆதி கவியாகிய வான்மீகியையும் சிறப்பாகக் கூறுகின்றனன். மூவரையும் ஒப்புநோக்கி அவருள் வான்மீகியையே தான் பின்பற்றியிருப்பதாகக் கூறுகிறான் கம்பன். இம் மூவரானவர் வான்மீகி, வியாசர், அகத்தியர் என்பது மலையாள மொழியிலுள்ள **ராம சரிதம்** கூறுஞ் செய்தி. நகர் நீங்கு படலத்திலே,

> தென்சொற் கடந்தான் வடசொற் கலைக்கு
> எல்லை தேர்ந்தான்

என்று கம்பன் இராமனைக் குறித்துக் கூறுவது கம்பனது இருமொழி நோக்குக்கு மற்றொரு சான்றாகும். ஆதி கவியின் பெருமையையும் பேராற்றலையும் பலபடப் போற்றும் கம்பன், எத்தனையோவிடங்களில் கதையமைப்பு, பாத்திர வார்ப்பு முதலியவற்றில் வான்மீகியிலிருந்து வேறுபடுவதற்கு ஆதி காவியத்தை மனத்திருத்தியமையே ஏதுவாகும். கம்பனைப் போலவே எமது யுகத்தின் மகாகவியான பாரதியும் பன்மொழிப் புலவனாகத் திகழ்ந்தான். "**யாமறிந்த புலவரிலே**" என்று அவன் பாடும்பொழுது ஒப்பு நோக்கியே தான் கண்ட உண்மையை உரைக்கின்றான். அதுபோலப் பாஞ்சாலி சபதத்தைப் பாடியபோது சிற்சில இடங்களில் வியாசரிலிருந்து வேறுபடுவதற்கும் ஒப்புநோக்கே ஏதுவாகும். தற்கால ஆசிரியர் சிலர் ஐரோப்பிய மொழியறிவுடையராதலால் இலக்கியத்தைப் படைக்கும்போதும்

விமர்சிக்கும்போதும் ஐரோப்பிய இலக்கியங்களை மனத்திலிருந்திக் கொள்கின்றனர்.

இலக்கிய ஆசிரியரைவிட இலக்கண நூலார் ஒப்புநோக்கு அதிகம் கைவந்தவராயிருக்கின்றனர். தொல்காப்பியச் சொல்லதிகாரத்துச் சேனாவரையர் எழுதிய உரையிலிருந்து ஒருதாரணம் பார்க்கலாம்.

வடசொல்லாவது வடசொல்லோடொக்குந் தமிழ்ச் சொல்லென்றாரால் உரையாசிரியரெனின் அற்றன்று; ஒக்குமென்று சொல்லப்படுவன ஒருபுடையா னொப்புமையும் வேற்றுமையு முடைமையான் இரண்டாகல் வேண்டும். இவை எழுத்தானும் பொருளானும் வேறுபாடின்மையாகிய ஒரு சொல்லிலக்கண முடைமையான் இரண்டு சொல்லெனப்படா; அதனான் ஒத்தல் யாண்டையது? ஒரு சொல்லேயாமென்பது.

சேனாவரையரது கருத்து ஒருபுறமாக, வடசொல்லையும் தமிழ்ச் சொல்லையும் ஒப்புநோக்கி அபிப்பிராயங் கூறுந் தன்மையே இங்குக் கவனிக்கத்தக்கது. சேனாவரையர் போன்ற வடமொழிச் சார்புடையோரது ஒப்புநோக்கு உண்மையில் ஒப்பு நோக்கும் மனோபாவத்தி னடிப்படையில் தோன்றியதல்ல என்பதையும் அதன் உள்ளார்ந்த குறைவுபாட்டையும் பின்னர்க் காட்டுவேன். ஆனால் ஒப்புநோக்கின் பயன் விபரீதமா யமைந்தபோதும் ஒப்புநோக்கிற்கு இன்றியமையாததான பன்மொழிப் பயிற்சி எக்காலத்தும் வேண்டப்படுவதே என்பதை இலக்கண ஆசிரியர்கள் உணர்த்தியுள்ளனர். தொல்காப்பியத்துக்கு முதன்முதலில் உரையியற்றிய இளம்பூரணரை வன்மையாகக் கண்டிக்கும் 'வடநூற் கடலும் தென் தமிழ்க் கடலும் நிலைகண்டுணர்ந்த ஆசிரியர்' சிவஞான யோகிகள், அன்னாரின் பிறமொழியறிவின்மையைக் குறிப்பாகக் குத்திக்காட்டுவது மனங்கொளத்தக்கது. "தமிழ் நூல் ஒன்றே வல்ல உரையாசிரிய ருள்ளிட்டோர் உரையை ஆசிரியர் கருத்தாகக் கொண்டு பின்னுள்ளோரும் மயங்குவாராயினர்." இவ்வாறு உரையாசிரியரை மட்டந்தட்டும் சிவஞான யோகிகள், "வடநூற்கடலை நிலைகண்டறிந்த சேனாவரையர்" என்று புகழ்மாலை சூட்டுவதும் குறிப்பிடத்தக்கதே.

இலக்கண நூலார் இவ்வாறாக, இவரினும் கூடியளவு ஒப்புநோக்குடையராய் இருந்தனர் சமயவாதிகள். தருக்க முதலியனவற்றில் மறுக்கப்பட வேண்டியனவற்றை ஒருவர் பூர்வபக்கஞ் செய்வது ஒப்புநோக்கின் உதவியைக்

கொண்டேயாகும். *மணிமேகலைக்* காப்பியத்திலே பல்வேறு சமயக் கணக்கரிடம் ஒட்டிய சமயத் துறுபொருள் கேட்கும் மணிமேகலை, ஒப்புநோக்கின் பயனாகவே பௌத்தத்தின் மகிமையை ஐயமின்றி அறிந்துகொள்வதாகக் காட்டுகிறார் சாத்தனார். சைவசித்தாந்த சாத்திர நூல்களிலொன்றான *சிவஞான சித்தியாரில்* பரபக்கம், சுபக்கம் ஆகிய இரு பகுதிகளிலும் முறையே பரசமய மறுப்பும், சைவசித்தாந்த விளக்கமும் கூறப்படுவதற்கு ஒப்புநோக்கு இன்றியமையாதது. சமண சமயத்தவராகிய தொல்காப்பியர் *மரபியலிலே* தந்திரவுத்திகளை விரித்துக் கூறுமிடத்து ஒப்பக்கூறல், தன்கோட்கூறல், பிறனுடம்பட்டது, தானுடம்படுதல் என்பனவற்றைச் சமயஞ்சார்ந்த ஒப்பியலின் வழிவந்த தருக்கத்திலிருந்தே எடுத்தாள்கிறார். இவை யாவும் சமயக் கணக்கரின் மதிவழிவந்த ஒப்பியலுக்கு உதாரணங்கள்.

இவ்வாறு எமது முன்னோர் ஒப்புநோக்குடையராயிருந் திருக்கவும் அதனைப் புதுவதாகக் கூறவேண்டுங் காரணம் என்னவெனச் சிலர் எண்ணக்கூடும். அதற்கு விடை கூறுமுகத்தான் நவீன ஒப்பியலின் தத்துவங்களை விளக்கிக் கூறலாம்.

இக்கட்டுரையின் தொடக்கத்திலே ஆற்றல் இலக்கியத்திலும் அறிவிலக்கியத்திலும் ஏற்பட்டுள்ள அறிவியல் தாக்கத்தைக் குறிப்பிட்டேன். நவீன ஒப்பியல் இலக்கியம் இத்தாக்கத்தின் விளைவுகளில் ஒன்று. நவீன ஒப்பியலைப் பண்டைய ஒப்பியலிலிருந்து (அவ்வாறு கூறக்கூடுமானால்) வேறுபடுத்துவது அதிற் கையாளும் முறையேயாகும். விஞ்ஞான முறை விஞ்ஞானத்துக்கு முந்தியோ பிந்தியோ தோன்றுவதல்ல! அது விஞ்ஞானத்தின் உடன் பிறவியேயாகும். அதுபோலவே, நவீன ஒப்பியல் நவீன முறையினின்றும் தோன்றுவது, விஞ்ஞானத்தில் முறையையும் பொருளையும் பிரிக்க முடியாததுபோல, ஒப்பியல் இலக்கியத்தையும் ஒப்பியல் முறையையும் ஒன்றிலிருந்து ஒன்று பிரித்துவிட இயலாது.

நாம் மேலே உதாரணங் காட்டிய இலக்கிய ஆசிரியரும் இலக்கண நூலாரும் சமயவாதிகளும் தத்தம் தேவைக்கும் இயல்புக்கும் ஏற்பப் பொருள்களை ஒப்புநோக்கினர். எனினும் அவர்களின் பிரதான நோக்கம் தமது நம்பிக்கையை அல்லது அபிப்பிராயத்தை உயர்த்தி உறுதிப்படுத்துவதே. *சித்தியாரில்* பரபக்கமும் சுபக்கமும் அமைத்ததன் நோக்கம் உண்மையில், 'குணம் நாடிக் குற்றமும் நாடி அவற்றுள் மிகை நாடி மிக்க' கொள்வதல்ல. அது ஓரளவிற்குத் தெரிந்து தெளிவதாகும். சமயவாதியாகிய சகலாகம பண்டிதர் மெய்ச்சமயமாகத் தான் கைக்கொண்டிருந்த

சைவத்தை நிலைநாட்டுவதற்கு இதர சமயங்களை நிராகரிக்க வேண்டுமாதலால் பரபக்கத்தை அமைத்தார். சேனாவரையர் வடமொழியையும் தென்மொழியையும் ஒப்புநோக்கியதன் பயனாக இரண்டையும் மேலும் ஆழமாக அறியவில்லை. மாறாக, "தமிழ்ச் சொல் வடபாடைக்கட் செல்லாமையானும், வட சொல் எல்லாத் தேயத்திற்கும் பொதுவாகலானும் இவை வட சொல்லாய் ஈண்டு வழங்கப்பட்டன வெனல் வேண்டும்" என்று ஒருபாற் கோடியுரைத்தார். சிவஞான யோகிகள் புகழ்வதுபோலச் சேனாவரையர் வடநூற்கடலை நிலைகண் டுணர்ந்தவரா யிருத்தல் கூடும். ஆயினும் தமிழையும் வடமொழியையும் ஒப்பிட்டபோது, இரண்டும் பன்னெடுங்காலமாக அருகருகே வழங்கியமையால் தமிழ்ச் சொற்களும் வடபாடைக்கட் சென்றிருக்கலாம் என்ற எண்ணம் அவருக்குத் தோன்றவில்லை. காரணம், வடமொழி தேவபாடை என்ற மூட நம்பிக்கையாகும். ஆகவே அவரது ஒப்புநோக்கு ஏலவே மனத்திலிடம் பெற்றிருந்த ஒருதலையான தப்பெண்ணத்துக்கு அரண் செய்வதாகவே அமைந்துவிடுகிறது. அவரது ஒப்புநோக்கு, பெயரளவில் ஒப்புநோக்கேயன்றி உண்மையில் தவறான முடிவுகளைத் தவிர்க்கும் முன்னேற்பாடுகளைக் கொண்டதாயிருக்கவில்லை. சேனாவரையர், "வடசொல் எல்லாத் தேயத்திற்கும் பொது" என்பது எத்துணைத் தவறானதோ, அது போன்றதே அதற்கு மறுதலையாகத் திராவிடம் உலக மொழிகளின் தாய் என்பது. 'ஒப்பியல் மொழி' என்னும் பெயரைத் தாங்கினாலும் தேவநேயப் பாவாணர் போன்றோரது ஆய்வு நூல்கள் ஒருதலைப் பட்சமானவையே. பாலூர் கண்ணப்ப முதலியார் கூறியிருப்பதுபோல் தேவநேயப் பாவாணருக்கு "இருக்கும் தமிழ்ப்பற்று அளவிடற்பாலதன்று" என நாமும் கூறலாமேயன்றி அவரது ஒப்பியல் ஆராய்ச்சி முறையைப் பாராட்டவியலாது. கண்ணப்ப முதலியார் கூறுகிறார்: "வடமொழி எனக் கருதப்படும் பல சொற்கள் தமிழ்ச் சொற்களே என்று அச்சொற்களின் அடிச்சொற்களின் வழி நிறுவிக் காட்டவல்லவர் ... தேவநேயப் பாவாணர்." தனிப்பட்ட ஒருவரது வல்லமையல்ல முக்கியம். அவர் கைக்கொள்ளும் ஆராய்ச்சி முறை அப்பழுக்கற்றதா என்பதே கவனிக்க வேண்டியது. சுநிதிகுமார் சட்டர்ஜி, பறோ முதலிய மொழிநூல் ஆராய்ச்சியாளரை உதாரணத்துக்காக எடுத்துக்கொள்வோம். வடமொழியில் வழங்கும் திராவிடச் சொற்களை இவர்கள் எடுத்துக் காட்டியிருக்கின்றனர். சுமார் எழுநூற்றுக்குமதிகமான திராவிடச் சொற்கள் பல்வேறு காலப்பகுதிகளில் வடமொழியிற் சென்றடைந்திருப்பதைப் பேராசிரியர் பறோ தொகுத்துள்ளார். ஆனால் இவர் இவ்வாறு

கூறும்பொழுது திராவிடம் உலகத் தாய்மொழி என்னும் தற்பெருமையோ அல்லது வடமொழி தேவபாடை என்னும் அகங்காரமோ இல்லாது இருமொழிகளையும் ஒப்ப நோக்கி ஒன்றையொன்று பாதித்து வந்தமையைச் சான்று காட்டி நிறுவுவதே நோக்கமாயுள்ளது. அது மட்டுமல்லாது, மொழிகள் ஒன்றையொன்று எவ்வாறு பாதிக்கின்றன என்னும் மிகப் பொதுவான நியதியை உணர்த்துவதும் அவ்வாய்வின் பயனாக அமைகிறது.

ஆனால், இவ்வாய்வு தனியொரு மனிதரின் வல்லமையாகவோ, சிலருக்குத் திருப்தி தரும் முயற்சியாகவோ இராமல், யாவரும் ஏற்றுத் தாமும் மேற்கொள்ளக்கூடிய ஆராய்ச்சியாக இருக்க வேண்டுமாயின், ஆராய்ச்சி **முறை** மயக்கமின்றியும் அறிவியல் சார்ந்ததாயும் இருத்தல் அவசியம். உதாரணமாக, வடமொழிக்கண் வழங்கும் திராவிடச் சொற்களை நிர்ணயிக்க முனைந்த பறோ சில நடைமுறைகளை மேற்கொண்டார். வடமொழிக்கண் பயிலும் ஒரு சொல், திராவிடச் சொல்லாயிருக்கலாம் என்னும் ஐயமேற்பட்டதும், முதலில் அச்சொல் திராவிட மொழிக் குடும்பத்திலே எவ்வாறு பரந்து காணப்படுகின்றது என்பதனை நோக்கினார். வடதிராவிட மொழிகளிலும் அச்சொல் வழக்காறுடையதாயின் அது திராவிடச் சொல்லாக இருத்தல் கூடுமென்று ஓரளவு துணிந்தார். அதன் பின்னர் அச்சொல் இந்தியாவிலுள்ள ஆரிய மொழிகளில் எத்தகைய வழக்காறுடையது என்பதனை நோக்கினார். அதன் பின்னர் பிற இந்தோ–ஆரிய மொழிகளில் எவ்வாறு வழங்குகிறது என்பதை ஆராய்ந்தார்; ஆரிய மொழிகளிலும் இந்தியாவிற்கு வெளியேயுள்ள இந்தோ–ஐரோப்பிய மொழிகளிலும் அதன் வரலாறு திருப்திகரமாக இல்லாவிட்டால் அது திராவிடத்திலிருந்தோ திராவிட மொழியொன்றிலிருந்தோ வடமொழிக்குச் சென்றிருத்தல் வேண்டும் எனத் துணிந்தார். அதன் பின்னரும் வடமொழி நூல்களிலே எக்காலத்திலிருந்து அச்சொல் பயின்று வருகிறது என்பதனை நிச்சயப்படுத்திக்கொண்டார். இவையாவற்றின் இறுதியாகவே அச்சொல் ஏறத்தாழ இன்ன காலத்திலே தமிழிலிருந்தோ அல்லது மூலத் திராவிடத்திலிருந்தோ வடமொழிக்குச் சென்றது என ஒருவாறு துணிந்து கூறினார்.

மேற்கூறிய ஆராய்ச்சியைக் கவனித்தால் பேராசிரியர் பறோவுக்கு “வடமொழி எனக் கருதப்படும் சில சொற்கள் தமிழ்ச் சொற்களே என நிறுவிக் காட்டும் வல்லமை” அன்றி ஒரு மொழியிலிருந்து இன்னொரு மொழிக்குச் சொற்கள் புடைபெயர்வதைக் கண்டறியும் **முறை** கைவரப் பெற்றமை

புலனாகும். இதை இன்னஞ் சிறிது விளக்குவோம். தனியொரு மனிதனுடைய தனிச் சிறப்பான ஆற்றலை மாத்திரம் இவ்வாராய்ச்சிக்கு அளவுகோலாகக் கொண்டால் அது பொதுவான நியதிகளுக்குக் கட்டுப்படாததொன்றாகிவிடுகிறது. அவ்வாறன்றிச் சில விதிகளினடிப்படையில் நடைமுறைகள் அனுட்டிக்கப்பட்டால் அவ்விதிகளைப் பின்பற்றும் மாணவன் எவனும் அவ்வாராய்ச்சியைச் சிறிய அளவிலேனும் செய்தல் முடியும். முடிந்தால் அது பொதுவான பரிசீலனையாக அமைகிறது. விஞ்ஞானப் பரிசோதனைகளை எத்தனை பேரும் எத்தனை தடவையும் செய்யலாம்; அவ்வடிப்படையிலேயே படிப்படியாக அறிவு விருத்தியடைகின்றது.

மொழியாராய்ச்சிப் பற்றிய இவ்வுதாரணம் அறிவியல் **முறை** எவ்வாறு செயற்படுகின்றது என்பதை ஓரளவு விளக்குகிறது என எண்ணுகிறேன். இலக்கியத்தில் இம்முறை பெருமளவு செயற்படுவது ஒப்பியல் ஆய்விலாகும். எனினும் அதை விவரிக்குமுன், மேற்கூறிய விஞ்ஞான **முறை** யாது எனச் சுருக்கமாகக் கூறவேண்டும்.

ஒரு பொருளை அல்லது நிகழ்வை விஞ்ஞானி கூர்ந்து நோக்கிக் குறித்துக் கொள்வனவற்றைத் **தரவுகள்** என்கிறோம். ஒரு பொருளைப்பற்றிய தரவுகளுடன் பிறிதொரு தொகுதித் தரவுகளை ஒப்பு நோக்கும்பொழுது இயற்கையான ஒருமைப்பாடுகள் சிலவற்றையும் பொதுக் குணங்களையும் காண்கிறோம். அதாவது பலமுறை அவதானித்த தரவுகளினின்றும் சில பொது முடிவுகள் அன்றி **விதிகள்** வகுக்கப்படுகின்றன. சில சமயங்களில் தரவுகளைப் பெற முன்னரே ஏதாவதொரு பொது முடிவை அல்லது விதியை ஊகமாகக் கொள்கிறோம். அதனையே **கருதுகோள்** என்பர். பரிசோதனையின்போது கிடைக்கும் முடிவு, முதற்கொண்ட கருதுகோள் சரியா, தவறா என்பதைக் காட்டும். ஆயினும் கருதுகோள், ஆய்விற்கு முதற்றேவையாக அமையும். விஞ்ஞானத்துக்கு ஒவ்வும் இவ்வாய்வு முறையை ஒப்பியல் ஆராய்ச்சியின் மூலம் கலை இலக்கியத் துறைக்கும் ஏற்றதாக நாம் அமைத்துக் கொள்ள இயலும். இதனைச் சிறிது விரித்துரைக்கலாம்.

விஞ்ஞான ஆராய்ச்சியிலே **எடுகோள்** *(axiom)* முக்கிய இடம் வகிக்கிறது பொதுவாக விஞ்ஞானிகள் இரு அடிப்படை மெய்ம்மைகளைத் தமது ஆராய்ச்சிகளுக்கு முதற்படியாக ஏற்றுக்கொள்வர். நடப்பவைக்கெல்லாம் காரணம் இருக்கிறதென்பதும், ஒரே தன்மையான காரணங்கள் நிலைமைகள்

மாறாதிருக்குமானால், ஒரே மாதிரியான பயனையே அளிப்பன என்பதும் அவர்கள் ஏற்கும் இரு எடுகோள்கள். முதலாவது எடுகோள் முடிவற்ற ஆராய்ச்சிக்கு ஏதுவாகவும், நம்பிக்கையும் ஊக்கமும் அளிக்கும் சக்தியாகவும் அமைகிறது. இரண்டாவது எடுகோளினடிப்படையில் வெவ்வேறு விஞ்ஞானிகள் குறிப்பிட்ட பரிசோதனைகளைத் திரும்பச் செய்து சரிபார்க்க வழி பிறக்கிறது.

இவ்விரு எடுகோள்களை இலக்கிய ஆராய்ச்சியாளனும் முன்கூட்டியே ஏற்றுகொள்வதற்குத் தடையெதுவுமில்லை. ஒரு நூல் குறிப்பிட்ட காலப் பகுதியிலே தோன்றுவதற்கு ஏதுக்கள் இருத்தல் வேண்டும். உலகம் உய்யவேண்டுமென்பதற்காகத் திருவுளங்கொண்ட பெரியார் திடீரென அருளிச் செய்வது இலக்கியம் என்ற ஐதீகத்தை நீக்கி, காரண காரிய நியதிக்குள் இலக்கியத்தை அடக்க இவ்வெடுகோள் உதவுகிறது. அது முதற் பயன். காரணம் இருத்தல் வேண்டும் என்று நம்பினால் அக்காரணத்தைக் கண்டுபிடிக்க அயராது உழைத்தலவசியம். உதாரணமாகத் தமிழ் இலக்கிய வரலாற்றிலே சான்றோர் செய்யுள்கள் சித்திரிக்கும் வீரயுகத்தை யடுத்து, அறவியல் நூல்களும் அவற்றுக்கு அடிப்படையான தீமைக் கோட்பாடும் அதன் வெளிப்படையான சிணுங்கித்தனமும் தோன்றக் காண்கிறோம். வீரயுகத்திற் காணப்பட்ட நன்னம்பிக்கைக் கோட்பாடும் அதன் வெளிப்பாடான புலனின்ப வேட்கையும் களிப்பார்வமும் இலக்கியத்தினின்றும் மறைந்து விடுகின்றன; அவை தோன்றுமிடத்தும் இழித்துரைக்கப்படுகின்றன. இத்தகைய ஒழுக்கவியல் உரைக்கும் நூல்கள் தோன்றத் தக்க காரணம் இருத்தல் வேண்டும். அதனை ஒப்புக்கொண்டால் அக்காரணத்தைக் கண்டறிய வாய்ப்பேற்படும்; பிரயாசைப்பட்டால் காரணத்தை அறிவது உறுதி. காரணத்தைத் தேட முயலவும் வரலாற்றுப் பார்வை தவிர்க்க முடியாதவாறு வந்தமைந்து கொள்கிறது. அது மட்டுமல்லாது வரலாற்று அடிப்படையிற் காரணகாரிய ஆய்வைப் பயன்படுத்தும்பொழுது குறிப்பிட்ட நூல்களின் தோற்றத்திற்குப் பொருளாதார, சமூக, அரசியல் நிலைமைகள் காரணிகளாக அமைகின்றன. இக்காரணிகள் புறநிலையில் வைத்து நோக்கி ஆராயத்தக்கன. இயற்கை அறிவியற்றுறைக்குரிய முறைகளாம் 'சோதித்தறியும் தன்மை', 'தற்சார்பற்ற நிலை', 'மயக்கமின்மை' முதலியன இக்காரணிகளுக்குப் பண்பாயமைகின்றன. இவற்றைத் தரவுகளாகக் கொள்ளுவோம். கிடைத்த தரவுகளின் அடிப்படையில் அறநூல்கள் தோன்றற்குரிய சூழமைவையும் உந்தல்களையும் நியதிகளாகக் கருதிக்கொள்கிறோம்.

இனி, மேலே கூறிய இரண்டாவது எடுகோளைக் கவனிப்போம். ஒரே மாதிரியான காரணங்கள் ஒரே மாதிரியான பயனையே அளிக்கும் என்பது. இது பரிசோதனைக்கு எம்மைத் தூண்டுவது. தமிழ் வீரயுகத்தைப் போலவே கிரேக்கரது வீரயுகமும் அமைந்திருந்தது. அவ்வாறாயின் அங்கும் வீரயுகத்தையொட்டி அறநூல்கள் எழுந்தனவா எனப் பார்க்கலாம். அதாவது ஒத்த காரணங்கள் ஒத்த பயனையளித்துள்ளனவா எனச் சரிபார்க்கலாம். அங்கும் அறநூல்கள் தோன்றியிருக்கக் கண்டால் எமது ஊகம் அல்லது கருதுகோள் பிழையற்றது எனக் கொண்டு அதனை இலக்கிய வரலாற்று விதிகளிலொன்றாக்கலாம். உண்மையில் வீர காவியங்கள் பாடிய சான்றோன் ஹோமரை யடுத்து ஹீசியொட் போன்ற அறநூற் புலவர் கிரேக்கத்திலே தோன்றினர். எமது அறநூலாசிரியரைப் போல அவரும் பெண் வெறுப்பு, புலனடக்கம், இறைபக்தி முதலியவற்றைப் பெரிதும் வற்புறுத்தினர்; புராணக் கதைகள் பெருவழக்குப் பெற்றன. கவிஞர் போதகர்களாக மாறினர். இவற்றையெல்லாம் உற்றுநோக்குபோது தமிழிலும் கிரேக்க மொழியிலும் ஒரே தன்மையான சூழ்நிலைகள் ஒரே மாதிரியான இலக்கிய வகையைத் தோற்றுவித்தமை உறுதிப்படும். இதன் பயனாக இலக்கியத்துக்கு ஓர் உலகப் பொதுமை ஏற்படுகிறது. இவ்வடிப்படையிலேயே ஒப்பியல் இலக்கியம் உலகப் பொதுவான இலக்கியத்தோடு ஒன்றுபடுகின்றது.

ஒப்பியல் இலக்கிய ஆய்வு முன்னோடிகளில் ஒருவரான தெயின் (Hippolyte Taine, 1828-1893), ஒப்பியல் இலக்கியம் இறுதியில் உலக இலக்கியக் கோட்பாட்டிற்கு எம்மை இட்டுச் செல்ல வேண்டும் என்றே கருதினார். பத்தொன்பதாம் நூற்றாண்டில் வாழ்ந்த தெயின், ஒப்பியல் இலக்கிய ஆராய்ச்சியாளன் கவனஞ் செலுத்த வேண்டிய பொருள்களைக் குறிப்பிடுமிடத்து இனம், சூழமைவு, காலம், மனத்திறன் என்பனவற்றை வற்புறுத்தினார். சூழமைவிலே புவியியற் காரணிகள் அடங்கும். இவற்றிற் சில இன்று அத்துணைச் சிறப்புடையனவாகக் கொள்ளப்படுவதில்லை. சில புதிய காரணிகளை நாம் இன்று சேர்த்துக்கொள்ளுதல் கூடும். ஆனால் "இலக்கிய ஆராய்ச்சியை ஒரு விஞ்ஞானப் பரிசோதனை போல நடத்தவும், அதனைச் சரி பார்க்கவும், மேலும் மேலும் திருத்தமுறச் செய்யவும்" முடியும் என்று ஆணித்தரமாகக் கூறியவருள் ஒருவர் தெயின்.

இக்கூற்றிலும் **முறை** அழுத்தம் பெறுவதைக் கவனிக்கலாம். இதன் முக்கியத்தை எவ்வளவு வற்புறுத்தினாலும் தகும். பழைய விஞ்ஞானத்துக்கும் புதிய விஞ்ஞான நோக்குக்குமுள்ள

வேறுபாட்டை இங்குக் கூறுதல் பொருத்தம். தொகுத்தறிமுறை முற்காலத்திலிருந்தே வெவ்வேறு வகையில் வழங்கிவருகிறது. எமது பண்டை நூலோர் கூறும் காட்சியளவை தொகுத்தறி முறையைச் சேர்ந்ததே. ஆனால் பழைய தொகுத்தறி முறையில் கருதுகோள் முக்கியம் பெறவில்லை. அம்முறையில் இயற்கையில் யாவும் மறைந்து கிடப்பதாகவும் அவற்றைத் தேடிக் கண்டுபிடிப்பதே ஒருவர் செய்யக் கூடியதாகவும் கருதப்பட்டது. இவ்வடிப்படையிலேயே பண்டைய அறிவாராய்ச்சியியல் (Epistemology) அமைந்தது. இது விஞ்ஞானத்தின் தோற்றத்தைப் பெற்றிருப்பதுபோலக் காணப்பட்டாலும் உண்மையில் விஞ்ஞானத்துக்கு முற்பட்ட நோக்கேயாம். ஏனெனில் பண்டைய தொகுத்தறிமுறையும், அறிவாராய்ச்சி இயலும் நவீன விஞ்ஞானத்துக்குப் போதிய அடிப்படையும் நெறியும் ஆகா. நவீன விஞ்ஞானத்தின் சிறப்பியல்புகளில் ஒன்று இடையறாத பரிசோதனையாகும். இப்பரிசோதனைகளுக்கு அநுசரணையாகத் துணிகரமான கருதுகோள்கள் கைக்கொள்ளப்படுகின்றன. இவற்றின் பயனாகத் தாமாகத் தோன்றும் உண்மைகளேயன்றிப் புதிய உண்மைகளும் நிலைநாட்டப்படுகின்றன. தொகுத்தறி முறையும் அறிவாராய்ச்சி இயலும் மூடநம்பிக்கைகளையும் இறைக்கோட்பாடுகளையும் விமர்சனஞ் செய்ய உதவக்கூடும். ஆனால் புதிய புதிய கருதுகோள்களின் அடிப்படையில் தொடர்ந்து பரிசோதனைகள் நடாத்திப் பொருள்களுக்கிடையே புதிய உறவுகளையும் தொடர்புகளையும் காண்பதற்கு மட்டுமன்றிப் புதிய பொருள்களையே கண்டுபிடிக்க அவை உதவா. இந்நூற்றாண்டின் முற்பகுதியில் ஏற்பட்ட விஞ்ஞானப் புரட்சியானது அதற்கு முற்பட நிலவிய விஞ்ஞான முறைகளை வழக்கறச் செய்தது. சார்புக் கொள்கையும், சொட்டுக் கொள்கையும், உளப்பகுப்பாய்வியலும் புதிய ஆராய்ச்சி முறைகளை இன்றியமையாதனவாக்கின.

எமது சம்பிரதாயமான இலக்கிய ஆய்வு முந்திய தொகுத்தறிமுறையை ஒத்ததாகவேயுள்ளது. இலக்கியங்கள் மேதைகளால் உருவாக்கப்பட்டுள்ளன; அவற்றிற் சிறந்த கருத்துக்கள் கூறப்பட்டிருக்கின்றன. நூற் பயிற்சியுள்ளோனொருவன் இவ்விலக்கியங்களைப் படித்தால் விஷயங்களைத் தெரிந்துகொள்ளலாம். இதுவே பொதுவான நம்பிக்கையாய்க் காணப்படும். இதன் தருக்க ரீதியான முடிவாக ஒருவன் யாவுமுணர்ந்தவனாக இருப்பான் அல்லது ஒன்றுந் தெரியாதவனாயிருப்பான். ஆனால் நவீன விஞ்ஞானி, "தான் செய்கின்ற முயற்சியெல்லாம் ஆகக்கூடிய அளவில் உண்மையின்

ஒரு பகுதியே" என்று உணர்கிறான். பழைய கல்வி முறைப்படி ஒருவன் "இலக்கண இலக்கியத்தின் வரம்பு கண்டவனாகக்" கொள்ளப்படலாம். ஆனால் இன்று அவ்வாறு கருத முடியுமோ? முடியாது. உதாரணமாகத் திருக்குறளை எடுத்துக்கொள்வோம். "இதன்பால் இல்லாத எப்பொருளும் இல்லை" என்னும் குருட்டு நம்பிக்கை ஒருபுறமிருக்க, திருக்குறளைக் கரை கண்டவராகப் பலர் புகழப்படுவதைக் காண்கின்றோம். குறளிலுள்ள ஆயிரத்து முந்நூற்று முப்பது பாக்களையும் "ஓதியுணர்ந்தவரும்" உள்ளனர்; ஆயினும் குறள் பற்றிய பல ஆதாரச் செய்திகள்தாமும் இன்னும் எமக்குத் தெளிவாகத் தெரிந்தில.

குறள் தோன்றிய காலம், அதன் நோக்கம், அது எடுத்துரைக்கும் வாழ்க்கைத் தத்துவம், அதன் மொழி நிலை, அதனாசிரியர் மதம், குறள் காட்டும் சமுதாய நோக்கு, இலட்சியம், அதன் குறைபாடுகள், முரண்பாடுகள் என்பன போன்ற பொருள்களுக்குத் தீர்க்கமான விளக்கம் கூறப்படவில்லை. இதனைத் தனியொரு மனிதன் செய்து முடிக்கலாம் என எண்ணுவதும் தவறு. ஏனெனில் நவீன விஞ்ஞானம் ஐயமின்றிக் காட்டுவது போல், "பூரண அறிவு எந்த ஒருவனது சிந்தனைக்கும் அப்பாற்பட்டதாகும்." *திருவள்ளுவ மாலைப்* புலவரும் தற்காலக் கருத்துரைக்காரர் சிலரும் கூறியுள்ளனவற்றை மாத்திரம் குறள் பற்றிய முடிந்த முடிபாகக் கொள்ளவியலாது. அது மட்டுமன்று; இன்று குறள் எடுப்பார் கைப்பிள்ளையாகவும் இருக்கிறது. மாறுபட்ட கருத்துக்களுக்குக் குறட்பாக்கள் இடமளிப்பதைக் குறள் உரையாசிரியரே எமக்குக் காட்டியுள்ளனர். இந்நிலையில் குறளாராய்ச்சி இதுகாலவரை கூறியது கூறலாகவோ, அன்றிக் குதர்க்கமாகவோ இருந்து வருகிறது. இவ்வவல நிலைமையிலிருந்து – இருதலைக்கொள்ளி எறும்பு நிலையிலிருந்து – குறளாராய்ச்சி விடுதலையடைந்து பயனுள்ளதாய் அமைய வேண்டுமானால் புதிய **ஆய்வு முறை** கைக்கொள்ளப்படல் வேண்டும். மொழியியல், வரலாறு, சமுதாயவியல், ஒப்பியற்சமயம், மெய்யியல், அரசியல் முதலிய பல துறையைச் சேர்ந்தவரும் ஒன்று சேர்ந்து, யாவரும் அங்கீகரிக்கும் விதிமுறைகளுக்கேற்ப ஆராய்ந்தால் ஒருவாறு உண்மை துலக்கமடையும். சுருங்கக் கூறுவதாயின், முறை திருந்தவேண்டும். ஆனால் முறை செயற்படுவதற்கு முதற்றேவையாகக் கருதுகோள்கள் அவசியம். கருதுகோள்கள் கனவிலே தோன்றுவனவல்ல. அந்தராத்மாவின் குரல் இது விஷயத்தில் அத்துணைப் பயனளிக்காது.

இவ்விடத்திலே ஒப்பியல் நோக்கும் சான்றுகளும் கைகொடுத்து உதவக்கூடியன. திருக்குறளைப் போன்ற பிற அற நூல்களைப்பற்றிய

✪ 32 ✪ க. கைலாசபதி

செய்திகள் அனைத்தும் கூர்ந்து அவதானிக்கக்தக்கன. தம்மபதம், கொன்பூசியஸ் போதனைகள், மார்க்ஸ் ஔரேலியஸ் சிந்தனைகள், வடமொழித் தரும சாத்திரங்கள் – குறிப்பாகக் கௌடில்யரது அர்த்த சாஸ்திரம் – முதலியன குறளாராய்ச்சிக்கு உதவுவன. இவற்றைப் பற்றிய செய்திகளையும் கணக்கெடுப்பதன் மூலம் இந்நூல்களுக்கிடையேயுள்ள ஒற்றுமை வேற்றுமைகளை முதலிற் காண்டல் கூடும். அதன் பின்னர் இவற்றின் வளர்ச்சி ஒழுங்குபற்றிச் சில பொது நியதிகளை வகுக்கலாம். ஒரே தன்மை வாய்ந்த நியதிகளை ஒன்றாக நிரைப்படுத்துவதன் மூலம் கூடிய விளக்கம் ஏற்படுகிறது. தெய்வப்புலமைத் திருவள்ளுவனாரின் தனித்திறமை யொருபுறமிருக்க, "ஒரே மாதிரியான சூழ்நிலைகள் நிலைமைகள் மாறாதிருந்தால் ஒரே மாதிரியான நூல்களைத் தோற்றுவிக்கின்றன" என்னும் அடிப்படை உண்மை நிரூபணமாகிறது. அதன் வாயிலாகவே குறள் உண்மையான உலகப் பொதுமையைப் பெறுதல் முடியும். மற்றைய நூல்களிலும் சிறந்தது என்பதனால் குறளுக்கு உலகப் பொதுமை வராது; மற்றைய அறநூல்களிற் காணப்படும் பண்புகளே **திருந்திய வடிவத்திற்** காணப்படுகின்றன என்பதனாலேயே அதற்குப் பொது மதிப்பு ஏற்படும். அப்பொழுதுதான் குறளின் பொதுப்பண்பும் தனிச் சிறப்பும் எவராலும் ஏற்றுக்கொள்ளப்படும்.

இதுகாலவரை பெரும்பான்மையான எமது தமிழ் ஆராய்ச்சியாளர், குறள் உலகிலேயே தலைசிறந்த வாழ்வியல் நூல் என்னுமடிப்படையிலே தமது "ஆய்வுகளை" நடாத்தி வந்துள்ளனர். இவ்வடிப்படைத் தப்பெண்ணத்தினால் ஒரோ வழி காணப்பட்ட ஒப்பு நோக்கும் அர்த்தமற்றுப் போய்விட்டது. ஏனெனில் ஒன்றைப் பற்றி அபிப்பிராயம் கூறுவது விஞ்ஞான முறையன்று. ஆசிரியர் ஒருவர் கூறியுள்ளதுபோல, "உயிருள்ள பொருள்கள் மீது ஆவலும், அவை எவ்வாறு உலகியற் பொருள்களுள் அடங்குகின்றன என்பது பற்றி ஆர்வமும் காட்டுகின்றானேயன்றி, அவை ஏன் உயிருடன் இருக்கின்றன என்ற கேள்விக்கு விஞ்ஞானி இடங்கொடுக்கமாட்டான். "அவனுக்குப் பொருள்கள் மீதே கவனம்; அவற்றின் பெறுமதியில் அன்று." இதனையே விடயச்சார்ச்சி அல்லது புறநிலை மெய்ம்மை என விஞ்ஞானம் கூறுகிறது. ஒப்பியல் இலக்கிய ஆராய்ச்சிக்கு இது மிகவும் வேண்டப்படுவது. இல்லாவிட்டால் எமது நூலாய்வு முற்றிலும் அகநிலைப்பட்டதாகிவிடும். இதனை ஒருதாரணத்தால் விளக்குவோம். *மனோன்மணீயம்* பாயிரத்தில் சுந்தரம் பிள்ளை யவர்கள்,

வள்ளுவர் செய்திருக்குறளை மறுவறநன் குணர்ந்தோர்கள்
உள்ளுவரோ மநுவாதி யொருகுலத்துக் கொருநீதி

எனப் பாடுகின்றனர். திருக்குறளையும் மநுதரும சாத்திரத்தையும் ஒப்புநோக்கி, "குறள் நன்று; மநுதருமம் தீது" என்கிறார் ஆசிரியர். இது உண்மையில் ஒப்பு நோக்கல்ல. ஏனெனில் குணத்தின் அடிப்படையில் அபிப்பிராயங் கூறப்படுகிறது. ஆனால், "பொருள்கள் 'நல்லவையா' அல்லது 'கெட்டவையா' என்பதை அறிவது விஞ்ஞானத்தின் நோக்கமன்று." மநு தருமத்திற்கும் குறளுக்கும் வேறுபாடிருப்பது உண்மையே. ஆனால் சுந்தரம் பிள்ளை கூற்றுப்படி மநுதருமம் இருள்; குறள் ஒளி. இஃது பொருந்தாது. மநு ஒருவகையான சமூக ஏற்றத் தாழ்வை ஏற்றுக்கொண்டார். குறளாசிரியர் இன்னொரு வகையான ஏற்றத்தாழ்வை ஏற்றுக்கொள்ளுகிறார். ஆக, இருவரும் ஏற்றத்தாழ்வை நிராகரித்தவர் அல்லர். அதிலே பொதுமை காணப்படுகிறது. ஆனால் சுந்தரம் பிள்ளை கூற்றுப்படி குறள் ஏற்றத்தாழ்வை ஏற்காதது. எனவே, அதுபற்றிய ஆராய்ச்சி அநாவசியமாய்ப் போகிறது. போகவும், குறள் பற்றிய முற்சாய்வான மனப்பதிவு உறுதிப்படுகின்றதேயன்றிப் புதிய விளக்கம் எதுவும் பெறப்படவில்லை.

நல்லது கெட்டது என்ற தீர்ப்பு உண்மையில் அறவியல் சம்பந்தமானது. அதுமட்டுமல்ல, அவ்வாறு தீர்ப்புக் கூறுவது நிலையியல் நோக்கின் விளைவாகவு முள்ளது. ஆனால், நவீன விஞ்ஞானமோ இயக்கவியல் நோக்கை ஆதாரமாகக் கொண்டது. உலகைக் கண்டறிந்து விவரிப்பது மட்டுமன்றி, அதனை எமக்கேற்றவாறு அமைக்கவும் நவீன விஞ்ஞானம் முயல்கிறது. அதுபோலவே 'விழுமிய' இலக்கியத்தைக் கற்றறிவது மட்டுமல்லாது அதனைப் புதிய கோணத்திற் பார்த்துப் புதிய பொருளைக் கண்டறியவும் வழிகாண வேண்டும்.

இயற்கையையும் சமுதாயத்தையும் மாற்ற விரும்புபவர்கள் அம்முயற்சிக்கு முதற்றேவையாக அவற்றின் இயக்க விதிகளைத் தெளிந்து தெரிவதுபோல, இலக்கியத்தைப் பூரணமாக நமதாக்குவதற்கு அதன் இயக்க விதிகளைத் தெரிந்துகொள்ளல் இன்றியமையாதது. இயக்க விதிகள் விடயச் சார்பானவை, புறநிலை மெய்ம்மையானவை. எனவே அவற்றை நன்கு விளங்கிக் கொள்ளுவதற்கு மனத்திலே பசையிருத்தலாகாது. வைத்தியன் எத்துணை முன்னெச்சரிக்கையுடனும் பாதுகாப்புடனும் சத்திர சிகிச்சை செய்கின்றானோ அத்துணைத் தற்சார்பற்ற முறையில் இலக்கிய ஆராய்ச்சியை மேற்கொள்ள வேண்டியுள்ளது. அவ்வாறன்றி எமது சொந்த விருப்பு வெறுப்புக்களைக்

கட்டுப்படுத்தாது அவற்றைத் துணைக் கொள்வோமானால், புறநிலைக்குரிய உண்மைகளைக் கண்டறியவியலாது. இதனை ஒருதாரண மூலம் விளக்குவோம்.

தமிழ் வீரயுகத்திலே அரசருக்கும் புலவருக்கும் அத்தியந்த உறவு நிலவியது. புலவரைப் போற்றி வாழ்ந்தனர் மன்னர். அவர்களுக்கு வரையாது வழங்கினர். பாணர், விறலியர், புலவர் முதலியோரைப் புரத்தலைப் "பாண்கடன்" எனக் கொண்டனர். இச்செய்திகள் சான்றோர் செய்யுட்களிலிருந்து பெறப்படுவன. இவற்றைக் கண்ணுற்ற தற்கால எழுத்தாளர் சிலர், புலவரைப் பேணுதலும், கொடையும், கற்றோரைப் போற்றுதலும் பழந்தமிழ் மன்னரது தனிச் சிறப்பியல்புகள் எனக் கூறுவாராயினர். அம்மட்டில் நில்லாது புலவரைப் போற்றி வாழ்ந்த பண்பு பழந்தமிழ் மன்னரிடத்து மாத்திரம் காணப்படுவது என்றும் தேற்றமாகக் கூறினர். இத்தகைய எண்ணமும் கூற்றும் இனப்பற்றிலிருந்தும் மொழிப்பற்றிலிருந்தும் எழுவன. ஆனால், ஒப்பியல் இலக்கிய ஆராய்ச்சி வழிநின்று நோக்கும்போது "தமிழ் வேந்தர்க்கே உரிய இம்மரபு" பிற சமுதாயங்களிலும் காணப்படும்.

பண்டைத் தமிழ் மன்னர்கள் புலவரைப் போற்றியதைப் போலவே பழங்கால வெல்ஷ், ஐரிஷ், ஜெர்மானிய, கிரேக்க அரசரும் பிறரும் புலவோரைப் பெருமதிப்புடன் நடாத்தினர். எனவே, தமிழ் வேந்தரது அருங்குணத்தைப் புகழ்ந்து வீண் பெருமை கொள்ளுதற்குப் பதிலாகப் புராதன சமுதாயங்களிலே மண்ணாள் வேந்தரும் பிறரும் புலவரைச் சிறப்பித்தமைக்குக் காரணம் காண முற்படுதல் விவேகமான செயலாகும். உலக இலக்கியங்கள் பலவற்றை நுணுகியாராய்ந்த திருமதி நோரா சாட்விக் கூறுகிறார்:

> எழுத்துக்கலைப் பயிற்சியற்றுப் பெரும்பாலும் வாய்மொழி இலக்கியத்தையே பயன்படுத்தும் மக்கள் கவிதையையும் சொல்வன்மையையும் மிக உயர்வாக மதித்தல் இயல்பே. அதுமட்டுமல்லாது எமது காலத்தில் வழங்கும் வெகுஜன சாதனங்களுக்குப் பதிலாக அச் சமுதாயங்களிற் புலவரே விளங்கினர்.

இக்கூற்றைக் கருதுகோளாகக் கொண்டு எமது சான்றோர் செய்யுட்களை ஆராய்ந்தால் உண்மையாயிருக்கக் காண்போம். புராதன சமுதாயங்களிலே மனிதனது அறிவு முழுவதும் செய்யுள் வடிவிலேயே இருந்தது. மந்திரம், மாயம், வானநூல், வரலாறு, புராணம், அறிவியல், இயற்கையறிவு முதலிய யாவும் பன்னெடுங் காலமாகச் செய்யுள் வடிவிலேயே வழங்கி வந்தன.

புலம் என்ற சொல்லின் பொருளைக் கவனித்தால் இச்செய்தி புலனாகும். 'புலம்' என்றால் இந்திரியம், இந்திரிய உணர்வு, அறிவு, கூர்மதி, துப்பு, நூல், வேதம், இடம் என்றெல்லாம் பொருள்படும். புலமை என்பதற்குக் கல்வி, மெய்ஞ்ஞானம், செய்யுளியற்றும் ஆற்றல் என்ற பொருளுண்டு. புலமையோர் என்றால் கவி, கமகன், வாதி, வாக்கி என்ற நால்வகைக் கல்வியாளரும் கற்றோரும் நிபுணரும் கருதப்படுவர். புலவரை 'அறிவர்' என்றும் அழைத்தனர். அது மட்டுமல்லாது கிரேக்கர் அபோலோவும் தமிழர் முருகனுமே புலமைக் கடவுளர் என நம்பினர். இது காரணம் பற்றியே, *திருமுருகாற்றுப்படையில்*, "புரையுநர் இல்லாப் புலமையோய்", "நன்மொழிப் புலவரேறே", "அறிந்தோர் சொன்மலை", "நூலறிபுலவ" என்றெல்லாம் பெரும் பெயர் முருகன் துதிக்கப்படுகின்றான். புலமைத் தெய்வத்திடம் புலவர் ஆற்றுப்படுத்தப்படுதல் இயல்பே. இவ்வாறு முருகனது பக்தர்களாகவும், வாய்மொழி வல்லவராகவும், கட்டுரையாளராகவும் விளங்கிய புலவரைச் சர்வக்ஞராகக் கருதிப் புராதன சமுதாயம் போற்றியதில் வியப்பெதுவுமில்லை. ஒப்பியல் இலக்கிய ஆராய்ச்சி இவ்விளக்கம் பிறக்க வழி செய்கிறது. அதை விடுத்துத் தமிழபிமானத்தால் மன்னரின் சிறப்பியல்பு பேசுவது மடமை மட்டுமல்லாது உண்மைக்குப் புறம்பானதுமாகும். பற்று கண்ணை மறைக்காவிடின் பழமைக்கும் புது விளக்கம் காணலாம்.

விஞ்ஞானத்தின் பண்புகளில் ஒன்று அது 'இருக்க வேண்டும்', 'இருக்கப்படாது' என்ற சொற்களின் பொருளுக்குக் கட்டுப்படாததாகும். பழங்கால இலக்கிய ஆய்வு பெரும்பாலும் இலக்கணம்போல விதிமுறையி லமைந்தது.

> அந்நிலை மருங்கின் அறமுத லாகிய
> மும்முதற் பொருட்கும் உரிய வெண்ப.

அறம் பொரு ளின்ப மென்னும் மூன்று முதற் பொருட்கும் ஆசிரியம், வஞ்சி, வெண்பா, கலி என்ற நால்வகைப் பாவும் உரியன எனக் கூறுவது விதிமுறை. 'இருத்தல் வேண்டும்', 'இருத்தலாகாது' என்பனவற்றிற்கும் நல்லது கெட்டது என்பனவற்றுக்கும் நெருங்கிய தொடர்புண்டு. ஆகவே விஞ்ஞானி விதிப்பதிலும், விவரித்து விளக்குவதையே சிறந்த முறையெனக் கருதுகிறான். ஏனெனில், புதுப்புதுச் சான்றுகளும் செய்திகளும் கிடைக்கக் கிடைக்க விஞ்ஞானி விளக்கத்தை மாற்றியமைக்கின்றான். இருத்தல் வேண்டுமென ஒரு விதியைக் கொண்டால் அது மாற்ற முடியாததாகிறது. ஆனால்

விஞ்ஞானத்தின் அடிப்படைகளில் ஒன்று விஞ்ஞான விதியை எந்நேரமும் மாற்றியமைக்க வேண்டியநிலை ஏற்படும் என்பதாம். விதிப்படி நாம் எதிர்பார்ப்பதற்கு மாறான ஒரு நிகழ்வு கண்டுபிடிக்கப்பட்டால் இந்நிலை ஏற்படும். சில சமயங்களில் அவ்விதியை அடியோடு கைவிட வேண்டியும் நேரும். புதிய நிகழ்விற்கு ஏற்பப் புதிய விளக்கமும் விவரணமும் அமைகின்றது. இதற்கோர் உதாணரங் காட்டுவோம்:

கிரேக்க ஆதி கவியாம் ஹோமர் தமது இதிகாசத்தை எழுதினார் என்ற நம்பிக்கையே பலகாலமாகக் கிரேக்க இலக்கிய அறிஞரிடையே நிலவிவந்தது. அவ்வாறுதான் அது இருக்க வேண்டும் என அவர்கள் விரும்பினர். உயர் தனிக் காவியமாகிய *இலியாது, ஒதிசி* முதலியன நனிமிகு நாகரிகம் செழித்து வளர்ந்த காலப் பகுதியில் மகாகவியால் எழுதப் பெற்றிருக்க வேண்டும் எனக் கொண்டனர். ஆனால், கிரேக்க "உயர் தனிக் காவியங்களை" கேவலம் யுகோசிலாவிய வாய்மொழிப் பாடல்களுடன் தற்செயலாக ஒப்புநோக்கிய ஓர் அமெரிக்க ஆராய்ச்சியாளர் அவ்விரு தொகுதிப் பாடல்களும் பெரிதும் ஒத்திருக்கக் கண்டார். வாய்மொழிப் பாடல்களை அவர் காதாரக் கேட்டு அவற்றைப் பாடிய புலவர்களது உத்திகளைக் காட்சியளவையால் அறிந்திருந்தார். உறுதியாகத் தெரிந்த வாய்மொழி இலக்கியப் பண்புகள் பலவும் எழுதியனவாக நம்பப்பட்டு வந்த செம்மைசான்ற காவியங்களில் காணப்படும்போது என்ன செய்வது? கிரேக்க காவியங்களும் வாய்மொழிப் பாடல்களாக வழங்கி வந்து பிற்காலத்திலே எழுத்தில் பொறிக்கப்பட்டிருத்தல் கூடும் என்ற எண்ணத்தைக் கருதுகோளாகக் கொண்டு, இரு தொகுதி நூல்களையும் மேலும் நுணுக்கமாக ஆராய்ந்தார். ஐயத்துக்கிடமின்றிக் கிரேக்க காவியங்கள் வாய்மொழிப் பாடல்களே என்று தெரியவந்தது. வரவும், அதைப் புதுக் கொள்கையாக வகுத்தார்.

நம்பிக்கையில் வாழ்ந்த கிரேக்க இலக்கிய உலகம் நம்ப மறுத்தது. ஆனால், புதிய கொள்கையை வெகுகாலம் எதிர்க்க முடியவில்லை. புதுக் கொள்கையைக் கூறிய **மில்மன் பரி** விஞ்ஞான முறையை – ஒப்பியல் ஆய்வு முறையைக் கையாண்டமையாலேயே அவரது "விளக்கம்" உண்மையாயமைந்தது. முதலிலே ஏளனஞ் செய்தவர்கள் பின்னர் உண்மையை ஏற்றுக்கொள்ள வேண்டிய நிர்ப்பந்தம் ஏற்பட்டது. பரிக்குப் பின் வந்தோர் அவரை விஞ்ஞானியாகவே போற்றுகின்றனர். வேட்ஜெரி என்பார், "பரி, ஹோமர் ஆராய்ச்சிக்கு வாய்த்த டார்வின்" என்றார்.

காப்பென்றர் என்பார், "அவரது கண்டுபிடிப்பின் மெய்ம்மை இயூக்ளிட் நிறுவிய மெய்ப்பீடுகளின் உண்மை போன்றது" என்றார். இப்பாராட்டுகளுக்கு விளக்கம் வேண்டாம்.

பரியின் புதிய விளக்கம் அவருக்குத் தெரிந்த அளவில் சான்றுகளுக்கு ஏற்றதாக இருந்தது. ஆனால், பரி அதனை முடிந்த முடிபாகக் கருதினார் அல்லர். தனது "விளக்கம்" உண்மையாக இருந்து, மேலும் புதிய வினாக்களுக்கு விடையளிக்கக்கூடிய புதிய ஆராய்ச்சிகளுக்கு வழிகாட்டும் என எண்ணி மகிழ்ந்தார். அவரது கண்டுபிடிப்பிலும் பார்க்க, இம்மனோபாவமே அவரது விஞ்ஞான நோக்கை வெளிக்காட்டுவதாயுள்ளது. "ஏனெனில் புதிய விஷயங்களை அறிவதில் விஞ்ஞானிக்குள்ள ஆர்வம் ஒருபோதும் திருப்திப்படுவது கிடையாது." தமிழாராய்ச்சி தற்போதுள்ள நிலைமையைக் கண்டு மனநிறைவு அடைபவர்கள் இக்கூற்றை உன்னுதல் தகும்.

ஒப்பியலின் தத்துவங்கள் இவ்வாறாக, இவை தமிழிலே தழைத்து வளராமைக்குக் காரணங்கள் யாவை எனச் சிறிது சிந்தித்தல் பொருத்தமாகும். தமிழரிடையே பெருவழக்காயுள்ள தத்துவம், அவரது வரலாற்றுணர்வின் தன்மை, இன்றைய சமுதாய நிலை முதலியன இத்துறையின் வளர்ச்சிக் குறைவுக்குக் காரணங்களாயுள்ளன. இக்காரணிகளிற் சில அடுத்துவரும் கட்டுரைகளில் ஆராயப்பட்டிருக்கின்றன. இவ்விடத்திலே துணைக் காரணம் ஒன்றைக் குறிப்பிட விரும்புகிறேன். எமது நவீன இலக்கியப் படைப்பும் திறனாய்வு முறைகளும் பெரும்பாலும் ஆங்கில நூல் வழி வருவனவே. இதன் விளைவாக ஆங்கில இலக்கிய மரபிற்காணும் குறைபாடுகள் பல எம்மத்தியிலும் பரவியுள்ளன. இவற்றில் ஒன்று ஒப்பியல் இலக்கிய ஆராய்ச்சியின் தாழ்ந்த நிலை. பிரெஞ்சுக்காரர், ஜெர்மானியர், ரஷ்யர் முதலானோருடன் ஒப்பிட்டுப் பார்க்கும்பொழுது ஆங்கிலேயர் இத்துறைக்கு ஆற்றிய சேவை பெருமைப்படத்தக்கதல்ல. ஒப்பியல் இலக்கியம் என்ற சொற்றொடரை 1848இல் புகழ்பெற்ற திறனாய்வாளர் ஆர்னல்ட் (Matthew Arnold, 1822-1888) ஆங்கிலத்திலே முதன் முதலாக வழங்கினார். ஆர்னல்ட் பிரெஞ்சு இலக்கியத் திறனாய்வு முறைகளைப் பெரிதும் மதித்தவர். அம்மொழியில் இப்பொருள் தருஞ் சொற்றொடர் ஏலவே (1829), பயன்படுத்தப்பட்டது. இவர்களுக்கும் முன்னதாக ஜெர்மானியர் 'ஒப்புமை இலக்கியத் துறை' என்னும் சொற்றொடரைப் பிரயோகித்திருந்தனர். ஆர்னல்ட் சென்ற நூற்றாண்டின் நடுப்பகுதியில் இக்கருத்தை ஆங்கிலேயருக்கு அறிமுகப்படுத்தியபோதும் அது ஆழமாக வேரூன்றவில்லை. ஆனால் அமெரிக்காவிலே ஒப்பியலின்

குழந்தையான சமூகவியல் செழித்து வளர்ந்தமையால் அந்நாட்டில் ஒப்பியல் இலக்கியமும் குறிப்பிடத்தக்களவு அபிவிருத்தியடைந்தது. கிரேக்க இலக்கிய ஆராய்ச்சியில் புரட்சி செய்த மில்மன் பரி ஓர் அமெரிக்கராயிருந்தது தற்செயல் நிகழ்ச்சியன்று. ஆயினும், இங்கிலாந்து கேம்பிரிட்ஜ் பல்கலைக் கழகப் பேராசிரியராயிருந்த எச்.எம். சாட்விக் என்பாரும், அவரது மாணவியும் மனைவியுமான நோரா சாட்விக் என்பாரும் சேர்ந்து எழுதிய *இலக்கிய வளர்ச்சி (The Growth of Literature)* என்னும் பாரிய நூல் இந்நூற்றாண்டிலே ஆங்கிலேயருக்கு மாத்திரமல்லாது உலகின் பல பாகங்களிலுமுள்ள ஆராய்ச்சியாளருக்கு ஆதர்ஷமாக இருந்துவந்திருக்கிறது. தமிழில் எஸ். வையாபுரிப் பிள்ளை எழுதத் தொடங்கிய *இலக்கிய உதயம்* என்ற நூலும் வேறு சிலவும் முற்கூறிய நூலினால் உந்தப்பட்டனவே. எனினும் சுமேரிய இலக்கிய ஆய்வாளரான கிறேமர், ரஷ்ய இலக்கியம், கிரேக்க இலக்கியம் என்பனவற்றை ஆராய்ந்த பரி, லோட் முதலிய அமெரிக்கர், சாட்விக் தம்பதிகளின் மகத்தான நூலைப் பயன்படுத்திப் பயனடைந்ததைப்போல ஆங்கிலேயர் எவரும் பயனடைந்திருப்பதாகத் தெரியவில்லை. ஆங்கிலேயரிடத்துக் காணப்படும் இப்பெருங் குறைபாடு குடியேற்றக் கல்வியின் பயன்களில் ஒன்றாக எம்மிடையே நிலைத்து விட்டது. இதனை உணர்ந்தால் இக்குறைபாட்டை நிவர்த்தி செய்யச் சிலராவது முயலக்கூடும்.

ஒப்பியல் இலக்கியம் எம்மிடையே போதியளவு வளராமையால் விஞ்ஞான முறைகள் இலக்கியக் கல்வியில் இடம் பெறாதது மட்டுமன்றி ஓரளவுக்கு ஆங்கிலேயரிடம் காணப்படுவதுபோல எமது இலக்கியத் திறனாய்வும் பூரணத்துவம் பெறமாட்டாதிருக்கிறது. இப்பொருள் குறித்து ரெனி வெல்லாக், ஒஸ்டின் வாரன் ஆகிய இருவரும் *இலக்கியக் கொள்கை (Theory of Literature)* என்னும் நூலிற் குறிப்பிடுவது பொருத்தமாகக் காணப்படுகிறது. எல். குளோறியா சுந்தரமதியின் மொழிபெயர்ப்பைத் தருகிறேன்.

> பொதுவாக ஓர் இலக்கியத்தைப் பாராட்டுதல், சுவைத்தல், அதில் ஆர்வங் காட்டுதல் போன்றவை தனிப்பட்ட முறையில் இலக்கியத்தை இரசிப்பவர்களுக்கே உரியவை என ஒதுக்கப் பட்டுள்ளன. எனவே, திடமான இலக்கியப் புலமை பெறும் இலக்கியக் கல்வியினின்று இவை அகற்றப்பட்டுள்ளன; இந்நிலை வருந்தத்தக்கது. இவ்வாறு இலக்கியப் புலமை ஒருபுறமும்

இலக்கியத்தைப் பாராட்டும் நிலை மறுபுறமுமாக அமைந்த இரட்டை நிலை, ஒழுங்கான அதே வேளையில் இலக்கியப் போக்குடைய பாராட்டு ஆய்விற்கு உரிய வழிகளை அமைக்காது. கலையை, அதிலும் குறிப்பாக, இலக்கியக் கலையை எவ்வாறு அறிந்து தெளியக்கூடிய நிலையில் கற்பது என்பதே பிரச்சினை.

இலக்கியக் கொள்கை என்ற நூலின் ஆசிரியர்கள் எழுப்பியுள்ள பிரச்சினை எம்மவரையும் எதிர்நோக்குகிறது மேற்கூறிய ஆசிரியர்கள், தாம் எழுப்பிய பிரச்சினைக்கு இறுக்கும் விடை திருப்திகரமானதல்ல. இலக்கியத்தின் உள்ளார்ந்த இயல்புகளை ஆராய்வதே தக்க ஆய்வுமுறையென்றும், ஒப்பியல் இலக்கிய ஆய்வு இலக்கியத்துக்குப் புறம்பான செய்திகளையும் வகைகளையும் புகுத்துகிறது என்பதும் இவர்கள் கருத்தாகத் தெரிகிறது. தெயின் போன்ற ஒப்பியல் இலக்கிய ஆய்வு முன்னோடிகளை இக்கண்ணோட்டத்திலேயே இவர்கள் தள்ளி வைக்கின்றனர். ஆனால், அறிவாராய்ச்சியையும் அழகியலையும் வேறுபடுத்தும் இரட்டை நிலை பேணப்படும்வரை இப்பிரச்சினை தீராது. எனினும் தவிர்க்க முடியாதபடி இலக்கியங்களின் உலகப் பொதுமையை ஒப்பும் ரெனி வெல்லாக்கும் அவரது சகாவும் பின்வருமாறு கூறியுள்ளனர்:

உலக இலக்கியங்களின் வரலாறு பற்றிய கொள்கையில் சிக்கல்கள் பலவிருக்கலாம். ஆயினும் இலக்கியத்தை முழுமையாகக் கருதுவதும் மொழி வேறுபாடுகளைக் கருதாது இலக்கியத்தின் வளர்ச்சியைக் காண வேண்டியதும் மிக இன்றியமையாதவை. பொது இலக்கிய வரலாற்று வல்லுநரது நோக்கங்களையும் ஆர்வங்களையும் நாம் முன்னரே பின்பற்றியிருக்க வேண்டும். இப்போது காலம் கடந்துவிட்டது. இலக்கிய வரலாற்றை ஒரு தொகுப்பு என்ற நிலையிலும் தேச வரையறையைக் கடந்து அமைந்தது என்ற நிலையிலும் இனிமேல்தான் எழுத வேண்டும். இப்பொருளில் நாம் ஒப்பு இலக்கியத்தை அமைப்பதானால், நமது அறிஞர்களது, மொழியியல் திறன் அதற்கு மிகத் தேவை. மேலும், நமது நோக்கை விரிவாக்க வேண்டும். நாட்டு உணர்வுகளைக் குறைத்துக்கொள்ள வேண்டும். இதை எளிதாகப் பெற இயலாது. எனினும் கலையும் மக்களினமும் எவ்வாறு ஒன்றாக இணைந்துள்ளனவோ,

அதுபோன்று இலக்கியமும் ஒன்றே. இக்கருத்தின் அடிப்படையிலேயே வரலாற்று இலக்கியத்தின் எதிர்காலம் அமைந்துள்ளது. ... இலக்கியத்தின் அடிப்படைக் கருத்துக்கள், இலக்கிய உருவங்கள், வகைகள் ஆகியவற்றின் வரலாறு உலக இலக்கியங்கள் அனைத்திற்கும் பொதுவான ஒரு வரலாறு என்பது தெளிவு. யாப்பமைப்பின் வரலாறு, அந்தந்த மொழியின் அமைப்போடு நெருங்கிய தொடர்புடையது. எனினும் அவையும் எல்லா மொழிகளுக்கும் பொதுவானவை ...

உன்னித்து உணர வேண்டிய இக்கருத்துடன் இக்கட்டுரையை முடித்தல் விரும்பத்தக்கதாகும்.

2

தமிழில் ஒப்பியல் ஆய்வு

சமீப காலம்வரை தமிழறிஞரின் கவனம் ஒப்பிலக்கியத் துறையிற் செல்லவில்லை. நூல்களின் காலவாராய்ச்சியிலேயே அவரின் சிந்தனை சென்றது. சுந்தரம் பிள்ளை, சிவராச பிள்ளை, வையாபுரிப் பிள்ளை, இராகவையங்கார், சேஷையர், கிருஷ்ணசாமி ஐயங்கார், இராசமாணிக்கனார் முதலிய தமிழிலக்கிய ஆராய்ச்சியாளர், சான்றோர் செய்யுள்களின் காலவாராய்ச்சியிலேயே தமது திறமைகளைச் செலவிட்டனர். ஒருவகையில் இப்போக்கு தவிர்க்க முடியாததாய் அமைந்தது என்று கூறலாம். சென்ற நூற்றாண்டின் நடுப்பகுதியிலேயே பழந்தமிழ் நூல்கள் – அதாவது சான்றோர் செய்யுள்கள் – அச்சேறத் தொடங்கின. பெயரளவில் மட்டும் அறியப்பட்டிருந்த *பாட்டும் தொகையும்* தமிழ்த்தாத்தா, சி.வை. தாமோதரம் பிள்ளை அவர்களின் அரும் பெரும் முயற்சிகளால் உலகை எட்டிப் பார்க்கத் தொடங்கின. தாமோதரம் பிள்ளை காட்டிய பாதையில் முன்னேறிச் சென்றார் உ.வே. சாமிநாதையர். சி.வை.தா.வின் முதன் முயற்சி 1885இல் உருவம் பெற்றது. இரண்டாண்டுகளுக்குப் பின்னர் ஐயர் தமது பதிப்பு முயற்சியைத் தொடங்கினார். வெளிவந்த நூல்களை ஆதாரமாகக் கொண்டு பண்டைத் தமிழர் வாழ்வியலை ஆராய்ந்தார் வி. கனகசபை பிள்ளை. இவற்றிற்கு முதற்றேவையாகப் பழந்தமிழில் நூல்களின் காலம் நிர்ணயிக்கப்பட வேண்டியதாயிற்று. பதிப்பாசிரியருக்குப் பின் வந்தவர்கள் காலவாராய்ச்சியில் அமிழ்ந்து போயினர். இதன் காரணமாக இலக்கிய இரசனையும்

திறனாய்வும் ஒப்பியல் நோக்கும் போதியளவு முக்கியத்துவம் பெறவில்லை. எனினும், ஒப்பியல் இலக்கியத்தின் பண்பையும், பயனையும் காலத்திற்குக் காலம் சிலர் சுட்டிக்காட்டத் தவறவில்லை. இவருள் 'தமிழ் மாணவன்' போப் பாதிரியார் தலையாயவர். 1885இல் அதாவது சான்றோர் செய்யுள்கள் பல அச்சுவாகனம் ஏறுமுன்னரே அவர் மேல்வருமாறு எழுதினார்:

> பழைய தமிழ்க் காப்பியங்களைப் பார்க்கும்பொழுது, அவற்றுக்கும் அவற்றிற்குச் சமமான கிரேக்க இலக்கியங்களுக்குமுள்ள ஒற்றுமை புலனாகின்றது. உருவத்திலும் உள்ளத்திலும் சமுதாய நிலைமையிலும் பெரும் ஒற்றுமைகள் காணப்படுகின்றன.

பல வருடங்களுக்குப் பின்னர் (1923) பேராசிரியர் எஸ். கிருஷ்ணசாமி ஐயங்கார் இதுபற்றிக் குறிப்பிடுகையில், எமது சான்றோர் செய்யுள்களில் ஒரு பகுதியான புறப்பாடல்கள் ஹோமரது காவியத்திற்கு அடிநிலையான கதைப் பாடல்களை (Lays) ஒத்துள்ளன என்றார். ஐயங்காரைவிட ஒருபடி மேலே சென்று ஒப்பியல் நோக்கிற்குக் கால்கோள்விழா நடாத்தியவர் பேராசிரியர் என்.கே. சித்தாந்தா. 1927இல் வெளிவந்த தமது *Heroic Age of India* என்ற நூலிலே, புறநானூற்றுப் பாடல்கள் பிறமொழிகளிற் காணப்படும் வீரப் பாக்களுடன் ஒப்புநோக்கத் தக்கன என்றார். "பொருளமைதியிலும் கவிதை நெறியிலும் தமிழிலக்கியமானது பிற மொழிகளிலுள்ள வீரயுகப் பாடல்களுடன் ஒப்பு நோக்கி ஆராயப்பட வேண்டியது" என்றார் அவர். சித்தாந்தாவின் கூற்றைப் பின்பற்றிப் பேராசிரியர் வையாபுரிப் பிள்ளை தமது *காவிய காலம்* (1952) என்ற ஆராய்ச்சி நூலில், Heroic Age எனப்படும் வீரயுகத்தைச் சார்ந்தனவனாக உள்ளன எமது புறப்பாடல்கள் என்று குறிப்பிட்டுள்ளார். அது மட்டுமல்லாது, அதே நூலில் ஒப்பியல் இலக்கிய ஆராய்ச்சியின் இன்றியமையாமையையும் மனத்தில் பதியும் வகையில் வற்புறுத்தியுள்ளார்:

> கன்னடம், தெலுங்கு, மலையாளம் என்ற மூன்று மொழிகளிலும் முறையே நல்ல பயிற்சியுடைய கன்னடரும் தெலுங்கரும் மலையாளிகளும் வடமொழியிலக்கியம் பற்றிய அளவில் தகுதி யுள்ளவர்களா யிருப்பார்கள். ஆனால், தற்காலத் துள்ள தமிழறிஞர்களைக் குறித்து இவ்வாறு சொல்லமுடியாதென்று அஞ்சுகிறேன். தமது தாய்மொழியைத் தவிர, பிற திராவிட மொழிகள் பற்றிய அளவில், இந்த அறிஞர்களில் ஒவ்வொருவரும் அறியாமையாற் பீடிக்கப்பெற்று, தம் நிலையுணராது

இருக்கின்றார்கள் என்றுதான் சொல்ல வேண்டும். வடமொழியோ இவர்களுக்கு வேம்பாக உள்ளது. வியாசர், வால்மீகி, காளிதாசன் என்பவர்களைப் பற்றியும், வள்ளுவர், கம்பன் என்பவர்களைப் பற்றியும், திக்கண்ணா, நன்னய்யா என்பவர்களைப் பற்றியும், பம்பா, ரன்னா, பொன்னா என்பவர்களைப் பற்றியும், எழுத்தச்சனைப் பற்றியும் அறியாத வனைத் திராவிட மொழிகளி லொன்றிலேனும் வல்லவனென்று எவ்வாறு கூற முடியும்? இந்த அறியாமை நமது நாட்டில் நீடித்திருக்கும் படியாக விடக்கூடாது. திராவிட இலக்கியங்களையும் இந்திய இலக்கியங்களையும் ஒப்புநோக்கிக் கற்றவனுடைய கல்வியறிவு மிகவும் பரந்துள்ளதாயும் செழிப்புள்ளதாயும் இருத்தல் ஒருதலை. இந்த ஒப்புநோக்குக் கல்வி நமது அறிஞர்களுடைய குறுகிய மனப்பான்மை என்னும் திண்ணிய சுவரை இடித்துத் தகர்த்து விடும். அச்சுவரை அரணாகக் கொண்டு நம் அறிஞர்கள் மறைந்து வாழ முடியாது. இவ்வகைக் கல்வியின் மேல் எழுந்த ஆராய்ச்சிக்கு ஒரு புதிய பொருண்மையும் புதிய பெருமையும் ஏற்படும். நம்முள் ஒவ்வொரு மொழியியலாளரும் பிற திராவிட மொழிகள் ஒவ்வொன்றிலுமுள்ள சிறந்த இலக்கியங்களையும் வடமொழி இலக்கியங்களையும் கற்று அனுபவித்துப் பரஸ்பரம் நன்மதிப்பைத் தேடிக்கொள்ளுதல் வேண்டும்.

யாமறிந்த வரையில் வையாபுரிப் பிள்ளை அவர்களைப் போல் சமயம் வாய்க்கும்போதெல்லாம் ஒப்பியலை வற்புறுத்திய தமிழறிஞர் வேறு யாருமில்லை. வேறோர் இடத்தில் அவர் கூறுகிறார்:

வடமொழி நூல்களோடு மட்டும் இவ்வகை ஒப்பு நோக்கு அமைந்துவிடக்கூடாது. ஆங்கிலம் முதலிய முற்போக்கு மொழிகளிலும் 'காவியம்' என்ற கருத்தோடு ஒத்துள்ள இலக்கியங்கள் உள்ளன. இவற்றின் தோற்றமும் வரலாறும் தமிழ்க் காவிய வரலாறு முதலியவற்றை உணர்தற்குப் பயன்படுவனவாம். ஆகவே, ஒப்பு நோக்குமுறை மிக விரிந்து செல்லுதல் வேண்டும்.

மேற்கூறிய பேராசிரியர்கள் யாவரும் ஒப்பிலக்கியத்தின் சாத்தியக் கூற்றினைத் தொட்டுக் காட்டினரேயன்றித் தாம்

அப்பணியைச் செய்தனர் அல்லர். கடந்த பத்தாண்டுக் காலத்துட் பல்கலைக் கழகங்களில் நடந்தேறிய ஆராய்ச்சிகள் சில இத்துறையில் வழிகாட்டியுள்ளன என்று கூறலாம். *பழந்தமிழ் இலக்கியத்தில் இயற்கை* (1953) என்ற ஆங்கில நூலிலே வண. தனிநாயக அடிகள் கிரேக்க, இலத்தின் கவிதைகளோடு தமிழியற்கைக் கவிதைப் பகுதிகளை ஆங்காங்கு ஒப்புநோக்கிச் செல்கின்றனர். இலண்டன் பல்கலைக் கழகத்திலே தமிழ் விரிவுரையாளராகவிருக்கும் கலாநிதி ஜே.ஆர். மார், தமது *எட்டுத் தொகை நூல்கள்* பற்றிய ஆராய்ச்சியுரையில், கிரேக்க வாய்மொழி யிலக்கியத்திற்கும் தமிழ்ப் பாடல்களுக்குமுள்ள ஒப்புமையைச் சுட்டிக்காட்டியுள்ளார்.

இந்திய சிந்தனையும் உரோம ஸ்டோய்க்கு வாதமும் என்ற பேருரையில் (1962) வண. தனிநாயக அடிகள், குறிப்பாகத் தமிழிலக்கியத்திலிருந்தே சான்றுகள் காட்டியுள்ளார். உரோமப் பேரரசுக்கும் தமிழ்நாட்டிற்கும் நடந்த வாணிபத்தின் பின்னணியில் இரு நாடுகளிலுந் தோன்றிய உயர் இலட்சியங்களின் ஒற்றுமை வேற்றுமைகளை ஆராய்ந்திருக்கின்றார். சிஸரோ, குயின்றிலியன், செனெகா, கற்றலஸ் முதலிய உரோம இலக்கியக் கர்த்தாக்களுக்குச் சமமானவராகவும், சிற்சில பொருள்களைப் பற்றிய அளவில் அவர்களை விஞ்சியவராகவும் தமிழ்க் கவிஞர் விளங்குகின்றனர் என்று வாதாடுகிறார் அடிகளார். இயற்கையைப் பற்றிய நூலிற் காணப்படுவதுபோலவே இதிலும் விரிவாக ஆராயக்கூடிய பகுதிகள் பல உள்ளன. 1962இல் டாக்டர் வ.சுப. மாணிக்கம் வெளியிட்ட *தமிழ்க் காதல்* பற்றிய ஆராய்ச்சியுரையிலும் கிரேக்க இலக்கியங்கள் காட்டும் பெண்மையைத் தமிழ்ச் சான்றுகளுடன் ஒப்பிட்டுக் காட்டுகின்றார். இவை யாவற்றையும்விடக் கூடிய அளவில் கிரேக்க காவியங்களையும், தமிழ்ப் புறப்பாடல்களையும் ஒப்பிட்டு இக்கட்டுரை ஆசிரியர் எழுதிய ஆராய்ச்சியுரை 1966இல் பர்மிங்ஹாம் பல்கலைக் கழகத்திற் கலாநிதிப் பட்டத்திற்காகச் சமர்ப்பிக்கப்பட்டது. *Tamil Heroic Poetry* என்னும் பெயரில் அது வெளிவந்துள்ளது.

இவ்விடத்திலே வேறு சில முயற்சிகளையும் குறிப்பிடுதல் பொருத்தமாயிருக்கும். தமிழில் விமர்சனக் கலையைத் தன்னுணர்வோடு முதன் முதலிற் கையாண்ட வ.வே.சு. ஐயர், தமது கம்பராமாயண ஆய்வு நூலில் கம்பனையும் பிற காவிய கர்த்தாக்கள் சிலரையும் ஒப்பிட்டுள்ளார். ஹோமர், வெர்ஜில், மில்டன் ஆகியோர் ஐயரது கவனத்திற்குள் அகப்பட்டவர்கள்.

ஐயரின் முயற்சி பல நோக்குடையதாகவிருந்தது. ஒப்பியலின் அடிப்படையில் கம்பனைத் தூக்கி நிறுத்துவது

மாத்திரமன்றி, 'காவிய சமத்காரத்தைப் பற்றி விஸ்தாரமாக விவரித்துள்ள' மேனாட்டுத் திறனாய்வாளரைத் தமிழ்நாட்டு வாசகருக்கு அறிமுகப்படுத்துவதும் அவரது நோக்கமாகத் தெரிகிறது. இன்று பின்னோக்கிப் பார்க்கும்போது ஐயரது பெருமுயற்சியின் நிறைகுறைகளைப் புறநிலையில் வைத்து ஆராய வாய்ப்பிருக்கிறது. விடுதலைக்கு வீரத்துடன் உழைத்த தீவிரவாதியான ஐயர் விமர்சனத்திலும் தீவிரவாதியாகத்தான் இருந்தார். இராமாயணத்தை, "கம்பநாட்டாழ்வார் எழுதிய திவ்ய கிரந்தம்" என வருணிக்கும் ஐயர், கம்பனைப் புகழும்போது அவனை உலகின் தலையாய காவியகர்த்தா என்றே கூறுகிறார்:

> கம்பனுடைய ராமாயணமானது மற்ற கவிகள் எழுதிய ராம சரிதைகளையும் தமிழில் எழுதப் பட்ட இதர காவியங்களிற் பெரும்பாலான வற்றையும்கூட 'வெயிலிடைத் தந்த விளக்'கொளி போல் ஆக்கிவிட்டது. இது மாத்திர மில்லை. கம்பராமாயணமானது ஹோமர் எழுதிய இலியாதையும், விர்க்கிலியன் எழுதிய ஏனயிதையும், மில்டனுடைய சுவர்க்க நஷ்டம் என்ற காவியத்தையும், வியாஸ பாரதத்தையும், தனக்கே முதனூலாக இருந்த வால்மீகி ராமாயணத்தையுங்கூடப் பெருங் காப்பிய லட்சணத்தின் அம்சங்களுள் அனேகமான எல்லாவற்றிலும் வென்றுவிட்டது என்று சொல்லுவோம்.

இக்கூற்றுஅழுத்தந்திருத்தமாகக் கம்பனை அரியாசனத்தில் ஏற்றுந் தகைமையது என்பதில் ஐயமில்லை. எந்தவிதமான தயக்கமுமின்றித் தமது முடிவைக் கூறிவிடுகின்றார் ஐயர். எமக்கு மகிழ்ச்சிதரும் முடிபாக இருப்பினும், ஐயரது சுதேச பக்தி வரம்பு கடந்திருக்குமோ என்ற எண்ணம் இக்கூற்றைப் படிக்கும் பொழுது எமக்கு ஏற்படுவதுண்டு. ஆனால் ஐயர் எடுத்துக்காட்டும் சான்றுகள் அவ்வையத்தைப் போக்க வல்லன. எனினும் இவ்விடத்தில் ஒரு விஷயத்தைக் கூறலாம். ஐயர் இவ்வாறு எழுதியது போலவே அவரது உற்ற நண்பனான பாரதியும்,

யாமறிந்த புலவரிலே கம்பனைப் போல்
வள்ளுவர்போல் இளங்கோ வைப்போல்
பூமிதனில் யாங்கணுமே பிறந்ததில்லை
உண்மை வெறும் புகழ்ச்சி யில்லை

என்று உரத்துப் பாடினான். இதனைப் பார்க்குமிடத்து மொழிப் பற்றும் தேசப் பற்றும் ஓரளவுக்கு இவர்களை உயர்வு நவிற்சியில்

ஊக்குவித்துள்ளன எனக் கருதத் தோன்றுகிறது. ஏனெனில் ஐயர் நுண்ணுணர்வும் நூலறிவும் சாலப் பெற்ற விமர்சகர்; அவ்வறிவுப் பயிற்சி காரணமாக ஒருபாற் கோடாத சமநோக்குக் கைவரப்பெற்றவர். ஆயினும் அந்நியராட்சியை எதிர்த்து நின்ற அறிஞர் பலரைப் போல இந்தியப் பாரம்பரியத்தின் பெருமையை உலகறியச் செய்தல் வேண்டுமென்ற அவா அவருக்குமிருந்தது. தம்மை ஆண்ட ஆங்கிலேயரையும் அவர் போன்ற பிற ஐரோப்பியரையும்விடத் தாம் பெருமை மிக்க கலை, இலக்கிய, தத்துவப் பாரம்பரியத்துக்கு வாரிசுகள் என்று காட்டுவதில் ஏறத்தாழ எல்லா இந்திய அறிஞரும் ஈடுபட்டிருந்தனர். திலகர், ராஜ்வாடே, ரானடே, ஜயஸ்வால், பண்டார்கர், பாஓகி, கேட்கர், கோஷால், மஜு-ம்தார் முதலிய வரலாற்றாசிரியரைக் கவனித்தால் இவ்வுண்மை தெற்றெனப் புலனாகும். மேனாட்டார் மிகவும் சிலாகித்துப் பேசிய குடியரசு முறை பண்டைக்கால இந்தியாவில் – புத்தர் பிறந்த காலத்திற்கு முன்னதாக – சிறப்புற்று விளங்கியது என்று வாதிட்டார் கே.பி. ஜயஸ்வால். அவரைப் போலவே பிறரும் வெவ்வேறு துறைகளில் புராதன இந்தியரின் பெருமை பேசினர். மேனாட்டார் கான்ற் என்பவரைச் சிறந்த தத்துவவாதியாகக் கொண்டாடினால் அவரினும் சங்கரர் சிறப்பு மிக்கவர் எனவும், அதுபோலவே ஷேக்ஸ்பியரினும் காளிதாசனும் கம்பனும் மேம்பட்டவர்கள் எனவும் இப்பேரறிஞர்கள் வாதம் புரிந்தனர்.

கம்ப னென்றொரு மானிடன் வாழ்ந்ததும்
காளி தாசன் கவிதை புனைந்ததும்
உம்பர் வானத்துக் கோளையும் மீனையும்
ஓர்ந்த ளந்ததோர் பாற்கரன் மாட்சியும்
நம்ப ருந்திற லோடொரு பாணினி
ஞால மீதில் இலக்கணங் கண்டதும்
இம்பர் வாழ்வின் இறுதிகண் டுண்மையின்
இயல்பு ணர்த்திய சங்கரன் ஏற்றமும்,

அன்ன யாவும் அறிந்திலர் பாரதத்
தாங்கி லம்பயில் பள்ளியுட் போகுநர்

என்று சுயசரிதையில் பாரதி பாடும்போது, இவர்களின் குரலையே கேட்கிறோம். கம்பனை உலக மகாகவி என ஐயர் கூறியதைப் பின்பற்றி வேறு சிலரும் அவ்வாறு கூறி வந்துள்ளனர். ஆனால் ஒப்பியலின் பண்பும் பயனும் எது சிறந்தது எனத் தீர்ப்பளிப்பது மட்டும் அல்ல. ஒப்புமைக்கான காரணிகளைக் கண்டறிவதும், ஒப்புமைகள் தோன்றக் காரணமாயிருந்த பகைப் புலத்தை விளங்கிக்கொள்வதும், இலக்கியங்களைப் படைக்கும் கர்த்தாக்களுக்கும் சூழலுக்குமுள்ள பரஸ்பரத் தொடர்பினை அறிந்துகொள்வதும் ஒப்பியலின் பண்புகளாம். ஐயர் அவற்றை

அதிகம் கவனித்ததாகத் தெரியவில்லை. அந்தளவுக்கு அவரது ஒப்புநோக்குக் குறைபாடுடையதே.

மேனாட்டு இலக்கியங்களிலுஞ் சிறந்தவை இந்திய இலக்கியங்கள் என்று பலர் காட்ட முயன்றதைப் போலவே வட மொழி இலக்கியங்களிலுஞ் சிறந்தன தமிழிலக்கியங்கள் என்று நிறுவப் பலர் முயன்று வந்துள்ளனர். ஆரியர்–திராவிடர் பிரச்சினையின் வெளிப்பாடாகத் தோன்றும் இப்போக்கு இரு சாராரையும் பாதித்துப் பேதித்துள்ளது. சாதியினடிப்படையிலும் சமயப் பிரிவினடிப்படையிலும் மொழியடிப்படையிலும் பெருமை பேசும் இப்போக்கு, இலக்கிய மதிப்பீட்டைப் பெருமளவு மலினப்படுத்தியுள்ளது. கம்பராமாயணத்தைப் பொறுத்தளவில் ஆரியர்–திராவிடர் பூசலானது வான்மீகி–கம்பன் போட்டியாக உருவெடுத்துள்ளது. இதனால் இன்றுவரை நிதானமான ஒப்பியல் ஆய்வு நடப்பதற்குத் தடைகள் இருந்து வருகின்றன. பா.வே. மாணிக்க நாயகர் எழுதிய *கம்பன் புளுகும் வான்மீகி வாய்மையும்*, வெ.ப. சுப்பிரமணிய முதலியார் எழுதிய *இராமாயண உள்ளுறைப் பொருளும் தென்னிந்திய சாதி வரலாறும்* என்பன போன்ற நூல்கள் இராமாயண ஆய்வு திசை தவறிய தன்மையைக் காட்டுகின்றன. இந்நோக்குநிலையினடிப்படையிலேயே "திராவிடனான இராவணனது" பெருமையை உணர்த்தும் *இராவண காவியம்* எழுந்தது. இதனாசிரியர் புலவர் குழந்தை.

இத்தகைய விபரீதப் போக்குகளையெல்லாம் பார்க்கும் போது வ.வே.சு. ஐயர் முதற்றர விமர்சகராக மாத்திரமன்றி, ஒப்பிலக்கிய ஆய்வு முன்னோடியாகவும் திகழ்வதன் காரணத்தை உணரலாம். இராமாயணத்தை மட்டுமல்லாது பிற இலக்கியங்களைச் சுவைத்தபோதும் ஐயரவர்கள் தமது ஆழ்ந்த இலக்கியப் பயிற்சி காரணமாக ஒப்புநோக்கில் ஈடுபட்டார். தமிழிலே ஏதேனுமொன்றைப் படிக்கும்பொழுது அதற்கு நிகரான பிறமொழிச் செல்வங்கள் அவருக்கு நினைவிலே தோன்றின. நாம் மேலே கூறியவாறு விவரமாக அவற்றை அவர் ஒப்பு நோக்கினாரல்லர். ஆயினும் ஒப்புநோக்க முனைந்தமையொன்றே அவரது பரந்து விரிந்த பார்வையைக் காட்டுவதாயுள்ளது. பூர்வ வரலாற்றுமுறை, சாதிச் சூழ்ச்சி முறை என்ற நோக்கங்களுடன் இராமாயணத்தைக் கற்பவர் மலிந்த சூழலிலே உளநூல் முறையையும் சிற்ப முறையையும் துணைக் கொண்டு அக்காப்பியத்தை ஆராய்ந்து சுவைத்த ஐயர் தனிச் சிறப்புடையவரே. கம்பனைத் தவிர, பிற தமிழ்க் கவிஞரை ஒப்பியலின் அடிப்படையில் ஐயர் நோக்கிய விதத்திற்கு எடுத்துக்காட்டாக நவீன மகாகவி பாரதியின் *கண்ணன் பாட்டு*

இரண்டாம் பதிப்பிற்கு (1920) அவர் எழுதிய முன்னுரையிற் சில பகுதிகளைக் குறிப்பிடலாம்:

> நாயக நாயகி பாவத்தைப் பற்றி இங்குச் சில மொழிகள் கூறாது விட முடியவில்லை. இப்பாவத்தால் பகவானை வழிபடும் முறை தொன்றுதொட்டுப் பக்தர்களாலும் கவிகளாலும் அனுசரிக்கப்பட்டு வருகிறது. ரோமன் கத்தோலிக்க மதத்திலேகூட அடியார் வர்க்கத்தை நாயகியாகவும் கிறிஸ்துவை நாயகனாகவும் பாவித்து எழுதிய ஸ்தோத்திரங்கள் பல உள. நமது பாகவதத்தில் கோபிகைகளின் உபாக்கியானங்களெல்லாம் இப்பாவத்தைத் தழுவி எழுதப்பட்டுள்ளனவே... ஆனால் இந்தப் பாவத்தை ஆளுவது கத்தியின் கூர்பாகத்தின்மீது நடப்பதைப் போன்ற கஷ்டமான காரியம். ஒரு வரம்பு இருக்கிறது; அதற்கு அப்புறம் இப்புறம் போய்விட்டால் அசந்தர்ப்பமாகிவிடும். ஸ்ரீ பாகவதத்திலுங்கூட கோபிகா உபாக்கியானங்களில் சுக பகவான் இவ்வரம்பை அங்கங்கே கடந்துவிட்டிருக்கிறார் என்பது எனது தாழ்ந்த அபிப்பிராயம் . . . செயிரின்றி இப்பாவத்தைப் பாடுவது அநேகமாய் அசாத்தியம் . . . நமது கவியும் சாரீரமான காதலையே அதிகமாக வர்ணித்திருக்கிறார். ஆனால், சுகப் பிரம்மமே நிறுத்த முடியாததான தராசு முனையை நம் ஆசிரியர் நிறுத்தவில்லை என்று குறை கூறலாமா?

மேனாட்டிலக்கியங்களை மட்டுமன்றி, இந்திய மொழிகள் பிறவற்றிலுள்ள இலக்கியங்களையும் பொருத்தமான சந்தர்ப்பத்தில் ஒப்புநோக்கித் தாம் ஆராயும் நூலுக்கு விளக்கம் கூறினார் ஐயர் என்பதற்கு மேற்கூறிய பகுதி தக்கவொரு திருஷ்டாந்தமாகும். ஆயினும் ஐயர் எழுதிய சிறுகதைகளை நோக்கும்போதும், திறனாய்வுக் கட்டுரைகளையும் நூல்களையும் நோக்கும்போதும் படிப்போர் மனத்தைக் கவர்வது அவரது நிலையான மேனாட்டிலக்கியப் பயிற்சியாகும். தென்றலோடு மேல்காற்றையும் அற்புதமாகக் கலந்தூட்டியவர் ஐயர். அந்த வகையில், அப்பணியை வெவ்வேறு அளவிலே தொடர்ந்து செய்துவருபவரான அ. சீனிவாசராகவன், ரா.ஸ்ரீ. தேசிகன், பி.ஸ்ரீ., டி.கே.சி., க.நா. சுப்ரமண்யம், புரசு பாலகிருஷ்ணன், ரகுநாதன், எஸ். இராமகிருஷ்ணன், சி.சு. செல்லப்பா முதலியோரெல்லாம் ஐயர் மரபில் வந்தவர்களே. சுருக்கமாகக் கூறின், நவீன ஆங்கில விமர்சன முறையும் உத்திகளும் ஐயர் தமிழுக்கு அளித்த

அருங்கொடைகள் என்பதில் எந்தவித ஐயப்பாடுமில்லை. ஐயரது காலத்திற்குப் பின் மேனாட்டுக் காவியங்களைப் பற்றிய ஆய்வு பல புதிய நெறிகளிற் சென்றுள்ளது. எனினும் அவரின் *Kamba Ramayana: A Study* என்ற நூல் இன்னும் சிறப்புடன் விளங்கு கின்றது.

ஐயர் இவ்வாங்கில நூலை ஏறத்தாழ நாற்பத்தேழு ஆண்டுகளுக்கு முன்னர் (1921–22) பெலாரி சிறைக் கைதியாக இருந்த காலத்தில் எழுதினார். என்றோ வெளிவந்திருக்க வேண்டிய இவ்வரிய ஆராய்ச்சி நூல் சுமார் மூன்று தசாப்தங்களுக்குப் பின்னரே (1950) அச்சு வாகனமேறி வெளியுலகை எட்டிப் பார்த்தது. ஐயர் நூலை எழுதியதற்கும் அது ஒருவாறு வெளிவந்ததற்கும் இடைப்பட்ட காலத்தில் அவர் குறிப்பிடும் மேனாட்டுக் காவியங்கள் பற்றிய ஆய்வுகள் பல்கிப் பெருகி வந்துள்ளன. சிறப்பாக, கிரேக்க ஆதிகவியாம் ஹோமர்பற்றிய விமர்சனம் முற்றிலும் புதிய போக்கில் விரிந்துள்ளது. *இலியாது, ஈனியித், சுவர்க்க நீக்கம், வால்மீகி இராமாயணம்* என்பனவற்றை யெல்லாம் ஒரே தன்மையனவாகக் கொண்டு ஒப்பு நோக்கி விமர்சனஞ் செய்தார் ஐயர். பெலாரி சிறையில் போதிய நூல்கள் கிடைக்காத இடர்மிகுந்த சூழ்நிலையில் அசுர வேகத்திலே அவர் தமது மகத்தான நூலை எழுதிக்கொண்டிருந்த வேளை, பிரெஞ்சு நாட்டுச் சொர்பொன் பல்கலைக் கழகத்திலே ஆராய்ச்சி மாணவனாக இருந்த மில்மன் பரி என்ற அமெரிக்கர் ஹோமர் பற்றிய ஆராய்ச்சியைப் புரட்சிகரமான பாதையில் செலுத்திய ஆய்வுக் கட்டுரையை உருவாக்கிக்கொண்டிருந்தார். அதுகாலவரை உலகெங்கிலுமுள்ள கிரேக்க இலக்கிய அறிஞர்கள் ஹோமர் தமது காவியங்களை எழுதினார் என்று திடமாக நம்பி வந்தனர். மதக் கோட்பாடு போல நம்பிக்கையடிப்படையில் நிலவிவந்த கருத்தை வேரோடு சாய்த்தார் பரி. செர்போ – குறோஷியன் – தென் சிலாவிக் வாய்மொழியிலக்கியங்களை நுணுக்கமாக ஆராய்ந்த பரி, அவற்றிற்கும் ஹோமரது பெயரால் வழங்கும் கிரேக்க ஆதிகாவியங்களுக்குமுள்ள அத்தியந்த ஒற்றுமைகளைக் கண்டார். காணவும், ஹோமரைப் பற்றிய புதிய விளக்கம் பிறந்தது. பத்தாண்டுகளுக்குப் பின்னர் (முப்பதுகளில்) தமது முடிபைக் கூறினார். கிரேக்க இலக்கிய ஆராய்ச்சியாளரும் பெரும் பேராசிரியரும் அதிர்ச்சியடைந்தனர். ஆனால் ஹோமரது படைப்பு ஏட்டிலெழுதா வாய்மொழிக் காப்பியம் என்னுமுண்மை உணரப்படலாயிற்று. வெர்ஜிலின் *ஈனியித்*, மில்டனது *சுவர்க்க நீக்கம்* முதலியன செயற்கை யாகத் தோற்றுவிக்கப்பட்ட இலக்கியக் காப்பியங்கள். வியாசரது *மகாபாரதத்தைப்* போல ஹோமரது *இலியாது* முன்முறை

இதிகாசம் அல்லது இயற்கை இதிகாசம் எனப்படும். ஒரு கவிஞனால் ஒருமுறையிற் பாடப்படாது, பலகாலமாகப் பல பிரதேசங்களில் ஆங்காங்கே வழங்கி வந்த கவிதைப் பகுதிகள் ஒரு குறிப்பிட்ட சூழ்நிலையில் திரண்டு வடிவம் பெறுவதே வளர்ச்சி இதிகாசம் எனப்படும்.

ஈனியித், சுவர்க்க நீக்கம், கம்பராமாயணம் முதலியன “கலைபற்றிய நியமங்களும், பாட்டியல் மரபுகளும் வரையறைப்பட்ட காலத்தில்” பிறந்தவை. தனியொரு பெருங் கவிஞனின் மேதாவிலாசத்திற்கும் கலையுணர்ச்சிக்கும் களஞ்சியமாக விளங்குவன.

இயற்கை இதிகாசங்களும் இலக்கியக் காப்பியங்களும் பிறப்பினால் வேறானவையாதலால் அவை பற்றிய விமர்சனங்களும் வேறானவையாயிருத்தல் வேண்டியது இயல்பே. இதனை வற்புறுத்தினார் மில்மன் பரி. பரிக்குப் பின் வந்த பௌரா, தொம்ஸன், நொடோபொலொஸ், லோட், கேர்க் முதலிய ஆராய்ச்சியாளர் ஹோமரது காவியங்களை வாய்மொழிப் பாடல்களாகவே கொண்டு தமது நூதன ஆய்வுகளை நடத்தியுள்ளனர். உலக முழுவதும் பூர்வீக இலக்கியங்களைப் புதிய நோக்கில் ஆராயவும் ஒப்புநோக்கவும் இவர்கள் முனைந்துள்ளனர். இவற்றின் பயனாக வாய்மொழிப் பாட்டியல் *(Oral Poetics)* ஆழமும் அகலமும் அடைந்து வருகிறது. உண்மையில் ஹோமரது கவிப்பண்பு கம்பனிலன்றி முற்காலச் சான்றோரிடத்திலேயே காணப்படுகிறது. கம்பனை வெர்ஜிலுடனும் மில்டனுடனும் தாந்தேயுடனும் ஒப்பிடலாம். ஹோமருடன் ஒரோவழி ஒப்பிடலாமாயினும் அதனாற் பெறும் பயன் குறைவே.

ஐயர் முற்கூறிய பாகுபாட்டை அறியாதவராதலின், காப்பியங்கள் யாவற்றையும் ஒருசேர வைத்து ஒப்புநோக்கியுள்ளார். அது அவரின் குற்றமோ குறைபாடோ அல்ல. ஏனெனில், பரியின் ஆய்வுகள் பிரசித்தமாகு முன்னதாகவே (3.6.1925) அவர் அகாலமரணமடைந்தார். அவர் செய்யத் தவறியதை அவருக்குப் பின்வந்தோர் சிலர் ஓரளவு நிவிர்த்தி செய்துள்ளனர் எனலாம். ஆயினும் ஐயர் காட்டிய வழியில் வரும் தமிழறிஞர் பலர், இயற்கை இதிகாசத்துக்கும் இலக்கியக் காப்பியத்துக்கும் உள்ள அடிப்படை வித்தியாசத்தைச் செவ்வனே உணர்ந்துள்ளனர் எனக் கூறுவதற்கில்லை. ஐயருக்குப் பின்வந்தவர்கள் எழுதியுள்ள நூல்களில் எஸ். இராமகிருஷ்ணனின் *கம்பனும் மில்டனும்,* சிதம்பர ரகுநாதனின் *பாரதியும் ஷெல்லியும்,* அண்ணாமலைப் பல்கலைக் கழகத்தைச் சேர்ந்த வி. சச்சிதானந்தன் என்பார்

ஆங்கிலத்தில் பாரதியையும் விட்மன், ஷெல்லி, கீட்ஸ் முதலியோரையும் ஒப்பிட்டு எழுதிய ஆராய்ச்சிக் கட்டுரைகளும், இக்கட்டுரையாசிரியர் பாரதியையும் தாகூரையும் ஒப்புநோக்கி எழுதிய *இரு மகாகவிகள்* என்ற நூலும், ஜி. வன்மீகநாதன் என்பார் மணிவாசகரையும் ரூமி என்ற பாரசீக மறைஞானக் கவிஞரையும் ஒப்பிட்டு ஆங்கிலத்தில் எழுதிய கட்டுரையும் குறிப்பிடத்தக்கன. இவற்றைவிட இன்னும் என் கண்ணிற்படாதனவும் இருத்தல் கூடும்.

சிதம்பர ரகுநாதன் எழுதியுள்ள *கங்கையும் காவிரியும்* குறிப்பிடத்தக்க ஒப்பியல் இலக்கிய நூலே. தாகூரையும் பாரதியையும் ஒப்புநோக்கி எடைபோடுகிறது இந்நூல். இவற்றைவிட, பேராசிரியர் அ. சீனிவாசராகவன், கி. சந்திர சேகரன் ஆகியோர் அவ்வப்போது எழுதிய சில கட்டுரை களும் இத்துறையிலடங்குவன. ஆயினும், இவை சிறு துளிகளே.

இவ்விடத்திலே ஒப்புநோக்கு மனோபாவம் பற்றி ஓர் எச்சரிக்கை செய்யத் தோன்றுகிறது. பழைய இலக்கியங்களை ஒப்புநோக்கி ஆய்வோர் சிலரே. ஆனால் தற்கால இலக்கியங்களைத் திறனாய்வோர் பலர். தற்கால இலக்கிய வடிவங்களுள்ளும் புனைகதை, நாடகம் என்பனவற்றைப் படித்து அபிப்பிராயங் கூறுவோர் இன்னும் பலர். இந்நிலையில் தமிழ் எழுத்தாளரை மேனாட்டு எழுத்தாளருடன் தொடர்பு படுத்தியும் ஒப்பிட்டும் மட்டுமதிப்பின்றிப் போகும் போக்கிலே பேசுவோர் பலரிருக்கின்றனர். எம்மவர்க்கு ஆங்கிலப் பயிற்சியும் கேள்வியுமே அதிகமாதலால், ஐரோப்பிய இலக்கிய கர்த்தாக்களுள் ஆங்கிலேயரே முன்மாதிரிகளாய்க் கொள்ளப்படுகின்றனர். எனினும், இடையிடையே பிற ஐரோப்பியர் சிலரும் எடுத்தாளப்படுவதுண்டு. பழைய நாவலாசிரியர் ஸ்கொற், நாடகாசிரியர் பெர்னாட் ஷா, புதுமை எழுத்தாளர்கள் லோரன்ஸ், ஜோய்ஸ், காதரின் மான்ஸ்ஃபீல்ட், ஜெர்மானிய எழுத்தாளர் காப்கா முதலியோர் அடிக்கடி குறிப்பிடப்படுபவர்கள். உதாரணமாக, கல்கியை வால்டர் ஸ்கொற்றுடன் ஒப்பிட்டுள்ளனர்; மௌனியை காப்காவுடன் ஒப்பிட்டுள்ளனர்; ஜெயகாந்தனை டி.எச். லோரன்சுடன் ஒப்பிட்டுள்ளனர். ஓரளவேனும் திட்டமான ஒப்பாய்வின் பயனாகவன்றி மேலெழுந்தவாரியான மனப்பதிவுகளாகவே இத்தகைய ஒப்பீடுகள் அமைந்துவிடுகின்றன. போலியான இவ்வொப்பீடுகள் குறித்துப் புதுமைப்பித்தன் ஒரு கட்டுரையிற் பின்வருமாறு நையாண்டியாக எழுதியுள்ளார்.

ஏன் அது மேல்நாட்டுடன் ஒப்பிட வேண்டிய காரியமோ தெரியவில்லை. நம்மூர் நாயர் ஓட்டல் இட்லியையும் பரமசிவம் பிள்ளை ஓட்டல் தோசையையும் ஹட்லின் பாமர்ஸ் பிஸ்கோத்துடன் வெற்றிகரமாக ஒப்பிட்டு வெளிவரும் கருத்துக்களைக் காணப்பெறும் பாக்கியம் எனக்கு இதுவரை சித்திக்கவில்லை.

புதுமைப்பித்தனது வயிற்றெரிச்சல் வெளிப்படை. இவ்வாறு எழுதும் "ஆசிரியர்களைத் தமிழ்நாட்டு பெர்னாட் ஷா, தமிழ்நாட்டு மாப்பஸான்" என்று வழங்குபவர்கள் உண்மையில் பிற நாட்டு இலக்கிய கர்த்தாக்களோடு ஒப்பு நோக்குகிறார்கள் அல்லர்; மறைமுகமாகத் தமது தாழ்மையுணர்ச்சியைக் காட்டிக்கொள்கின்றனர். இவர்களிற் பெரும்பாலானோர், இலக்கியத்தைப் பொழுதுபோக்காகக் கொள்பவர்கள். எனவே, சுயதிருப்திக்காகவும் வெளிப்பகட்டிற்காகவும் இவ்வாறு ஒட்டுரைக்கின்றனர். அது இலக்கிய ஒட்டுக் காய்ச்சலாக எமது வாசகரைப் பீடித்துவிடுகிறது.

ஒப்பியல் ஆய்வென்பது கேவலம் பொழுதுபோக்கான ஆய்வு முறையன்று; ஒப்பியல் ஆய்வின் மூலமாகவே ஒரு பொருளின் தனிப்பண்புகளைத் திடமாகக் கூறலாம். ஒற்றுமைகளுக்கு மத்தியிலும் நுண்ணிய வேறுபாடுகள் காணப்படும். அவற்றினை ஆதாரமாகக் கொண்டே ஒரு பொருளின் தனிச் சிறப்புக்களை அறிதல் கூடும். அதாவது இரு இலக்கியங்களை ஒப்பிடும்பொழுது அவற்றின் பொதுப் பண்புகள் யாவை, சிறப்புப் பண்புகள் யாவை என்பது தெளிவாகிறது. இத்தெளிவு, வரலாற்றடிப்படையிலான இலக்கிய ஆராய்ச்சிக்கு ஏதுவாக அமைகின்றது. இன்று தமிழிலக்கிய ஆராய்ச்சியானது பெருமளவிற்குக் கூறியது கூறலாகவே அமைந்து காணப்படுவதற்கும், பழம் பெருமைச் சிறைக்குள் அடைபட்டுக் கிடப்பதற்கும் ஒப்பியல் மனோபாவம் தக்கமுறையில் வளராமையே காரணம் என்று துணிந்து கூறலாம். ஏறத்தாழ ஒரு நூற்றாண்டிற்கு முன்னதாக இக்குறைபாட்டை மேனாட்டுத் தமிழறிஞர் ஒருவர் கண்டுகொண்டார்:

ஒப்பியற்கல்வி ஒவ்வோர் அறிவியற்றுறையிலும் ஐரோப்பாவில் பெருநலம் பயந்துள்ளது. திராவிடர்கள் (தமிழர்கள்) தங்கள் மொழிகளைப் பிறவற்றுடன் ஒப்புநோக்க ஒருபோதும் முயன்றதில்லை. இதனால், அவர்கள் தங்கள் மொழியைப் படிப்பதிலே கடைப்பிடித்த அக்கறையானது, மதிநுட்பத்தோடும் பகுத்துணர்வோடு கூடியதாயுமிராமல், நேர்மையாக

எதிர்பார்த்த அளவிற்கு மிக்க குறைந்த பயனை அளித்துள்ளது.

அத்தியட்சர் கால்டுவெல் அன்று குறிப்பாக மொழியியல் பற்றிக் கூறியது இன்று இலக்கிய ஆராய்ச்சிக்கும் பொருந்தும். இதனை ஓர் உதாரணத்தின் மூலம் விளக்கலாம். பண்டைக்கால மனித வரலாற்றை ஆராய்ந்தவர்கள், வீரயுகம் என்ற காலப் பிரிவைக் குறிப்பிட்டுள்ளனர். அநாகரிக நிலையிலிருந்து நாகரிக நிலைக்குச் சமூகம் மாறும் ஒரு குறிப்பிட்ட காலகட்டத்தில், குழுக்களாகவும் குலங்களாகவும் இருந்து வாழ்க்கை அமைப்பதைத் தனிமனிதக் கொள்கை உடைத்தெறிந்து, வலுக்கொள்கையி னடிப்படையில் அரசுகளை நிறுவும் சண்டைகள் நிறைந்த வரலாற்று நிலையை வீரயுகம் என்றழைப்பர். மேற்கூறிய பண்புகள் பிரதிபலிக்கும் பாக்களை வீரயுகப் பாக்கள் என்றுங் கூறுவர். இப்பாக்கள் ஏட்டிலெழுதா வாய்மொழிப் பாக்களாகவே தோன்றி நிலவுவன. கிரேக்க, கெல்திய, ஜெர்மானிய ஆதிகவிகளை ஆராய்ந்தவர்கள் கண்டறிந்த தரவுகளினின்றும் கணிக்கப்பட்ட இலக்கியக் கொள்கை இது. இக்கொள்கையை ஒரு கருதுகோளாகக் கொண்டே, 'சித்தாந்தா', வையாபுரிப் பிள்ளை முதலியோர் பழந்தமிழ்ப் பாடல்களும் வீரயுகத்தைச் சேர்ந்தனவாக இருக்கலாம் என ஊகித்தனர். ஆராய்ச்சியின் பயனாகக் கருதுகோள் சரியெனக் காணப்பட்டுள்ளது. இதுவே ஒப்பியல் நோக்கின் பண்பும் பயனுமாகும். ஒப்புநோக்கிக் கற்காததன் காரணமாகவே, *புறநானூறு, பதிற்றுப்பத்து, புறப்பொருள் வெண்பாமாலை* முதலிய நூற் பாடல்கள், "கல்தோன்றி மண்தோன்றாக் காலத்தே, வாளோடு முன்தோன்றி மூத்த குடி"யாம் தமிழ் மக்களின் தனிப்பெரும் வீரப்பண்பைக் காட்டுகின்றன என்று போலிச் சிறப்புப் பேசித் திரிகின்றனர் பலர். ஒப்புநோக்கி இலக்கியத்தைப் படிக்கும்போது "திருந்தாத" மக்களாகக் கருதப்படும் இருண்ட கண்டத்து ஆப்பிரிக்க மக்கள்கூட வீரயுகப் பாக்களை உடையவராயிருப்பது இலகுவிற் புலனாகும். ஆகவே, 'மதி நுட்பமும் பகுத்துணர்வும்' ஆராய்ச்சியில் இடம்பெறத் தலைப்படும் எமது அறியாமை காரணமாக, எமக்கே (தமிழருக்கே) உரித்தானவை என்று எண்ணிச் சுயநிறைவு உணர்வுடன் கருதிக்கொள்ளும் பல விஷயங்கள் பிற சமூக மக்களிடத்தும் காணப்படுகின்றன என்பதை நாம் என்று அறிகின்றோமோ அன்றே உண்மையான அறிவு வளர்ச்சியும் சமூக முன்னேற்றமும் ஏற்படும். யுகக் கவிஞன் பாரதி இதைக் கண்டுகொண்டான்:

மறைவாக நமக்குள்ளே பழங் கதைகள்
சொல்வதிலோர் மகிமை இல்லை;

திறமான புலமையெனில் வெளிநாட்டார்
அதை வணக்கஞ் செய்தல் வேண்டும்.

நாம் "வாளோடு முன்தோன்றிய மூத்த குடி" என்று எவ்வளவுதான் உரக்கக் கூவினாலும், வெளிநாட்டார் அதற்குச் செவிசாய்க்கப் போவதில்லை. கலை இலக்கியத் துறையைப் பொறுத்த அளவில், மேற்கூறிய ஒப்பியல் இலக்கிய ஆய்வுகள் எமது இலக்கியச் செல்வங்களை உலகறியச் செய்வதுடன், எமது இலக்கியங்களின் சிறப்புப் பண்புகள் யாவை, பொதுப் பண்புகள் யாவை என்பனவற்றை உணர வழிகாட்டுவதுடன் வரலாற்றடிப்படையிலான இலக்கிய ஆராய்ச்சிக்கும் ஏதுவாக அமையும்.

கடந்த ஏழெட்டு ஆண்டுகளாக இயங்கிவரும் உலகத் தமிழாராய்ச்சிக் கழகத்தின் ஆதரவில் இரு கருத்தரங்குகள் நிகழ்ந்துள்ளன. முதலாவது கருத்தரங்கு குவாலாலம்பூரிலும் (ஏப்ரல் 1966) இரண்டாவது கருத்தரங்கு சென்னையிலும் (ஜனவரி 1968) நடைபெற்றன. வளர்ந்து வரும் தமிழியல் *(Tamilology)* ஆராய்ச்சிக்குத் தலையாய எடுத்துக்காட்டாக இக்கருத்தரங்கு திகழ்கிறது எனக் கொண்டால், இன்றைய தமிழியல் ஆய்வின் முக்கியத் துறையாக ஒப்பியல் ஆய்வு விளங்குகிறது எனக் கொள்ளலாம். பொதுவாகத் தமிழ்நாட்டில் ஒப்பியல் நோக்கும் ஆய்வும் வளர்ச்சி குன்றியே காணப்படுவது பலராலும் ஒப்ப முடிந்த செய்தியே. ஆயினும், கருத்தரங்கில் வெளி நாட்டாராய்ச்சியாளரும் பங்குபற்றுவதனால் இத்துறைக்குப் பெருந்தூண்டுதல் கிடைத்துள்ளது. இரு கருத்தரங்குகளிலும் ஒப்பியல் ஆய்வுத் துறையிலே தமிழகப் பிரதிநிதிகளிலும் பிற நாட்டுப் பிரதிநிதிகளே பெரும்பாலான ஆய்வுரைகளைச் சமர்ப்பித்துள்ளனர்.

கடல் கடந்து வாழும் தமிழாராய்ச்சியாளரைப் பொறுத்த வரையில் மலேஷியப் பல்கலைக்கழக இந்தியவியல் துறை விரிவுரையாளர் எஸ். சிங்காரவேலு, ஒப்பியல் ஆராய்ச்சியில் பேரூக்கத்துடன் உழைத்து வருகிறார். தென்கிழக்கு ஆசியப் பிரதேசங்களில் இராமாயணம் பரவியுள்ளது. தாய்லாந்து, இந்தோனேஷியா, மலேஷியா முதலிய தேசங்களிலெல்லாம் காணப்படும் இராம சரிதங்களை ஒப்பு நோக்கிப் பகுப்பாய்வும் பண்பாய்வும் நடத்தி வருகிறார். குறுகிய இலக்கிய வரம்பைக் கடந்து பண்பாட்டுப் பரவலை ஆராயும் வகையில் இத்தகைய ஒப்பு ஆய்வுகள் அமைவன. முதலாவது கருத்தரங்கிலே எஸ். சிங்காரவேலு, *A Comparative Study of the Story of Rama in South India and South East Asia* என்ற ஆய்வுக் கட்டுரையை

அரங்கேற்றினார். சமீப கால நுண்ணாய்வுகளில் இதற்குச் சிறப்பானவோர் இடமுண்டு. இப்பொருள் குறித்து, பேராசிரியர் தெ.பொ. மீனாட்சிசுந்தரனாரும் வேறு இரண்டொருவரும் அவ்வப்போது சில அவசரக் குறிப்புக்களைக் கூறியுள்ளனர். எனினும் திருப்தி தரும் வகையில் முழுமையான ஆராய்ச்சியைச் செய்து வருபவர் சிங்காரவேலு எனலாம்.

இவ்வாராய்ச்சியின் தனிப்பட்ட சிறப்பு ஒருபுறமிருக்க, இத்தகைய ஒப்பியல் ஆய்வுகளைத் தமிழக மாணவரினும் வெளிநாட்டு மாணவர் பயனுள்ள முறையிற் செய்து முடிக்கப் பல வசதிகள் உண்டென்பதை ஒப்புக்கொள்ள வேண்டும். தமிழியல் செழிப்பதற்கு இவற்றைச் செய்தல் கடன் என்பது ஒருதலை. பல நூற்றாண்டுக் காலமாகத் தமிழ்நாட்டிற்கும் தென்கிழக்காசிய நாடுகளுக்கும் எத்தனையோ தொடர்புகள் இருந்திருக்கின்றன. வரலாற்று மாணவருக்கு இச்செய்தி புதியதல்ல. ஆனால் கலை இலக்கிய மாணவர் இத்தொடர்புகளின் விளைவான வெளிப்பாடுகளைப் போதியவளவு – குறிப்பாகத் தமிழரது நோக்கு நிலையினின்று – ஆராய்ந்திருக்கின்றனர் என்பதற்கில்லை. தமிழகத்து அறிஞர் பலர், "கடாரங் கைக்கொண்டு சிங்காசனத்திருந்த செம்பியன்" பெருமையைக் கூறியும் எண்ணியும் இறும்பூதெய்துகின்றனரே யன்றி, அக்காலங்களில் நிகழ்ந்த பண்பாட்டுப் பரிவர்த்தனையின் நுணுக்க விவரங்களைப் பொறுமையுடன் ஆராய்ந்து அறியும் மனவமைதி உடையவராய்க் காணப்படவில்லை. இந்நிலையில் நாகரிகங் கலந்த இடங்களிலே வாழுஞ் சந்தர்ப்பம் வாய்க்கப் பெற்ற தமிழரும் பிறரும் அவ்விவரங்களைப் பகுத்தும் வகுத்தும் தொகுத்தும் ஆராய்வது பாராட்டப்பட வேண்டியதே.

மலேஷியப் பல்கலைக்கழக இந்தியவியற்றுறை அதிபர், வண. தனிநாயக அடிகள் தமது பணியமர்வுத் தொடக்கப் பேருரையிற் கூறிய சில வாக்கியங்கள் இங்கு நினைவுக்கு வருகின்றன:

மலாய், இஸ்லாமிய, சீனத் துறைகளோடு நெருங்கி ஒத்துழைத்துப் புதியபுதிய விளக்கங்களைக் காண்பதற்கு இப்பல்கலைக் கழகத்தில் இந்தியவியற் துறையினருக்குப் பல வாய்ப்புகள் உள்ளன. இப்பல்கலைக் கழகத்திலுள்ள இந்தியவியற்றுறையின் வரையறைகளுக்கு இயைய மலாயாச் சரித்திரம், பண்பாடு என்பனவற்றை மாத்திரமன்றி, சுமாத்திராவிலும் ஜாவாவிலுள்ள டியெங் மேட்டுச் சமவெளியிலும், பாலித் தீவிலும், மிசொன், போநகர் ஆகியவற்றின் அழிபாடுகளிலும், வியத்நாமிலுள்ள

ஒக்கெயோவிலும், கம்போடியாவிலுள்ள அங்கொர்வாட், அங்கொர்தொம் ஆகியவற்றிலும், தாய்லாந்திலுள்ள புகழ் வாய்ந்த கட்டடங்களிலும் மொழி இலக்கியத்திலும் இந்தியவியல் சார்ந்த ஆய்வுகள் நடாத்த வாய்ப்புண்டு. இப்பெருமுயற்சியில் மேலும் ஒருபடி சென்று, சீனச் சிந்தனையையும், இலக்கியங்களையும் நாம் கற்று, இதுவரை அறியாத மூலங்களையும் ஒப்புமைகளையும் கண்டறிதல் கூடும்; அல்லது இன்னும் வடக்கே சென்று சப்பானியக் கவிதையிற் காணும் **தங்கா,** சென் பௌத்தம் ஆகியவற்றுடன் ஒப்புமைகள் காணலாம். இத்துறையில் உழைப்பவர்க்குச் செயற் பரப்பு அகன்றது; வாய்ப்புக்கள் அனந்தம்.

மகத்தான இக்குறிக்கோளுக்கிணங்க மலேஷியப் பல்கலைக்கழகத்திலே சில முயற்சிகள் மேற்கொள்ளப்பட்டுள்ளன. இத்தகைய அடிப்படையிலே டில்லிப் பல்கலைக்கழகத் தமிழ்த் துறையினர் தமது பிரத்தியேகச் சூழமைவுக்கேற்ற சில ஆய்வுகளை வழிநடத்தி வருகின்றனர். தமிழிலக்கியங்களை இந்தி நூல்களுடன் ஒப்புநோக்கி ஆராயும் வாய்ப்பு அங்கிருக்கிறது. பட்டப் பின்னாராய்ச்சியை ஒப்பியல் இலக்கியப் பொருளிலே அதாவது இந்தி – தமிழ் ஒப்பாராய்ச்சியிலே நடாத்த வாய்ப்பிருப்பதால் சில நன்முயற்சிகள் மேற்கொள்ளப்பட்டுள்ளனன. உதாரணமாக *நாலாயிர திவ்வியப் பிரபந்தத்திலும்* சூர்சாகரிலும் கிருஷ்ண கதை கையாளப்பட்டிருக்குமாற்றை ஒப்புநோக்கி ஆராய்ந்திருக்கிறார் கே.ஏ. யமுனா. இவ்வாய்வுக் கட்டுரைக்காக அவருக்குக் கலாநிதிப் பட்டம் வழங்கப்பட்டது. திருவள்ளுவரையும் கபீரையும், கம்பனையும் துளசிதாசையும் ஒப்புநோக்கி ஆராயும் முயற்சிகளும் மேற்கொள்ளப்பட்டுள்ளன. துளசிதாஸ் படைத்த *ராமசரித மானஸ்* இந்தி மொழியின் பொக்கிஷங்களிலொன்று. வ.வே.சு. ஐயர், தெ.பொ. மீனாட்சிசுந்தரனார், ஈ.த. இராஜேஸ்வரி அம்மையார் முதலானோர் துளசி இராமாயணத்தைக் கம்பராமாயணத்தோடு தொடர்புபடுத்திச் சிற்சில குறிப்புக்கள் எழுதியிருக்கின்றனரேயன்றி ஆழமான ஆய்வு எதுவும் இதற்கு முன்னர் வெளிவந்ததில்லை.

உலகத் தமிழாராய்ச்சிக் கருத்தரங்கின்போது தமிழியலின் ஒரு பகுதியான ஒப்பியல் ஆய்வு அடைந்துவரும் துரித முன்னேற்றத்தைக் கண்டுணரக்கூடியதாயிருந்தது. எடுத்துக்காட்டுகள் சிலவற்றைக் குறிப்பிடுதல் பொருத்தமாகும். சென்னைக் கருத்தரங்கிலே *தமிழிலக்கிய வரலாற்றில் திருப்புமுனைகள்* என்னும் பொருள் பற்றிப் பேருரை நிகழ்த்திய கேரளப் பல்கலைக்கழக மொழியியல்

துறைத் தலைவர் வி.ஐ. சுப்பிரமணியம் ஒப்பியல் இலக்கிய ஆராய்ச்சியின் இன்றியமையாமையை எடுத்து விளக்கினார்:

> மத்தியகாலத்திலும் பிற்காலத்திலும் கன்னடம், மலையாளம், தெலுங்கு, தமிழ் ஆகிய மொழிகளிலே எழுந்த இலக்கியங்களுக்குப் பொதுவான இலக்கிய அடிக்கருத்துக்கள் (themes) காணப்படுகின்றன. இவை முனைப்பான ஒப்புமைகள் . . . அயற் பிரதேசங்களினது இலக்கிய மரபுகளை அறிவது தமிழ் இலக்கிய மரபை மதிப்பிட உதவும் . . . அடிக்கருத்துக்கள், யாப்பு, இலக்கிய வகை (வடிவம்), இலக்கிய மரபு முதலியவற்றை ஆராயும் பணி மேற்கொள்ளப்பட்டால் தமிழிலக்கிய வரலாற்றிலே இன்னும் தீர்க்கப்படாப் புதிர்களுக்குச் சில அறுதியான சான்றுகள் கிடைத்தல் கூடும்.

கண்ணகி கதை கேரள நாட்டிலும் தமிழ்நாட்டிலும் வளர்ந்தும் தேய்ந்தும் வந்துள்ள வரலாற்றுச் செய்திகளை உதாரண விளக்கமாகக் காட்டினார் பேராசிரியர். வாய்மொழி இலக்கியங்களைப் பொறுத்தவரையிலும் ஆராய்ச்சியாளர் கடைப்பிடிக்கக் கூடிய சில ஒப்பியல் நெறிகளைச் சுட்டிக் காட்டினார் அவர். அன்னாரின் மாணாக்கர் இருவர் (கே.பி.எஸ். ஹமீத், பி.ஆர். சுப்பிரமணியன்) இத்துறையில் குறிப்பிடத்தக்க ஆய்வு நடாத்தியுள்ளனர்.

பேராசிரியர் சுப்பிரமணியன் குறிப்பிட்ட கண்ணகி கதைப் பரவல் இலங்கையையும் உள்ளடக்குவதே. இதனை அழுத்தந் திருத்தமாகவும் ஆணித்தரமாகவும் கோடிட்டுக் காட்டியது நா. சுப்பிரமணியனது ஆய்வுரை. இலங்கையரான நா. சுப்பிரமணியன் வாசித்த கட்டுரை *சிலம்புச் செல்வியும் சிங்கள இலக்கியமும்* என்பது.

இளங்கோவின் சிலப்பதிகாரக் கதை சிங்கள இலக்கியத்தில் எவ்வடிவத்திலே இடம் பெற்றுள்ளது என்பதைக் காட்டுவதே கட்டுரையின் அடிப்படை நோக்கம். அந்த அளவிற்கு அது ஒப்பிலக்கிய நோக்கினால் உந்தப் பெற்றதே. பத்தினி வழிபாடு இலங்கைக்கு இடம் பெயர்ந்தமையும், அது காவல் தெய்வ வழிபாடாக உருமாற்றம் அடைந்தமையும், புத்த சமயச் சாயல் பெற்றமையும் சமுதாயவியல் சார்ந்த செய்திகள். இச்செய்திகளுக்கு வரலாற்றுப் பின்னணியுமுண்டு. இவை யாவுஞ் சேர்ந்து சிலப்பதிகாரச் செய்தியைப் புதிய புதிய பரிசீலனைகளுக்கு ஆதாரமாக்கி விடுகின்றன. சிலப்பதிகாரச் செய்யுளை அசைபோட்டுப் பழகிவிட்ட பலருக்கு இத்தகைய

ஆய்வுகளின் முக்கியத்துவம் புலப்படாமலுமிருக்கலாம். ஆயினும், இவையே தமிழியற் பரப்பையும் எல்லையையும் விரிவாக்குவன.

பழங்காலத்திலே தென்னிந்தியாவிற் சிறப்புற்று விளங்கிய சில 'தெய்வங்கள்' கடல் கடந்து பெரும் பெயர் பெற்றன. இராமன், அகத்தியன், கண்ணகி முதலாயின இத்தெய்வங்கள். இவை தமிழர் பண்பாடு பரவிய அயல்நாடுகளிலும் வழிபடப்படலாயின. இவை பற்றிய இலக்கியங்களும் பாடி மாற்றங்களுடன் தோன்றின. மலேஷியக் கருத்தரங்கிலே இராமகாதையின் பரவல் பற்றிச் சச்சிதானந்தம் சிங்காரவேலு கட்டுரை படித்தமை மேலே குறிப்பிட்டோம். நா. சுப்பிரமணியனது கட்டுரை அத்துணை விரிவற்றதாயினும் அதே ரகத்தைச் சேர்ந்ததே. ஒப்பியலாய்வின் பயனாகச் சிலப்பதிகாரக் கதை மாறுபட்ட சூழமைவிற்கேற்ப எவ்வாறு உருமாற்றம் பெற்றதென்பதைத் துலக்கியுள்ளார் அவர். எஸ். வையாபுரிப் பிள்ளை, மகாவித்துவான் மு. இராகவையங்கார் முதலியோர் பத்தினி வழிபாட்டைப் பற்றியும் சிலப்பதிகாரக் கதையின் "மறு அவதாரங்கள்" பற்றியும் பயனுள்ள குறிப்புக்கள் கூறியுள்ளனரெனினும், சிங்கள இலக்கியச் சான்றுகளை மூலத்திற் படித்துப் பயன்படுத்தியவரல்லர். நா. சுப்பிரமணியத்தின் கட்டுரை இக்குறைபாட்டை ஓரளவு நிவர்த்தி செய்துள்ளது. பேராசிரியர் வி.ஐ. சுப்பிரமணியன் குறிப்பிட்டதுபோல் கன்னடம், மலையாளம், தெலுங்கு என்ற மொழிகளிலுள்ள இலக்கியங்கள் மாத்திரமின்றிச் சிங்கள இலக்கியமும் தமிழ் மாணவர் ஒப்புநோக்க வேண்டியதொன்றாகும்.

தமிழைத் தாய்மொழியாகக் கொள்வோரின் ஒப்பியல் இலக்கிய ஆராய்ச்சிகள் இவ்வாறிருக்க மேனாட்டார் சிலரின் முயற்சிகளைக் குறிப்பிடுதல் அவசியம். தமிழிலக்கியத்திலும் இந்தோ–ஆரிய இலக்கியத்திலும் கார்காலம் என்ற ஒப்பியற் கட்டுரையைப் படித்தார் ஜோர்ஜ் எல். ஹார்ட் என்னும் அமெரிக்க ஆராய்ச்சியாளர். ஒப்பியல் இலக்கிய ஆய்வுக்குச் சிறந்த எடுத்துக்காட்டாக விளங்கியது அவரது கட்டுரை. தமிழ், பாகதம், சம்ஸ்கிருதம் ஆகிய மொழிகளிற் காணப்படும் கார்காலத்தைப் பற்றிய அகப்பொருட் பாக்களை ஒப்புநோக்கி, அவற்றின் ஒற்றுமை வேற்றுமைக்குக் காரணங்களைக் காட்டி, தமிழிலிருந்தே வடமொழிக்கு இத்துறையைச் சார்ந்த பொருள் சென்றிருத்தல் வேண்டும் எனத் தக்கபடி அவர் விளக்கினார். தொகை நூல்களிற் காணப்படும் அகத்திணைச் செய்யுட்களைச் சிறப்பாகக் கற்க இத்தகைய ஆய்வு வழிகாட்டும் என்பதில் ஐயமில்லை. ஹார்ட் போன்ற இளைய தலைமுறையைச் சேர்ந்த மேனாட்டுத் தமிழாராய்ச்சி மாணவரிடத்திற் காணப்படும் சிறப்பியல்பு யாதெனில் தமிழபிமானத்தையும்

நிதானத்தையும் ஒருங்கிணைக்கும் உணர்வமைதியாகும். வடமொழியிலக்கியங்களையும் தமிழிலக்கியங்களையும் ஒப்பு நோக்குமிடத்து உணர்ச்சி நிலையில் அன்றி அறிவு நிலையினின்று நோக்கும் சமநிலை அவர்களிடத்துக் காணப்படுகிறது. கார்கால வரவை யொட்டிப் பிரிவுத் துயரினால் வாடும் தலைவியரையும் அவர்தம் அகநிலைகளையும் இயற்கையோடு இணைத்துக் காட்டும் கவிப்பொருள் மரபு வடமொழித் தொகை நூல்களிலும் – குறிப்பாகப் பாகதச் செய்யுட்களிலும் உள்ளன. இம்மரபு ஏறத்தாழக் கி.பி. நான்காம் நூற்றாண்டளவிலேயே தமிழிலிருந்து அவ்விலக்கியங்களுக்குச் சென்றிருத்தல் வேண்டும் என்று ஹார்ட் கூறியபொழுது, அது வெறும் தமிழபிமானமாகவன்றி ஒப்பியல் ஆய்வின் வெளிப்பாடாகவிருந்தது. கால ஆராய்ச்சியும் குணநல ஆராய்ச்சியும் ஒருங்கிணைந்த பார்வை அவர் ஆய்வை வழிநடத்தியுள்ளது.

மிகப் பழமையான தமிழ்ச் செய்யுட்களை ஹார்ட் ஒப்பு நோக்கி ஆராய்ந்ததுபோல, நவீன கவிதைகளாம் பாரதி படைப்புக்களை ஒப்பு நோக்கி விளக்கினார் ரஷ்ய இந்தியவியல் ஆய்வாளர், பேராசிரியர் இ.பி. செலிஷெவ். ‘பாரதி கவிதைகள் – இந்திய இலக்கிய வளர்ச்சியில் தோன்றிய புதிய போக்குகளுக்கு எடுத்துக்காட்டு’ என்ற கட்டுரையில் வட இந்திய மொழிகளிலே பாரதிக்கு நிகராகக் கவி பாடிய சிலரை ஒப்பியல் நோக்கில் ஆராய்ந்தார் செலிஷெவ். இந்தியக் கவிஞரை முதலில் மொழியடிப்படையிலோ அன்றிப் பிரதேச அடிப்படையிலோ ஒப்பிடுவதும், அதன் பின்னர் பிறநாட்டுக் கவிஞருடன் ஒப்பிட்டாய்வதும் பயன் தரவல்ல முயற்சியாயிருக்கும் என நினைவூட்டிய அவர், பாரதியை வடஇந்தியக் கவிஞருடன் ஒப்பு நோக்கிச் சில முடிபுகளைத் தெரிவித்தார்.

> . . . இவ்வாறு மேற்கூறிய ஒப்பு நோக்கின் அடிப்படையிலே, பாரதியின் தேசபக்திக் கவிதைகளை இந்தியாவின் பிறமொழிக் கவிதைகளுடன் சீர்தூக்கிப் பார்க்குமிடத்து, தமிழகத்தின் மகாகவி தேச விடுதலை இயக்கத்தால் உணர்வூட்டப்பெற்ற இந்திய இலக்கிய மேதைகளின் முதல் வரிசையில் இடம் பெறுகிறார் என்பது உறுதிப்படுகின்றது.

இம்முடிபிற்குக் காரண காரிய விளக்கங் காட்டிய செலிஷெவ், தாகூர், நஸ்ருல் இஸ்லாம், மைதிலி ஷரண் குப்தா, சூரியகாந்த் திரிபாதி, பாலகிருஷ்ண சர்மா, மகன்லால் சதுர்வேதி, ஹரியவுதின் முதலிய வங்காள, இந்திக் கவிஞருக்கும் பாரதிக்கும்

பொதுவியல்புகளும் முன் மாதிரிகளும் ஒத்த தன்மையாய் விளங்கியமைக்குச் சரித்திரக் காரணிகளை எடுத்துக்காட்டினார். "இவ்வெழுத்தாளர்களிடையே நேரடித் தொடர்பு இல்லாமலே இவர்களுடைய இலக்கியப் படைப்புக்களில் ஒத்த வடிவங்கள் வளரலாயின." பொதுவியல்புகளுக்கு விளக்கங் கூறியதுபோலவே பாரதியின் தனிச் சிறப்புக்களுக்கும் விளக்கம்கூற முயன்றார் செலிஷெவ். "அரசியல் தெளிவுடன் சமுதாயப் பொருட்செறிவு மிக்க கருத்துக்களை, ஏனைய இந்தியக் கவிஞர்களுக்கு முன்னதாக, பாரதி தமது எழுத்துக்களிலே வெளியிட முடிந்ததற்குக் காரணம் என்ன?" ஒப்பியல் ஆராய்ச்சியாளனொருவன் அவசியம் கேட்க வேண்டிய கேள்வி இது. இத்தகைய தடை விடைகளால் பாரதியின் சிறப்பைச் சான்று காட்டி நிறுவிய செலிஷெவ், பாரதியிடம் குடிகொண்டிருந்த வரலாற்றுணர்வே அவரைச் சில விஷயங்களை நன்கு உணர்ந்த முதற்பெரும் இந்தியக் கவிஞராக்கியது என்றார். சமீப காலத்தில் வளர்ந்துவரும் பாரதியாய்வுகளில் இக்கட்டுரை குறிப்பிடத்தக்கது.

உலகத் தமிழாராய்ச்சிக் கருத்தரங்குகளில் மொழியியல்துறை பற்றிய ஒப்பியல் ஆய்வுகளே இன்றும் பெருவழக்காயுள்ளன. ஒப்பியல் ஆராய்ச்சியென்றால் மொழியியல் ஆய்வு என்றே பொதுவான அபிப்பிராயமும் நிலவுகிறது. இந்தியவியலைப் பொறுத்தளவில் ஒப்பியல் ஆய்வானது மொழியியற்றுறையில் ஆரம்பித்தமை இம்மனப்பதிவுக்குக் காரணமாயிருக்கலாம். ஆனால், ஒப்பியல் ஆய்வென்பது உண்மையில் ஓர் ஆராய்ச்சி முறையே ஆகும். மேனாட்டிற் சென்ற நூற்றாண்டிலே சமூகவியலும் மானிடவியலும் பெருவளர்ச்சியுற்றமைக்குக் காரணமே ஒப்பியல் ஆய்வு முறைதான். ஃபிறேஸர், டைலர், றொபட்ஸன்சிமித், துர்க்கைம் முதலியோர் 'உலகமளாவிய' மானிடவியற் செய்திகளை ஒப்புநோக்கியே சமூகவியக்கத்தின் நியதிகள் பலவற்றையும் பண்டைக்காலச் சமூக நிறுவனங்களின் உண்மையையும் கண்டறிந்து நிறுவினர். புராதன சமுதாயங்களின் வளர்ச்சிப் படிகளை வகுத்துக் கூறிய மோர்கன் என்பார், பல நூற்றுக்கணக்கான சமூகங்களின் இயக்கப்பாடுகளை ஒப்புநோக்கியே அவற்றிற்குப் பொதுவான விதிகளைக் கூற முற்பட்டனர். சமூகவியல் மாத்திரமின்றி, டார்வினது பரிணாமக் கொள்கையும் அடிப்படையில் ஒப்பியலைத் துணையாகக் கொண்டதே.

சென்னையில் நடந்த கருத்தரங்கிலே கலை, இலக்கியத் துறைகளில் ஒப்பியல் ஆய்வு மகிழ்ச்சியூட்டும் வகையில் அமைந்திருந்தது. மேலே குறிப்பிட்ட முக்கியமான கட்டுரைகளைத் தவிர, சி.வி. இராஜசுந்தரம் (இலங்கை) எழுதிய "தற்காலத் தமிழ்க்

கவிதைகளில் மேனாட்டுச் செல்வாக்கு", ஆர். ரமணி (சிங்கப்பூர்) வாசித்த "பண்டைத் தமிழ்ப் பட்டினங்கள் – சில முற்குறிப்புகள்" ஜனாப் கே.பி.எஸ். ஹமீத் வாசித்த "இரு மரபுவழிக் கதைப் பாடல்களின் கட்டமைப்பு," ஹேர்மான் பேர்கெர் (மேற்கு ஜெர்மனி) எழுதிய "ரிஷ்ய சிருங்கர் கதை ஒரு திராவிடப் பழமரபுக் கதை," டாக்டர் என்.வி. ராஜகோபாலன் (ஆக்ரா) சமர்ப்பித்த "பரத நாட்டியத்திலும் சம்ஸ்கிருதச் செய்யுளிலும் காணும் தொல்காப்பிய அகப்பொருட் செல்வாக்கு," கருத்தரங்கையொட்டி பி.ஆர். சுப்பிரமணியன் (கேரளம்) எழுதிய "மக்கள் பாடல்கள் – இலக்கியத்தின் முன்னோடிகள்" என்ற கட்டுரைகள் பொதுவாகக் கூறுமிடத்து ஒப்பியற் கண்ணோட்டம் உடையனவே. இவை எதிர்கால ஆராய்ச்சி பற்றி நம்பிக்கை தருவனவாக உள்ளன. எனவே நான் குறிப்பிட்டுள்ளது போல ஒப்பியல் இலக்கியத்திலும் ஒப்பியல் மொழியியலே கருத்தரங்கில் முக்கியத்துவம் பெற்றது. 'புத்தம் புதிய' கலையாகிய மொழியியல் சிறப்பிடம் பெறுவதில் வியப்பெதுவுமில்லை. சுமார் பத்துக் கட்டுரைகள் ஒப்பு மொழியியற்றுறையைச் சார்ந்தனவாக இருந்தன. இவற்றுள்ளும் பெரும்பான்மை பிறநாட்டு நல்லறிஞரால் எழுதப்பட்டவை. நா. வானமாமலை ஒரு சந்தர்ப்பத்திற் குறிப்பிட்டிருப்பதுபோல, "இத்தயை ஆராய்ச்சிகளை அந்நிய ஆராய்ச்சியாளர்களிடமே விட்டுவிட்டு நாம் வாளா விருப்பது நமக்குப் பெருமையளிக்காது. நாமே இத்துறையில் முன்னேற வேண்டும்."

மொழியியல், இலக்கியம் என்ற துறைகளில் ஒப்புநோக்கு அத்தியாவசியமாய் இருப்பதுபோலவே வாய்மொழி இலக்கியத் துறையிலும் அது மிக முக்கியமானதாகும். நாடோடிப் பாடல்கள், நாட்டார் பாடல்கள், நாட்டுப்புறப் பாடல்கள், மக்கள் இலக்கியம், கிராமிய இலக்கியம், பாமரர் பாடல்கள் என்றெல்லாம் நாமகரணஞ் செய்யப்பட்டுள்ள வாய்மொழிப் பாடல்கள் ஒப்பியல் ஆய்வினால் புத்தொளியும் புதுவிளக்கமும் பெறக்கூடியன. நா. வானமாமலை, பேராசிரியர் வி.ஐ. சுப்பிர மணியன், பி.ஆர். சுப்பிரமணியன், கு. அழகிரிசாமி முதலியோர் இத்துறையில் அவ்வப்போது முயற்சிகள் கைக்கொண்டிருக் கின்றனர். இவர்களோடு செக் நாட்டு ஆராய்ச்சி மாணவரான ஜான் பிலிப்ஸ்கியையும் குறிப்பிடலாம். தமிழ் நாட்டிற் காணும் கட்டபொம்மன் பாடற் பிரதிகளை ஒப்பு நோக்குவதில் ஈடுபட்டுள்ளார் பிலிப்ஸ்கி.

செம்மை சான்ற இலக்கியங்களிலே பொதுவியல்புகள் காணப்படுவதிலும் பார்க்க, வாய்மொழிப் பாடல்களிலே உலகப் பொதுவான முனைக் கருத்துக்கள் (*motifs*) காணப்படும். புராதனவியற் பண்பு வாய்ந்த இக்கருத்துக் கூறுகள் சமுதாயப்

பொருண்மை உடையன. இவற்றையும் இவை தோன்றக் காரணமாக இருந்த சமூக அமைப்பையும் வரையறை செய்யவும் நுண்ணாய்வு செய்யவும் ஒப்புநோக்குப் பேருதவியாயிருக்கும். அதுமட்டுமல்லாது இவ்வாய்வுகள் இலக்கிய ஆராய்ச்சிக்கும் துணையாயமைவன. விபுலாநந்த அடிகள், வ. குமாரசாமி, காலஞ் சென்ற பேராசிரியர் க. கணபதிப் பிள்ளை, தெ.பொ. மீனாட்சி சுந்தரனார் முதலியோர் தமிழிலக்கியங்களிற் காணப்படும் வாய் மொழிப் பாடற் செல்வாக்கினையும், மேலே கூறிய முனைக் கருத்துக் களையும் அங்கங்கே சுட்டிக் காட்டியிருக்கின்றனர். இவருள் முதல் மூவரும் இலங்கையர். சென்னைக் கருத்தரங்கிலே பேராசிரியர் வி.ஐ. சுப்பிரமணியன் தமது உரையிலே பின்வருமாறு கூறினார்:

> வாய்மொழிப் பாடல்களின் முக்கியத்துவத்தை எமது இலக்கிய வரலாற்றாசிரியர்கள் காலங்கடந்தே உணர்ந்துள்ளனராயினும், பரந்துபட்ட முறையிலே தமிழிலக்கிய வரலாற்றை எழுத இவ்வுணர்வு உதவுமெனலாம் ... தமிழ்நாட்டில் வழங்கிவரும் பழமொழிகள், நல்லுரைகள் என்பனவற்றை யொத்தவை திருக்குறள், பழமொழி நானூறு முதலிய அற நூல்களிலும் வேறு சில நூல்களிலும் காணப்பெறுகின்றன. சிலவற்றை வாய்மொழியாகவே கேட்கலாம். சிலவற்றை இலக்கிய நூல்களிற் பார்க்கலாம். இவற்றை ஒப்பு நோக்கி யாராய்ந்தால் இவை மக்களிடமிருந்தும் பெறப்பட்டனவா அன்றி, பாகதம், சம்ஸ்கிருதம் முதலிய பிறமொழிகளிலிருந்து கடன் வாங்கப்பட்டனவா என்னுங் கேள்விக்கு விடை காண உதவியாயிருக்கும்.

உலகத் தமிழாராய்ச்சிக் கருத்தரங்கு தனது பெயருக்கியைய உலகமளாவியதா யிருப்பதற்கு ஒப்பியல் ஆய்வு இன்றியமையாதது என்பதை இதுவரை நடந்தேறிய இரு கருத்தரங்குகளும் உறுதிப்படுத்தியுள்ளன. இவ்வுணர்வு நல்ல சகுனம். அதை நழுவ விடுவது எம்மவர்க்கு ஏற்றதாகாது.

அண்மைக் காலத்திலே தமிழ் இலக்கியக் கல்வியிலும் ஆராய்ச்சியிலும் காணப்படும் குறிப்பிடத்தக்க ஒரு போக்கு, ஆங்கில இலக்கியப் பயிற்சியும் பரிச்சயமும் உடையோர் சிலர் தமிழிலக்கியத் துறையில் ஈடுபாட்டுடன் உழைக்க முன் வருவதாகும். ரா.ஸ்ரீ. தேசிகன் போன்ற இரண்டொருவர் முன்னரும் இத்தகைய முயற்சிகள் சிலவற்றை மேற்கொண்டிருப்பினும் கடந்த சில வருடங்களுக்குள்ளேயே இப்போக்கு முனைப்பாய்த் தோன்றுகிறது.

இதுகாலவரை நமது நாடுகளில் ஆங்கில இலக்கியப் புலமையுடன் விளங்கியோர், சுயமொழி இலக்கியங்களை உன்னிப்பாக ஆராய்வதிலும் அவற்றின் தாரதம்மியத்தை உறுதியாகத் தெரிந்துகொள்வதிலும் கவனஞ் செலுத்தவில்லை. அவர்களிடத்து ஒருவிதமான 'உயர்வு மனப்பான்மை' குடிகொண்டிருந்தது. கீழைத்தேய நாடுகளில் அடிப்படையான ஆங்கில இலக்கியக் கல்வியும் பயிற்சியும் ஓரளவு அவசியமேயெனினும், கீழைத்தேய இலக்கியங்களுடன் ஆங்கில இலக்கியத்தைத் தொடர்புபடுத்தி அவற்றைச் சிறப்பாகப் புரிந்துகொள்வதற்கு உகந்த உறுதுணையாக ஆங்கிலப் பயிற்சியை மேற்கொள்ளும் முறையே நிலைத்த பயனைத் தரும் என்னும் உண்மை இப்பொழுது சிலரால் உணரப்பட்டு வருகிறது. இவ்வுணர்வு ஒப்பியல் ஆய்வுக்குச் சாதகமானதாகும்.

இதன் விளைவாகப் பல்கலைக் கழகங்களிலுள்ள ஆங்கில, தமிழ், மொழியியல் துறைகளிலே ஒப்பியல் ஆய்வுகள் கூடுதலாக மேற்கொள்ளப்பட்டு வருகின்றன. மாணாக்கரிடையே ஒப்பியல் நோக்கைக் கூர்மைப்படுத்தும் வகையில் சில துறைகளிலே ஒப்பியல் இலக்கியம் பாடநெறிகளில் ஒன்றாக்கப் பட்டுள்ளது. இதன் நேரடி விளைவாகப் பட்ட முன்மாணவர் நிலையில் பயன்படக் கூடிய சில நூல்கள் வெளிவந்துள்ளன. டாக்டர் இராம. பெரியகருப்பன் (தமிழண்ணல்) எழுதிய *ஒப்பிலக்கிய அறிமுகம்* (1973), *சங்க இலக்கிய ஒப்பீடு: இலக்கியக் கொள்கைகள்* (1975), டாக்டர் கோ. சுந்தரமூர்த்தியின் *பழந்தமிழ் இலக்கியக் கொள்கைகள்: ஓர் ஒப்பியல் ஆய்வு* (1974), கதிர். மகாதேவன் எழுதிய *ஒப்பிலக்கிய நோக்கில் சங்க காலம்* (1975), க.ப. அறவாணன் எழுதிய *கவிதை கிழக்கும் மேற்கும்* (1975) என்பன குறிப்பிடத்தக்கன. இவையனைத்தும் ஒரே தரத்தன என்றோ ஒப்பியல் நோக்கில் நிறைவுடையன என்றோ கூறுவதற்கில்லை. ஆயினும் பெருகிவரும் ஒப்பிலக்கிய ஆய்வு நூல்களுக்கு உதாரணங்கள் என்பதில் தடையில்லை.

பல்கலைக் கழகத் தொடர்புடையோருள் டாக்டர் வி. சச்சிதானந்தன், டாக்டர் கே. செல்லப்பன், டாக்டர் எஸ். இராமகிருஷ்ணன் ஆகியோரது ஆய்வுக் கட்டுரைகள் நன்கமைந்தவை. மதுரைப் பல்கலைக் கழகத்திலே கே. செல்லப்பன் நடத்திய ஆராய்ச்சி, "இளங்கோவும் ஷேக்ஸ்பியரும் – துன்பியல் நோக்கில் ஒப்பாய்வு" என்னும் வடிவம் பெற்றுள்ளது. *கம்பனும் மில்டனும்* (1956) என்னும் தமிழ் நூலை எழுதிய எஸ். இராமகிருஷ்ணன், அதே பொருளை ஆழமாக ஆராய்ந்து சமர்ப்பித்த ஆராய்ச்சிக் கட்டுரையே

அவருக்கு டாக்டர் பட்டத்தைப் பெற்றுக் கொடுத்தது. அக்கட்டுரை நூல் வடிவம் பெற்றுள்ளது. அமெரிக்கக் கவிஞர் ரொபர்ட் ஃப்ரொஸ்ட் *(Robert Frost, 1874-1963)*, சுப்பிரமணிய பாரதியார் இருவரையும் ஒப்பிட்டு டாக்டர் என். சுப்ரமணியன் எழுதியுள்ள ஆராய்ச்சிக் கட்டுரையும் இங்குக் குறிப்பிடத்தக்கதே. *கீதையும் குறளும்* (1971) என்னும் நூலை டாக்டர் எம். முத்துராமன் வெளியிட்டுள்ளார். மேலே குறிப்பிட்ட ஆராய்ச்சிக் கட்டுரைகள் யாவும் ஆங்கிலத்திலேயே எழுதப்பட்டவை. எனினும் டாக்டர் தி.சு. நடராஜன், டாக்டர் தா.வே. வீராசாமி, மா. செண்பகம் முதலியோர் அவ்வப்போது தமிழிலும் ஒப்பியல் சார்ந்த கட்டுரைகளை எழுதிவருதல் கவனித்தற்குரியதே. குறிப்பாகப் பழந்தமிழ்ப் பாட்டுக்களையும் கிரேக்க இசைப் பாக்களையும் ஒப்புநோக்கிச் செல்வி செண்பகம் ஆராய்ந்துள்ளமை விதந்துரைக்கத்தக்கது. வேகம் பெற்றுவரும் ஒப்பியல் ஆராய்ச்சி வளர்ச்சிக்கு இவை சில உதாரணங்கள் எனலாம்.

இன்றைய நிலையிலே, ஆங்கில, அமெரிக்க இலக்கியங்களோடு நமது படைப்புக்களை ஒப்புநோக்கி ஆராயும் அதே வேளையில், ஆசிய ஆப்பிரிக்க இலக்கியங்களையும் கருத்திற்கொள்ள வேண்டியது அவசியமாகும். கடந்த மூன்று தஸாப்த காலத்திற்குள் அந்நிய ஏகாதிபத்தியங்களிடமிருந்து அரசியல் விடுதலை பெற்றுள்ள ஆசிய ஆப்பிரிக்க – மூன்றாவது உலக – நாடுகளின் இலக்கிய வளர்ச்சியிலே ஒற்றுமை வேற்றுமைகள் பல உண்டு. வரலாற்றியல், சமூகவியல் அடிப்படையிலான ஒப்பியல் ஆய்வுகளுக்கு இவ்விலக்கியங்களைக் கற்றாராய்தல் இன்றியமையாததாகும். அவ்வாறு நடந்தால்தான் ஒப்பிலக்கிய ஆய்வு 'சூக்கும' நிலையிலிருந்து 'ஸ்தூல' நிலைக்கு வரும்.

●

3

தமிழ் வீரயுகப் பாடல்கள்

1911ஆம் ஆண்டில் கேம்பிரிட்ஜ் பல்கலைக் கழகத்திற் பேராசிரியராக இருந்த எச்.எம். சாட்விக் என்பார் (Heroic Age) *வீரயுகம்* என்ற நூலை வெளியிட்டார். பழம் ஜெர்மானியரது காவியப் பாடல்களை ஆராய்ந்த அவர், அவற்றைக் கிரேக்க ஆதிகவியாம் ஹோமருடைய காவியங்களுடன் ஒப்புநோக்கி, இரு மொழியிலெழுந்த வீரகாவியங்களும் வாய்மொழியிலக்கியமாகத் தோன்றியவை என்று பல சான்று காட்டி நிறுவினார். அவரது அம்முயற்சி, பல மொழிகளிலுள்ள காவியங்களையும் பாடல்களையும் ஒப்பு ஆராய்ச்சி செய்வதற்கு வழி காட்டியது. சாட்விக் காட்டிய வழியைப் பின்பற்றி அவரது மேற்பார்வையில் ஆராய்ச்சி நிகழ்த்திய என்.கே. சித்தாந்தா என்பார் வடமொழி இதிகாசங்களாம் *ராமாயணம், பாரதம்* ஆகியன வீரகாவியங்களென்றும், வாய்மொழியிலக்கியங்கள் என்றும் கூறியதோடமையாது, அவற்றைப் பிற வீரகாவியங்களுடன் ஒப்பு நோக்கியும் ஆராய்ந்தனர். சாட்விக் காட்டிய பாதையில் சிலாவிக் வீரப் பாடல்களும், ஐஸ்லாந்து ஐதிகக் கதைகளும் நன்கு ஆராயப்பட்டன. அதன் பின்னர் சுமேரியப் பாடல்களும் வீரகாவியங்களாக நிரூபிக்கப்பட்டன. அண்மைக் காலத்தில் ஆப்பிரிக்கக் குலத்தவர் பலரிடையே வழங்கும் கதைப்பாடல்கள் வீரப்பாடல்கள் என்ற வகையிலும், வாய்மொழிப் பாடல்கள் என்ற அடிப்படையிலும் அதிகமாக ஆராயப்பட்டு வருகின்றன. இத்தகைய ஒரு பின்னணியிலேயே சான்றோர் செய்யுட்களை

வீரயுகத்துக்குரியனவாகக் கொண்டு அவற்றைக் கிரேக்க ஆதிகாவியங்களுடன் ஒப்பு நோக்க முனைந்தேன்.

தமிழ்க் கவிதைகளுக்கும் கிரேக்கப் பாடல்களுக்கும் ஒப்புமைகள் இருப்பது அவ்வப்போது சிலராற் குறிப்பிடப் பட்டுள்ளது. தென்னிந்திய மொழிகளைப் பற்றிக் கட்டுரையொன் றெழுதிய ஜி.யூ. போப்பையர் 1885இல் பின்வருமாறு கூறினார்:

> பழந்தமிழ்ப் பாடல்களின் உணர்வு நிலையும் அவை தோன்றிய காலத்துச் சமுதாய நிலையும் அவற்றுக்குச் சமமான கிரேக்க பாடல்களுடன் பெரிதும் ஒப்புமையுடையனவாகக் காணப்படுகின்றன.

1923இல் தென்னிந்தியா பற்றிய வரலாற்று நூல் ஒன்று வெளியிட்ட எஸ். கிருஷ்ணசாமி ஐயங்கார் “சங்கச் சான்றோர் செய்யுட்கள், ஹோமரது இலியாது காவியந் தோன்றுவதற்கு ஆதாரமாகவிருந்த வீரக் கதைகளை ஒத்தனவாயுள்ளன” என்று குறிப்பிட்டார். அவரை அடுத்துச் சித்தாந்தா தமது *(Heroic Age of India)* *இந்திய வீரயுகம்* என்ற நூலிலே, தமிழ்ப் புறத்திணைப் பாடல்கள், “பிறமொழிகளிலுள்ள வீரப் பாடல்களுடன் ஒப்புநோக்கி ஆராயப்படுந் தகைமையுடையன” என்றார். சித்தாந்தா தமிழரல்லாதவராதலின், *புறநானூறு, புறப்பொருள் வெண்பாமாலை* முதலியன பற்றி ஆங்கிலம் மூலம் அறிந்தவற்றைக் கொண்டு அவ்வாறு கூறினார். ஐரோப்பிய காவியங்களை நன்காராய்ந்து எழுதியவர்களான சாட்விக், டபிள்யூ. பி. கேர், அபெர்குரொம்பி முதலிய ஆசிரியரைத் தமிழுலகிற்கு அறிமுகப்படுத்திய எஸ். வையாபுரிப் பிள்ளை, 1952இல் திருவனந்தபுரம் பல்கலைக் கழகத்தில் நிகழ்த்திய *காவிய காலம்* என்ற சொற்பொழிவுத் தொடரில், சாட்விக்கின் *வீரயுகம்* என்ற நூலைக் குறிப்பிட்டு “வீரயுகத்திற்கு உரியனவாகச் சாட்விக் பேராசிரியரால் தமது ‘ஹிரோயிக் ஏஜ்’ என்ற நூலிற் கூறப்பட்டுள்ள சில இயல்புகள் அனைத்தும் முற்சங்க இலக்கியங்கள் சித்திரிக்கும் சமுதாயத்தில் உளவாதல் காணலாம்” என்றார். 1958ஆம் ஆண்டு இலண்டன் பல்கலைக் கழகத்தில் *எட்டுத்தொகை* பற்றி ஆய்வுரை சமர்ப்பித்த ஜே.ஆர். மார், கிரேக்க பாடல்களைப் போலப் பழந்தமிழ்ச் செய்யுட்களும் வாய்மொழியிலக்கியமாக இருந்திருக்கலாம் என்று குறிப்பிட்டுள்ளார். பழந்தமிழ்க் கவிதைகளில் இயற்கை பற்றி ஆராய்ந்த பேராசிரியர் தனிநாயக அடிகளாரும், பழந்தமிழ்க் காதல் பற்றி ஆராய்ந்த கலாநிதி வ.சுப. மாணிக்கனாரும் தத்தம் நூல்களில் இடையே கிரேக்க நூல்களிற் காணப்படும் ஒப்புமைக் கருத்துக்களைச் சுட்டிச் சென்றனர்.

போப்பையரிலிருந்து கலாநிதி மார் வரை, மேற்கண்டவாறு சில அறிஞர் கிரேக்க இலக்கியங்களுக்கும் தமிழ் நூல்களுக்குமுள்ள ஒப்புமைகளைக் குறிப்பிட்டனரெனினும் அப்பொருள் பற்றித் தனியாக எவரும் ஆராய்ந்தாரல்லர். அது மட்டுமன்று; கிரேக்க ஆதி காவியங்கள் பற்றிய ஆராய்ச்சியும் கடந்த முப்பது நாற்பது ஆண்டுக் காலத்தில் புதுப்புது வழிகளிற் சென்றுள்ளது. அவ்வாராய்ச்சிகளின் பண்பையும் பயனையும் கவனிப்பதும் முக்கியமானதாகும்.

இதுகாலவரை தெரியவந்துள்ள வீரயுகங்களுள் காலத்தால் முந்தியது கிறித்துவிற்குமுன் மூவாயிரம் ஆண்டளவிலே மெஸொப்பொத்தேமியாவில் நிகழ்ந்த சுமேரிய வீரயுகமாகும். அதற்கடுத்தபடியாகக் கிறித்துவிற்கு முன் ஈராயிரமாண்டுகளுக்கு முன்பின்னாகக் கிரேக்கத்தில் நிகழ்ந்த வீரயுகத்தைக் கொள்ளலாம். வட இந்தியாவில் இதிகாசங்கள் குறிக்கும் வீரயுகத்தையும் தவிர்த்தால், கால வரிசையில் அடுத்தபடியாக அமைவது பழந்தமிழரது வீரயுகமாகும். இது கிறித்துவிற்கு எழுநூறு ஆண்டுகள் முன் தொடங்கியிருக்கலாம். ஆயினும், பெரும்பாலும் கி.மு. ஆறாம் நூற்றாண்டளவில் இது நிகழ்ந்தது எனக் கருதுவது பொருத்தமாகும். உலகின் பிற பகுதிகளிற் காணப்படும் வீரயுகங்களும், அவற்றைச் சேர்ந்த பாடல்களும், கிறித்துவிற்குப் பின் பல நூற்றாண்டுகள் கழிந்தே தோன்றியன. அந்த வகையில், கால ஒழுங்கின்படி தமிழரது வீரயுகம் புராதன சுமேரியர், கிரேக்கர் முதலியோரின் வீரயுகங்களுடன் ஒருசேர வைத்து நோக்கும் பெருமையுடையது எனலாம்.

வீரயுகத்துக்குரிய பழைய வீரப்பாடல்கள் அனைத்தும் வாய்மொழியிலக்கியமாகவே அமைவன என்பதை முதன் முதலில் ஐயத்திற்கிடமின்றி நிறுவியர் மில்மன் பரி என்ற அமெரிக்கர். செம்மை சான்ற உயர்தனிக் கவிதைகளாம் கிரேக்க ஆதி காவியங்கள் எழுத்தறிவில்லாத வாய்மொழிக் கவிஞராற் குல மரபுத் தொழிலாகப் பாடல்பெற்றன என்று ஆணித்தரமாக 1927இல் அவர் எடுத்துக் கூறியபோது அறிஞருலகம் திடுக்கிட்டது. ஆயினும் காலப்போக்கில் பரியின் முடிவு சரியானதே என்பது உறுதிப்பட்டு வந்துள்ளது. மில்மன் பரி யூகோசிலாவியாவில் காடுமேடெல்லாம் திரிந்து, வாய்மொழியிலக்கியங்களைக் கேட்டு ஒலிப்பதிவு செய்தவர்; எழுதிக்கொண்டவர். அவற்றை ஆழமாக ஆராய்ந்ததன் விளைவாகவே அவற்றிற்கும் கிரேக்க ஆதி காவியங்களுக்கும் பற்பல ஒப்புமைகள் இருப்பதைக் கண்டார். நாட்டுப்புறத்து நாடோடிப் பாடகர்களின் கலையின் துணைகொண்டு பண்டைப் புலவனது கலையை விளக்கினார் அவர். அந்த வகையில் ஒப்பிலக்கிய ஆய்வில் சாட்விக், பரி

ஆகிய இருவரும் தனிச் சிறப்பானவர்கள். அவர்கள் கையாண்ட ஆராய்ச்சிமுறை பண்டைத் தமிழ்ச் செய்யுட்களை நன்கு ஆராய்வதற்கும் விளங்கிக்கொள்வதற்கும் பேருதவியாயுள்ளது.

கிரேக்க ஆதிகாவியங்களைப் படிக்கும்பொழுது, அவற்றில் மீண்டும் மீண்டும் வந்து வழங்கும் அடைமொழி புணர்த்த பெயர்களும் **(noun epithets)** மரபுத் தொடர்களும் **(formulae)** நிறைந்திருக்கக் காண்கின்றோம். உதாரணமாக *ஒதீசி* காவிய நாயகனைக் குறிப்பிடுமிடங்களில் 'நெடுநாட் கவலும் ஒடீசியஸ்' என்றும், அவனது காவற்றெய்வத்தை 'ஒளிக்கண் அதீனி' என்றும், மானவீரன் ஹெக்டரைப் 'புகழ்சால் ஹெக்டர்' என்றும், நெஸ்டொர் என்பானைத் 'தேருடைய கெரெனியன் நெஸ்டொர்' என்றும், மெனெலாஒஸ் என்பானை 'உரத்த போர்க்குரல் மெனெலாஒஸ்' என்றும், இவைபோலப் பிற வகையிலும் கவிஞர் பாடக் காணலாம். மக்கள் மட்டும் இவ்வாறு மரபுத் தொடர்களால் வழங்கப்படுபவர் அல்லர்; பொருள்களும் அடை புணர்த்தனவாயுள்ளன. 'பொன் மலி துரோய்', 'பொற்றூண் மனை', 'உவைன் நிறக் கருங்கடல்', 'செவ்விரல் வைகறை', 'கண்ணகன் ஞாலம்', 'ஒள்ளிய கால்கள்', 'நீள நிழல் எஃகம்', 'தேவாமிர்த இரவு' போன்றவை பொருட்பெயர்கள் அடைபுணர்ந்து வருவதற்கு உதாரணம். ஆயிரக்கணக்கிலுள்ள இத்தகைய மரபுச் சொற்றொடர்களைக் கருவியாகக் கொண்டு வேகமாகப் பாடிச் செல்வதே வாய்மொழிப் புலவர் உத்தியாகும். துரோய் நகரத்து வீரன் ஹெக்டர் என்று பாடவேண்டிய சந்தர்ப்பம் வந்ததும், "பொன்மலி துரோய் புகழ்சால் ஹெக்டர்" என்று அழுத்தந் திருத்தமாகச் சொற்கள் தகுந்தபடி வந்தமையும், மில்மன் பரி கூறினார்:

> பிற வாய்மொழிப் புலவர் யாரையும் போலவே ஹோமருக்கும் பாடுவதென்றால் நினைவுகூர்வதாயிருந்தது; வீரகாவியப் பாடல் மரபைத் தமக்களித்துச் சென்ற முந்தைய புலவரது சொற்கள், சொற்றொடர்கள், அடிகள் முதலியவற்றை நினைந்து பயன்படுத்துவதே அவரது பாடல் முறையாயிருந்தது.

இவ்வாறு மரபுத் தொடர்களும் கருத்துக்களும் மீண்டும் மீண்டும் வருதல் வாய்மொழி இலக்கியத்தின் முக்கியமான பண்புகளில் ஒன்று. அதாவது திரும்பக் கூறல் உலகெங்கிலும் வாய்மொழியிலக்கியத்தின் இன்றியமையாத கூறாகக் கொள்ளப்படுகிறது. இதற்கு முதற்றேவையாக வாய்மொழியிலக்கியப் பாடல்கள் ஒவ்வொரு காலப்பகுதியிலும்

ஏறத்தாழ ஒரே தன்மையான யாப்பில் அல்லது பாவகையில் அமைந்திருக்கக் காணலாம். கிரேக்க காவியங்கள் பாடப்பெற்ற அறுசீரடிப்பா (hexameter) பல வழிகளில் எமது அகவற் பாவை ஒத்துள்ளது. சான்றோர் செய்யுட்கள் பெரும்பான்மை (அகம் புறம் என்ற வேற்றுமையின்றி) அகவலில் அமைந்திருப்பதால், அடைமொழி புணர்த்த பெயர்களும் தொடர்களும் வெவ்வேறு கவிஞர்க்கும் பொதுவானவையாகக் காணப்படுகின்றன. இதன் காரணமாகவே பிரெஞ்சு நாட்டுத் தமிழறிஞர் மெயில் பின்வருமாறு கூறியுள்ளார்:

> (சான்றோர் செய்யுட்களைப் பொறுத்தவரையில்) புலவரின் தனிநடைச் சிறப்பை (style) ஆதாரமாகக் கொள்ளக்கூடாது. ஒவ்வொரு புலவனுக்கும் உரிய தனிப் பண்பை, நடைச் சிறப்பியல்பை இதுகாலவரை கண்டறிய முடியாதுள்ளது. யாவும் ஒரே உற்பத்திச் சாலையிலிருந்து வெளிப்போந்தன போலத் தோன்றுகின்றன. நடைப் பொதுமை அவ்வளவு உயர்ந்து காணப்படுகிறது.

இக்கூற்றைச் சிறிது விளக்குவோம். சங்க இலக்கியங்கள் பற்றி எழுதிய தமிழறிஞர் பலர், பரணர், கபிலர், நக்கீரர், ஔவையார், மாங்குடி மருதன் முதலியோர் சிறந்த புலவர்கள் என்று கொண்டு அவரது “கவிச் சிறப்புகளை” விதந்து கூறியுள்ளனர். ஆனால் சான்றோர் செய்யுட்களை நுணுகி ஆராயும்பொழுது, இப்‘பெரும்புலவர்களும்’ நூற்றுக்கணக்கான பிற புலவோர் பயன்படுத்திய சொற்கள், சொற்றொடர்கள், அடிக்கருத்துக்கள், உவமை உருவகங்கள் ஆகியவற்றைப் பயன்படுத்தியிருக்கக் காணலாம். உதாரணமாக, ‘பாரி பறம்பிற் பனிச்சுனைத் தெண்ணீர்’ (பாரிவள்ளலின் பறம்பு மலையிடத்துளதான குளிர்ந்த சுனையின் கண் உள்ள தெளிந்த நீர்) என்ற நாற்சீரடி, ‘பெரும்புலவர்’ கபிலரால் மட்டுமன்றி, மிளைக்கந்தன் (குறுந்தொகை 196), நன்னாகனார் (புறம். 175) முதலியோராலும் கையாளப்பட்டுள்ளது. கிரேக்க ஆதிகாவியங்களிற் காணப்படுவது போலவே சான்றோர் செய்யுட்களிலும் உயர்திணைக்குரிய மக்கள் தேவருக்கு மட்டுமன்றி அஃறிணைப் பொருட்களுக்கும் அடை சேர்க்கப்பட்டிருக்கிறது. சில குறிப்பிட்ட அடைகள் அழகும், யாப்பின் தேவையும் கருதிப் பலபெயர்களுக்கு அடையாகவும் அமைவதுண்டு. உதாரணமாக **இயல்தேர்** என்னுஞ் சீர் மற்றொரு சீராக அமையும் பின்வரும் ஆடவரைச் சிறப்பித்துள்ளது: பொறையன், வழுதி, சென்னி, குமணன், வளவன், அண்ணல், குரிசில், தந்தை, குட்டுவன், கொண்கன், நன்னன், செழியன், பொருநன், மோரியர், அழிசி,

அதியன். இப்பதினாறு பெயர்களும் நன்கு செய்யப்பட்ட தேரையுடையவர் என்பது பொருளன்று; இயல் தேர் மரபு வழிவரும் பயன்பாட்டு அடைத் தொடராகவே நிற்கிறது எனல் வேண்டும். இது போலவே பல பொருட் பெயர்களுக்கும் பொதுவான அடை உதாரணம் பார்ப்போம்: 'கல்லெனல்' தமிழ்ச் செய்யுட்களில் ஆரவாரம், பரபரப்பு ஆகியவற்றை உணர்த்தும் ஓசைக் குறிப்பாகும். அகவற் பாவில் முதற் சீராய் அடுத்துவரும் சீருக்கு அடையாய் நிற்பது. "கல்லென்" என்பது பின்வரும் பொருட்களைச் சிறப்பித்துள்ளது: பேரூர் (இது சிலப்பதிகாரம் போன்ற அகவல் யாப்பிலமைந்த பிற்கால நூல்களிலும் மரபுத் தொடராய் வருவது), பாசறை, பொருநை, சேரி, பாக்கம், கறங்குமணி, ஞாட்பு, கௌவை, சீறூர், கம்பலை, கடம், துவலை, கானன், விடிவு, ஊர். 'கல்லெண் சும்மையர்' என்ற தொடரும் காணப்படுகிறது (அகம் 86:18). இத்தகைய சான்றுகள் அடைபுணர்த்த பெயர்களும் மரபுச் சொற்றொடர்களும் மீண்டும் மீண்டும் வருவதை ஐயத்துகிடமின்றி நிரூபிக்கின்றன. இவற்றுக்கு மேலும் சில உதாரணங்கள் காட்டுவோம்.

அடைமொழி புணர்த்த பெயர்கள்

வெண்கோட்டி யானை

வெண்டலைப் புணரி

நெடுந்தேர் அஞ்சி

சிறியிலை நெல்லி

வாய்வாள் வளவன்

பல்வேற் சாத்தன்

கடியுடை வியனகர்

மரபுத் தொடர்

ஆசாகு எந்தை யாண்டுளன் கொல்லோ

கருவிவானம் தண்டளி தலைஇய

கடும்பகட்டியானை நெடுந்தேர்க் குட்டுவன்

படலைக் கண்ணிப் பரேரெறுழ் திணிதோள்
முடலை யாக்கை முழுவலி மாக்கள்

இத்தகைய நூற்றுக்கணக்கான அடைமொழி புணர்த்த பெயர்களும் தொடர்களும் சான்றோர் செய்யுட்களில் மீட்டும் மீட்டும் பயின்றுவரக் காணலாம். சொற்கள் இவ்வாறு பயின்று

வரவே உவமை, உருவகம், பொருள், அடிக்கருத்து (themes) ஆகியனவும் மீட்டும் மீட்டும் வருதல் இயல்பேயன்றோ?

அடைமொழி புணர்த்த பெயர்களும் தொடர்களும் மீட்டும் மீட்டும் வருவது போலவே அடிக்கருத்துக்களும் மீட்டும் மீட்டும் அமைந்துவருவன. இவ்வாறிருப்பதன் காரணமாகவே சான்றோர் செய்யுட்களைத் திணை, துறை என்னும் பிரிவுகளுக்குள் தொகுத்து வகுத்தனர் இலக்கண ஆசிரியரும் உரைகாரரும். குறிஞ்சித் திணைக்குப் புணர்தலும், பாலைக்கு உடன் போக்கும், வெட்சிக்கு ஆநிரை கவர்தலும் எனத் திணைகளுக்கு ஏற்ற ஒழுக்கமும், அவற்றின் உபபிரிவுகளாகத் துறைகளும் வகுக்கப்பட்டுள்ளன. சிற்சில குறிப்பிட்ட துறைகளை அல்லது பாடற்பொருள்களை அடிப்படையாகக் கொண்டே அக்காலக் கவிஞர் பாடினர் என்பதனை இவ்விலக்கணப் பாகுபாடு தெளிவாகக் காட்டுகின்றது. வெல்ஷ் வீரப்பாடல்களிலும் இத்தகைய அமைதியைக் காணலாம். தமிழ்ச் சான்றோருடன் பல துறை ஒப்புமையுடையவராகக் காணப்படும் முற்கால வெல்ஷ் கவிஞர் வாய்மொழி யிலக்கியமாகப் பெருந்தொகையான பாடல்களை விட்டுச் சென்றனர். அவை யாவும் துறைகளாக வகுக்கப்பட்டுள்ளன என்று *Book of Leinster* என்ற நூல் கூறும். படையெடுத்தல், எரிபரந்தூட்டுதல், காட்சி, உடன்போக்கு, உண்டாட்டு, காதல் முதலியன அவற்றிற் சில. இத்தகையதொரு போக்கைப் பண்டை ஐரிஷ் ஐதிகக் கதைகளிலும் காணலாம். "தாவுகின்ற பரிமாவின் மீதிவர்ந்து சென்று, தரணிபரும் அரிவையரும் உருக இசை பொழிந்த" இப்பண்டைப் பாடுநர்கள் தமது பாடல்களைத் துறைகளின் அடிப்படையிலேயே அமைத்திருந்தனராம்.

ஆநிரை கவர்தல், வீரச் செயல்கள் புரிதல், தும்பைப்போர், கொள்ளையடித்தல், காதற் செயல்கள், படையெடுப்பு, உடன்போக்கு, வெறியயர்தல், உண்டாட்டு, வெள்ளப்பெருக்கு முதலியவற்றை அடிப்படையாகக் கொண்டவை அவற்றுட் பல. இவற்றிற்கும் பழந்தமிழ்ச் செய்யுட்களுக்கும் உள்ள ஒப்புமை வெளிப்படை. இத்தகைய ஒப்புமைகள் தற்செயலாக நிகழ்வன அல்ல. சான்றோர் செய்யுட்களைப் போலவே முற்கால வெல்ஷ், ஐரிஷ் பாடல்களும் அவர்களது வீரயுகத்துக்குரியன. எனவே, கவிமரபிலும் பொருளமைதியிலும் ஒப்புமைகள் காணப்படுவது தவிர்க்க முடியாததே. பண்டைக் கிரேக்க காவியப் பாடல்களும் சிற்சில அடிக்கருத்துக்களை (themes) ஆதாரமாகக் கொண்டே தோன்றி, காலப் போக்கிற் பெருங் காப்பியமாக உருப்பெற்றன

என்பர். இலியாது, ஒதீசி ஆகியவற்றிற் பல கிளைக் கதைகள் இருப்பதும் முன்கூறிய உண்மையை வற்புறுத்தும்.

'சங்கச்' சான்றோர் செய்யுட்கள் தொடக்கத்தில் வாய்மொழி வாயிலாகவே பிறந்து வளர்ந்து நடந்திருத்தல் வேண்டும் என்பது பல காரணங்களால் உறுதிப்படுகின்றது. சான்றோர் செய்யுட்களில் பாடலைக் குறிக்கும்போதெல்லாம் அவை வாயாற் பாடப்படுவனவாகவன்றி எழுதப்படுவனவாகக் குறிப்பிடப்படாமை முதற்கண் அவதானிக்கத்தக்கது. தமிழக நிலப்பரப்பில் பல நூற்றாண்டுகளாகத் தமிழர் தொடர்ந்து வாழ்ந்துவந்துள்ளனர் என்பது யாவரும் ஒப்பமுடிந்த உண்மை. தமிழரது நாகரிக வளர்ச்சியையே சான்றோர் செய்யுட்களில் காணக்கூடியதாக உள்ளது. ஒரு சிறு உதாரணங் காட்டலாம். புறப் பாடல்களில் 'தோல்' என்னும் சொல் போர் வீரர் தம்மைப் பாதுகாத்துக்கொள்ளப் பயன்படுத்தும் கேடயத்தைக் குறிப்பது. மரத்தாலும் உலோகத்தாலும் கேடயங்கள் செய்யப்படுமுன் மிருகங்களின் தடிப்பான கடினமிக்க தோலினாலேயே கேடங்களைச் செய்தனர். இந்திய ஆதிவாசிகள் மத்தியிலும், சில ஆப்பிரிக்க குலத்தவர் மத்தியிலும் இத்தகைய 'தோல்' இன்னும் பயன்படு பொருளாயிருக்கக் காணலாம். சான்றோர் செய்யுட்களில் தோல், பலகை, உலோகம் ஆகியவற்றால் செய்யப்பட்ட கேடயங்கள் பற்றிய செய்திகள் உள. பிற்காலத்தில் தோலினாற் கேடயங்கள் செய்யும் வழக்கம் மறைந்தபோதும் தோல் என்ற சொல் நிலைத்து விட்டது. இஃது மொழியியலாளர் நன்கறிந்த உண்மை. பழங்காலத்திலே இலை, குழையினால் காதணிகள் செய்து அணிந்தனர். பிற்காலத்தில் பொன்னாற் செய்த காதணியையும் காதோலை, குழை என்றெல்லாம் வழங்கினர்; கிராமப் புறங்களில் இன்றும் இச் சொற்கள் வழக்கிலுள.

பல்வேறு காலத்துக்குரியனவான வாழ்க்கைச் செய்திகள், கதைகள், நம்பிக்கைகள் முதலியன ஒரே பாடலிலோ, அன்றி ஒரே தொகுதியிலுள்ள பாடல்களிலோ கலந்து காணப்படும்பொழுது அவற்றைக் கால இட வழு என்பதிலும், அவை மரபுச் செய்திகள் என்பதே பொருத்தமாகும். பல தலைமுறைகளுக்குரிய செய்திகள் செவிவழிச் செய்திகளாகவும் வாய்மொழிச் செய்திகளாகவும் நிலவிவந்துள்ளன. சான்றோர் செய்யுட்கள் இவ்வுண்மைக்குச் சிறந்த உதாரணங்கள் எனலாம். வாய்மொழி இலக்கிய மரபு, வழி வழி வரும் பாடுநரால் பேணி வளர்க்கப்படுவதொன்று. அது காலத்தையொட்டிய சிற்சில மாற்றங்களுடன் பெரும்பாலும்

ஒப்பியல் இலக்கியம்

மரபு நெறி பிறழாதது. வாய்மொழி இலக்கியம் பண்டு தொட்டு வளர்ந்து வந்ததொன்று என்பது,

> பண்படும் பண்டும் பாடுநர் உவப்ப

என்ற பெருந்தலைச் சாத்தனார் சொற்களால் (புறம். 151) புலப்படும். முன்பேயும் பாடுவார் மகிழக் கொடை கொடுத்த மன்னன் ஒருவன் செய்தி கூறப்படும்பொழுது அம்மன்னன் பற்றிய இலக்கிய மரபு நிலவி வந்துள்ளமை பெறப் படுகிறது.

பண்டைத் தமிழ்ச் செய்யுட்கள் வாய்மொழி இலக்கியங்களே என்பதை எடுத்துக்காட்ட, இன்னும் இரண்டொரு சான்றுகளைக் காட்டலாம். **யாப்பு** என்ற சொல்லை எடுத்துக்கொள்வோம். 'யா' என்னும் வினையடியினின்றும் அமைந்த இச்சொல் கட்டுகை, செய்யுள் என்று பொருள்படுவது. பண்டைக் காலத்திலே "பாட்டை யாத்தார்" என்று கூறுவர். யாத்தல் என்றால் பிணித்தல், செய்யுள் முதலியன அமைத்தல், சொல்லுதல் என்றெல்லாம் பொருள் உண்டு. சான்றோர் இலக்கியங் கண்டு எழுந்த பேரிலக்கண நூலாம் *தொல்காப்பியத்தில்* இவ்வழக்குகளைத் தெளிந்து கொள்ளலாம். உதாரணமாகப் பொருளதிகாரம் மரபியலில்,

> பல்வகை யானும் பயன்தெரி புடையது
> சூத்திரத் தியல்பென யாத்தனர் புலவர்

என்னுமிடத்து, 'யாத்தனர் புலவர்" என்பது "கூறினர் புலவர்" என்றே பொருள்படும். யாப்பு என்பது வாயாற் கூறப்படும் செய்யுளாகும். மாலை கட்டுவது போலவும், துணி தைத்தல் போலவும் சொற்களைக் கொண்டு பாட்டுக் கட்டுபவனே வாய்மொழிப் புலவன். பண்டையக் கிரேக்கத்திலும் *rhapsode* என்னும் பதம், பாட்டுத் தைப்பவன் என்றே நேர் பொருளபடும். இத்தகையோர் வாய்மொழிப் புலவராகவே இருந்தனர்.

இனி, **கிளவி** என்னும் சொல்லை எடுத்துக்கொள்வோம். சான்றோர் செய்யுட்களில் கிளவி, கூற்று ஆகிய இரண்டும் ஒரு பொருளுடையவாய்ப் பயின்று வருவன. பேசுதல், மொழிதல், எடுத்துரைத்தல் என்று பொருள்படும் இச்சொற்கள் வாய்மொழியையே சிறப்பாகக் குறிப்பன என்பது வெளிப்படை. கிளவி என்பது ஓர் அகப்பொருள் துறை என்பதும் மனங்கொளத்தக்கது. கிளவி என்பது தனியொரு சொல்லினை மட்டுமன்றி ஒரு முழுப் பாடலையுமே குறித்தது. உதாரணமாக *நற்றிணைப்* பாடலொன்றிலே (282) 'கிளவி' என்னுஞ் சொல் வழங்கப்பட்டிருக்குமாற்றைக் கவனிக்கலாம்:

அருநோய்...
வணங்குறு கழங்கின் முதுவாய் வேலன்
கிளவியில் தணியின் நன்று மன்...

தோழி கூற்றாய இப்பாடலில், "முருகவேளின் முன்பு இடப்பட்ட கழற்சிக் கொட்டையைக் கொண்டு ஆராய்ந்து கூறும் சிறந்த அறிவு வாய்ந்த வேலனது கூற்றால் (பாட்டால்) நோய் தணியப்படுமாயின் அது மிக நல்லதேயாம்" என்று கூறப்படுகிறது. வேலனது வாய்மொழிப் பாடலைக் கிளவி எனப் புலவர் குறிப்பிடுவது உற்று நோக்கத்தக்கது. சான்றோர் இலக்கியஞ் செய்த காலத்தில் கிளவி, கூற்று என்பன ஒருபொருட் சொற்கள். இவை சொல், பேச்சு, வாய்மொழிப்பாடல் முதலியவற்றைக் குறித்தன.

யூகோசிலாவிய வாய்மொழிப் பாடகர்களுக்கிடையே ஆராய்ச்சி செய்துள்ள பேராசிரியர் லோட் இது குறித்துப் பின்வருமாறு கூறியுள்ளார்: "அக்கவிஞரைப் பார்த்து, சொல் என்பதற்குப் பொருள் யாது என்றால், தெரியாது என்பர்; அல்லது ஒரு தனிச் சொல்லையோ, சொற்றொடர்களையோ உதாரணங்காட்டுவர். அவை கூற்று எனப்படும். அதாவது கவிக் கூற்றுகளும் முழுக்கவிதையும் 'கிளவி' அல்லது 'கூற்று' என்றே வழங்கப்படும்."

வாய்மொழிப் புலவரது கலையை உடனிருந்து அவதானித்து ஆராய்ந்த பேராசிரியரின் கண்டுபிடிப்பு, தொல்காப்பியர் கருத்தை ஒத்ததாகவே உள்ளது. சான்றோர் செய்யுட்கள் வாய்மொழி இலக்கியங்கள் என்பது இதனால் உறுதிப்படுகின்றதன்றோ?

பன்மொழிகளிலுள்ள வீரயுகப் பாடல்களை நன்கு ஆராய்ந்துள்ள பேராசிரியர் சி.எம். பௌரா அவற்றிற்குப் பொது வாகப் பின்வரும் எட்டு அம்சங்கள் இருப்பதைக் காட்டியுள்ளார்.

1. ஒரு நிகழ்ச்சியை அல்லது கதையை எடுத்துக் கூறுவதாக இருத்தல்.

2. பெரும்பாலும் வீரயுகத்திலே தோன்றியனவாக இருத்தல்.

3. சிறிய விஷயங்களையும் நுணுக்கமாக வருணிப்பதாயிருத்தல்; உதாரணமாக வருவோர் போவோரை உபசரிக்கும் முறை, ஆடை அணிகலன்கள், உண்டாட்டு, புரவி, யானை ஆகியன இயற்கையோடமைய வருணிக்கப்படுதல். சுருங்கக் கூறின் பருப்பொருள்கள் நன்கு சித்திரிக்கப்படுதல்.

4. கவிஞன் தன் கூற்றாகக் கவிதை பாடியிருப்பினும் பெரும்பகுதிப் பாடல்கள் பாத்திரங்களின் கூற்றாக இருத்தல்.

5. தொடர்கள், கருத்துக்கள் ஒரே தன்மையனவாக மீண்டும் வருதல். (அவை ஒரோவழி சிறிது மாறியும் விரவியும் வரும்.)

6. பாடல்கள் அடியுடன் அடிசேரப் பொருள் நிறை பெறு மட்டும் நிமிர்ந்து செல்லுதல்.

7. பாடலின் தலைமகன் வீரபுருடன்; புகழெனின் உயிருங் கொடுக்கும் அவனது ஆண்மையும் புகழுமே பாடலின் விழுமிய பொருளாயிருத்தல்.

8. உண்மையை உரைப்பதாகவே அமைந்திருத்தல்; செவிவழியாகவோ அன்றிக் கண்ணாற் கண்ட புலக்காட்சி யினாலோ நிகழ்ந்தவற்றைக் கூறுவதாகவே அமைந்து கிடப்பன; அதனாலே பிற்காலக் காவியங்களிலும், முற்காலப் பாடல்கள் வரலாற்றுச் செய்திகளை அதிகம் உடையனவாக உள்ளன.

பௌரா கூறியுள்ள அம்சங்களும் சான்றோர் இலக்கியத்திற் சரிவரப் பொருந்தியிருக்கக் காணலாம். மேற்கூறிய அம்சங்கள் எட்டினையும் இருபெரும் பிரிவிற்குள் அடக்கிக் கொள்ளுதல் கூடும். ஒன்று, பாடல்களின் மொழி நடை, யாப்பு, காலம், இலக்கிய நெறி முதலியன சம்பந்தமானது. மற்றொன்று, பாட்டுடைத் தலைவர்கள், அவர்தம் வாழ்வியல், குறிக்கோள் உடைமை முதலியன சம்பந்தமானது.

சுருங்கக்கூறின் வீரப்பாடல்களின் உருவமும் உள்ளடக்கமும் ஒப்புமையுடையனவா யுள்ளன. கிரேக்க மொழி யுட்படப் பிறமொழிகள் பலவற்றில் உள்ள வீரயுகப் பாடல்கள் சில தலையாய நாயகர்களது வீரத்தையும் புகழையும் விதந்து கூறுவனவாயிருப்பதைக் காண்கிறோம். அதுபோலத் தமிழ் வீரப்பாடல்களிலும் கரிகாலன், நெடுஞ்செழியன், நெடுஞ்சேரலாதன் முதலிய சிலரே முழுமையான பாத்திரங்களாக வார்க்கப்பட்டுள்ளமை நோக்கத்தக்கது. உதாரணமாக, தமிழ் வீரப்பாடல்களில் இடம்பெறும் தலைமக்கள், பெரியோர் ஒழுக்கத்து மாறானவற்றிற்கு நாணுபவராய், பழியஞ் சுபவராய்த் தமக்கென ஓர் அறக்கோட்பாடு உடையவராய்க் காணப்படுகின்றனர். நாண், பழி, அறன் ஆகிய சொற்கள் ஈண்டுக் கவனிக்கத்தக்கன. கிரேக்க காவியங்களிற் பயிலும் *Aidos, Nemesis, Dike* ஆகிய சொற்கள் முற்கூறிய தமிழ்ச் சொற்களுக்கு நேரான பொருளுடையன. அதுபோலவே சான்றோர் செய்யுட்களில் பால்வரை தெய்வம் சிறப்பானதோர் இடத்தைப் பெற்றுள்ளது. கிரேக்கச் சொல்லான *Moira* எல்லா வகையிலும் இதனை ஒத்துள்ளது. இவற்றை எல்லாம் உற்று நோக்கும்பொழுது உலகின்

பல பகுதிகளிலே தோன்றிய வீரயுகப் பாடல்களுக்கு நிகராகத் தமிழிலக்கியத்திற் சிறப்பு பொருந்திய சான்றோர் செய்யுட்கள் அமைந்துள்ளமை உறுதிப்படும். இறுதியாகக் குறிப்பிட்ட **சான்றோர்** என்னும் சொல்லையே எடுத்து நோக்கின், அது வீரர், உயர்ந்தோர், சிறந்தவர் என்று பொருள்படுவதைக் காணலாம். பண்டைக் கிரேக்கப் பாடல்களில் வழங்கும் *Agathos* என்ற சொல் இதற்கு நேர்ப் பதமாகும்.

பிறமொழிகளிலுள்ள வீரயுகப் பாடல்களைப் படிப்பதாலும், அவை பற்றிய ஆராய்ச்சிகளைத் தெரிந்துகொள்வதாலும் ஆரம்ப நிலையிலிருக்கும் தமிழ் வீரயுகம் பற்றிய ஆராய்ச்சி பெரிதும் பயனடையும். அதே சமயத்திற் பிறமொழியாராய்ச்சியாளரும் தமிழிலக்கியச் சான்றுகளினாற் பயன் பெறுவர் என்று கூறுவதில் தவறிருக்காது என்றே எண்ணுகிறேன். ஏனெனில், வீரயுகப் பாடல்களின் ஆராய்ச்சியானது தொடக்கத்திலிருந்தே ஒப்பிலக்கிய ஆய்வாகவே இருந்துவந்துள்ளது.

4

இரு கோட்பாடுகள்

புதுமைப் பெண்ணைப் பற்றிப் பாட வந்த பாரதியார் வீராவேசத்தோடு ஓரிடத்திலே, "நாணும் அச்சமும் நாய்கட்கு வேண்டுமாம்" என்றார். தமது சமுதாயத்திற்கும் நாட்டிற்கும் வீர சுதந்தரம் வேண்டி நின்ற கவிஞர், தமிழ்ப் பெண்கள் "விலகி வீட்டிலோர் பொந்தில் வளர்வதை" விரைவில் ஒழிக்க வேண்டுமென்று குரலெழுப்பினார். அச்சம், மடம், நாணம், பயிர்ப்பு ஆகியன பல நூற்றாண்டுக் காலமாகப் பெண்மையின் இலக்கணங்களாக எமது இலக்கியத்திலே பாராட்டப் பெறுவதை மனத்திற் கொண்டே நவயுகக் கவியான பாரதியார், நாணும் அச்சமும் யாருக்கும் வேண்டாம் என்றார். மேற்கூறிய மெல்லியல்புகள் நான்கனுள்ளும் நாண் என்பதே சிறப்பாகக் கொள்ளப்பட்டு வந்துள்ளது. "உயிரினுஞ் சிறந்தன்று நாணே" என்று தேற்றத்துடன் கூறுகிறது தொல்காப்பியம். இவ்வாறு பெண்பாற்குரியதாகக் கூறப்படும் நாண் சான்றோர் செய்யுட்களிலே ஆண்களுக்கு முரியதாகக் கூறப்படுவதை நாம் காண்கிறோம். சான்றோர் செய்யுட்களின் வழிவந்த திருக்குறளிலும் ஒழிபு இயலிலே உயர்ந்தோருக்கு உரிய குணங்களில் ஒன்றாக நாண் உடைமை தனி அதிகாரமாக வகுக்கப்பட்டுள்ளது.

> ஊண்உடை எச்சம் உயிர்க்குஎல்லாம் வேறல்ல
> நாண்உடைமை மாந்தர் சிறப்பு.

இதன் பொருள்: ஊண், உடை, உறக்கம், அச்சம், காமம் ஆகியன மக்களுயிர்க்கெல்லாம் பொது; ஆனால் நன்மக்கட்குச் சிறப்பியல்பு நாணுடைமையே

க. கைலாசபதி

என்பதாகும். திருவள்ளுவர் தமக்கேயுரிய முறையில் அதன் சிறப்பைக் கூறியுள்ளார்.

“பெண்கள் விடுதலைக் கும்மி” என்னும் பாடலில் கற்பைப் பற்றிப் பாரதியார் பின்வருமாறு கூறுகிறார்:

> கற்பு நிலையென்று சொல்லவந்தார் – இரு
> கட்சிக்கும் அஃது பொதுவில் வைப்போம்.

கற்பைப் பற்றிப் பேசினால் அது ஆணுக்கும் பெண்ணுக்கும் பொதுவாக இருத்தல் வேண்டும் என்றார். பிற்காலத்தில் எவ்வாறாக அமைந்திருந்தாலும் சான்றோர் செய்யுட்களில் நாண் “இரு கட்சிக்கும் பொதுவில்” வைக்கப்பட்டிருப்பதைக் காணலாம்.

சான்றோர் செய்யுட்கள் தமிழகத்து வீரயுகத்தைப் பிரதிபலிக்கும் சொல்லோவியங்கள். போரின் அடிப்படையிலேயே அன்றைய சமுதாயம் வாழ்ந்தது. இடைவிடாத போரின் மத்தியில் சில இலட்சியங்கள் நிலவத்தான் செய்தன. கற்றானைக் கற்றான் காமுறுவதுபோல் வீரனை வீரன் மதிக்கும் பண்பு வீரயுகத்தின் இலட்சியமாக இருந்தது. போரென்பது வாழ்க்கை முறையாக அமைந்துவிடவே அதற்குச் சில விதிகளும் ஒழுங்குகளும் ஏற்பாடுகளும் அத்தியாவசியமாயிருந்தன. இவை ஏட்டில் வரையப்பட்ட சட்டதிட்டங்களல்ல. சமூகத்திலே யாவராலும் பொதுவாக ஏற்றுக்கொள்ளப்பட்ட நடைமுறை விதிகள். சமயங்களின் வளர்ச்சியைத் தொடர்ந்து தர்மம், அதர்மம், பாவம், புண்ணியம் முதலிய கோட்பாடுகள் மனிதனது சிந்தனைகளையும் செயல்களையும் பாதிப்பது போல வீரயுகத்திலே மனிதரது உறவுகளின் அடிப்படையிலே எழுந்த சில நம்பிக்கைகள் அவர்களின் செயல்களைப் பாதித்தன. அத்தயை நம்பிக்கைகளில் ஒன்றுதான் நாண்.

நாண் என்றால் என்ன? சாதாரணமாக வெட்கம், கூச்சம் என்று பொருள் கூறப்படும். ஆயினும் எதற்காக வெட்கப் படுவது, கூச்சப்படுவது என்று கேட்பது இயல்பே. பழைய உரை யாசிரியரான இளம்பூரணர் மேல்வருமாறு விளக்கந் தந்துள்ளார்:

> ஒப்பு முதலாக நுகர்ச்சியீறா அவ்வழிவரும் சொல்லெல்லாம் நாட்டின் வழங்குகின்ற மரபினானே பொருளை மனத்தினான் உணரினல்லது மாணாக் கர்க்கு இது பொருள் என வேறுபடுத்தி ஆசிரியன் காட்டலாகாத பொருளுடைய ‘நாண்’ என்றது பெரியோர் ஒழுக்கத்து மாறாயின செய்யாமைக்கு நிகழ்வதோர் நிகழ்ச்சி; அதுவும் காட்டலாகாது.

அதாவது நாண் என்றால் இன்னது எனக் காட்ட முடியாதென்றும், அது ஒரு குறிப்பிட்ட சமுதாயத்திலே பிறந்து வளர்ந்தவர் அனுபவத்தின் மூலம் உணர்ந்தறிவதென்றும் கூறுகின்றனர் உரையாசிரியர்.

ஒழுக்கமும் வாய்மையும் நாணும் இம்மூன்றும்
இழுக்கார் குடிப்பிறந் தார்

என்னும் குறளுக்கு (952) உரை கூறப் புகுந்த பரிமேலழகர் மேல்வருமாறு கூறுகிறார்:

உயர்ந்த குடியின்கண் பிறந்தார் தமக்குரிய ஒழுக்கம்,
மெய்மை, நாண் எனப்பட்ட இம்மூன்றன் கண்ணும்
கல்வியான் அன்றித் தாமாகவே வழுவார்.

இவ்விடத்தில் நாணோடு தொடர்புடைய **பழி** என்னுஞ் சொல்லையும் சிறிது நோக்குவோம். நாணைப் போலவே பழியென்னும் கோட்பாடும் ஒருவனுடைய செயல்களைக் கட்டுப்படுத்துந் தன்மை யுடையது. ஆயினும் இரண்டும் இருவேறு நிலையிலுள்ளன.

நாண் என்பது ஒருவன் தனது செயலைப் பற்றித் தான் மனத்திலே கொள்ளும் உணர்ச்சியாகும். அந்த வகையில் அது மனசாட்சி போன்றது. நாண் மனத்திலுள்ளவன் இவ்வாறு ஒழுகமாட்டான் எனக் கூறும்பொழுது அது ஒருவனுடைய அக நிலையைக் குறிக்கின்றது. ஈழத்துப் பூதன் தேவனார் அகநானூற்றுப் பாடலொன்றில் (231) இவ்வகை நிலையினைத் தெளிவாக வருணித்துள்ளார்.

நல்லிசை வலித்த நாணுடை மனத்தர்

'நல்ல புகழைக் கருதிய நாணையுடைய மனத்தர்' என்று தலைவன் தோழி வாயிலாகப் புகழப்படுகிறான். மான உணர்ச்சிமிக்க வீரரை "நாணுடை மறவர்" எனப் புலவர் பல இடங்களில் வருணித்துள்ளனர்.

போர்ப்பறை கேட்டவுடன் தாமதியாது புறப்பட்டுச் செல்பவர்கள் மானமிக்க மறவீரர் என்றும், பூக்கோள் குறித்த தண்ணுமை ஒலி கேட்கும்வரை தாமதித்துச் செல்பவர்கள் 'நாணுடைந்த மாக்கள்' என்பதும் அக்காலக் கொள்கை. உதாரணமாக, நொச்சிநியமங்கிழார் பாடிய புறப் பாடலில் (293) 'நாணுடை மாக்கள்' என்னுந் தொடர், நாணுடைந்த மாக்களைக் குறிக்கும் எதிர்மறைக் குறிப்பு மொழியாக அமைந்துள்ளது. நாணுடைந்தவர்களை 'மாக்கள்' எனக் குறிப்பிடுவது கவனிக்கத்தக்கது. மாக்கள், மக்களினின்றும்

வேறுபடுபவர்; அவர் பகுத்தறிவிலார்; 'மாவும் மாக்களும் ஐயறிவினவே' என்பது *தொல்காப்பியம்.* மக்கள் ஐம்பொறி யுணர்வோடு மனவறிவுமுடையவர். இதனாலேயே 'நாணுடை மனத்தர்' என்றார் பூதந்தேவனார். 'நாணுடை நெஞ்சம்' என்பார் கழத்தலையார். இவற்றை நோக்கும்போது நாண் என்பது ஒருவனது மனப்பக்கும் சம்பந்தமானதாகத் தோன்றுகிறது. இதனை மனங்கொண்டே பொய்யாமொழியாரும்,

நாண்அகத்து இல்லார் இயக்கம் மரப்பாவை
நாணால் உயிர்மருட்டி யற்று

என்றார். அதாவது, "நெஞ்சத்தே நாணில்லாத மக்கள் இயக்கம், நாணுடைய பாவை இயக்கம் போல்வதல்லது உயிரியக்கம் அன்று" என்பதாம். எனவே, நாண் என்பது தான் சம்பந்தமானது எனலாம். இது குறளிலே கட்டுரைக்கப்பட்டுள்ளது.

பிறர்நாணத் தக்கது தான்நாணான் ஆயின்
அறம்நாணத் தக்கது உடைத்து.

காண்பவரும் கேட்பவருமாகிய பிறர் நாணத்தக்க பழியை ஒருவன் தான் நாணாது செய்வானேயானால், அது அவனைவிட்டு அறம் அகன்றுவிடத்தக்க குற்றமாகும். பரிமேலழகர் கூறுகின்றார்: "தான் எனச் செய்வானைப் பிரிக்கின்றார் ஆகலின் 'பிறர்' என்றார். நாணொடு இயைபு இல்லாதானை அறம் சாராது என்பதாம்." பிற்காலக் கருத்துக்களையுஞ் சேர்த்துக் கூறுகின்றாரெனினும் நாண், பழி, புகழ், அறம் ஆகியவற்றுக்கிடையுள்ள தொடர்பையும் பிணைப்பையும் தெளிவாக்கியுள்ளார் உரையாசிரியர்.

பழி என்பது ஒருவன் தனது செயலைப் பற்றிப் பிறர் யாது கருதுவரோவெனக் கொள்ளும் அச்சமாகும். நாண் ஒருவன் தனது செயல் குறித்துக் கூச்சப்படும் உணர்ச்சியாயின், பழி அது குறித்து அவன் உலகிற்கு அஞ்சுவதாகும். இதனடிப்படையிலே பழியஞ்சுவது என்னுந் தொடரும் வழங்குவதாயிற்று. பிற்காலத்திலே சமயக் கருத்துக்கள் வேரூன்றிய பின்னர், பழியொடு பாவம் என்னும் கோட்பாடும் சேர்ந்து 'பழிபாவம்' என்னும் தொடர்மொழி நிலவலாயிற்று.

அஞ்சுவது அஞ்சாமை பேதைமை அஞ்சுவது
அஞ்சல் அறிவார் தொழில்

என்ற குறளின் உரையில், "பாவமும் பழியும் கேடும் முதலாக அஞ்சப்படுவன பலவாயினும்" எனக் கூறிச் செல்லும் பரிமேலழகர், பாவத்தினையும் பழியினையும் இணைத்துச் சொல்வதும் கவனிக்கத்தக்கது. எனவே, பழி என்பது பிறர் சம்பந்தமானது எனலாம். வீரயுகத்திலே புலவர்கள், மன்னர் முதலியோரது

செயல்களை எடைபோடும்பொழுது நாண், பழி, புகழ் முதலிய கோட்பாடுகளின் அடிப்படையிலேயே தமது கருத்துக்களைக் கூறினர். இப்பண்புகள் தலையாலங்கானத்துச் செருவென்ற நெடுஞ்செழியனின் "குடிபழி தூற்றுங் கொடுங்கோன்மையும், புலவர் பாடும் புகழ் பெறாமையும் இரவலர்க்கீயாமையும் ஒரு வேந்தனைக் கீழ்மைப் படுத்துவன" என்னும் உணர்வுடன் கூறிய புறப்பாட்டில் (72) தெளிவாகத் தெரிகின்றன.

நகுதக் கனரே நாடுமீக் கூறுநர்
இளைய நிவனென வுளையக் கூறி
படுமணி இரட்டும் பாவடிப் பணைத்தாள்
நெடுநல் யானையும் தேரும் மாவும்
படையமை மறவரும் உடையம் யாமென்
றுறுதுப் பஞ்சா துடல்சினஞ் செருக்கிச்
சிறுசொற் சொல்லிய சினங்கெழு வேந்தரை
அருஞ்சமஞ் சிதையத் தாக்கி முரசமொ
டொருங்ககப் படேஎ னாயிற் பொருந்திய
என்னிழல் வாழ்நர் சென்னிழற் காணாது
கொடியனெம் மிறையெனக் கண்ணீர் பரப்பிக்
குடிபழி தூற்றும் கோலே னாகுக
ஓங்கிய சிறப்பி னுயர்ந்த கேள்வி
மாங்குடி மருதன் றலைவ னாக
உலகமொடு நிலைஇய பலர்புகழ் சிறப்பிற்
புலவர் பாடாது வரைகவென் னிலவரை
புரப்போர் புன்கண் கூர
இரப்போர்க் கீயா வின்மையா னுறவே.

நாண் இல்லாதவனுக்கும் பழியஞ்சாதவனுக்கும் புகழ் சேராது என்பது அக்கால நம்பிக்கை. அக்கால மக்களைப் பொறுத்தவரையில் புகழையே உயிரினும் மேலாக மதித்தனர். எனவே புகழுக்குத் தடையாக இருக்கும் செயல்களை இயல்பாகவே விடுத்தனர். நடைமுறையில் வீரர் யாவரும் இவ்வுயரிய இலட்சியங்களைக் கைப்பிடித்தனரென்று நாம் துணிந்து கூற முடியாது. இத்துணை நெடுங்காலத்திற்குப் பின் உண்மையறிவது இலகுவன்று. ஆயினும், சான்றோர் செய்யுட்களில் இவ்விலட்சியங்களே பெரிதும் போற்றப்படுகின்றன. எந்த ஒரு சமூகமும் சட்டதிட்டங்களும் நடைமுறை ஒழுங்குகளுமின்றி நிலைத்து வாழ முடியாதாகலின், வீரயுகத்திலே மேற்கூறிய நம்பிக்கைகள் பெரும்பாலும் நிலவின எனக் கருதலாம். அதே சமயத்தில் புலவர்களும் இவ்விலட்சியங்களைப் பிரசித்தப் படுத்தினர் என்பதனை நினைவுகூர்தல் தகும். *அகநானூற்றுப்* பாடலொன்றிலே "புலவர் புகழ்ந்த நாண்" என்று கூறப்படுகிறது.

புகழ், பழி முதலியவற்றுக்குள்ள பிணைப்பைப் *புறநானூற்றுப்* பாடலொன்று தெளிவாகக் காட்டுகின்றது. இளம்பெருவழுதி

என்பான் பாடிய அப்பாடல் "உண்டா லம்ம . . ." எனத் தொடங்குவது.

புகழெனின் உயிருங் கொடுக்குவர் பழியெனின்
உலகுடன் பெறினும் கொள்ளலர்.

பழியச்சத்திற்கு ஓர் உதாரணம் பார்க்கலாம். நெடுஞ்செழியன் என்னும் பாண்டிய வீரன் சபதம் செய்கிறான். 'வஞ்சினம்' என்று அது கூறப்படும். தன்னை இகழ்ந்துரைத்த மன்னரைப் போரில் வென்று அவர் தம் முரசினையும், கொடி, குடை முதலியவற்றையும் கைப்பற்றாவிடின் தான் குடிகள் பழிதூற்றும் கொடுங்கோலனாக மதிக்கப்படக் கடவது என்கிறான். பழிக்கு அஞ்சும் பான்மை வஞ்சினவாயிலாகத் துலக்கமாகின்றது.

போர்க்களத்தில் மட்டுமன்றி அக ஒழுக்கத்திலும் தலைமக்களுக்கு நாண் வற்புறுத்தப்படுகின்றது. களவொழுக்கத்தை நீட்டித்துத் திருமணத்திலே சிரத்தை காட்டாத ஆண்மகனுக்கு நாண் என்ற உணர்ச்சியின் பேரில் புத்திபுகட்ட முற்படுகிறாள் தோழி. சிறைப்புறத்தேயுள்ள தலைவன் கேட்டு வரையும் பொருட்டுத் தோழி ஒருத்தி தலைவியை நோக்கிப் பின்வருமாறு கூறத் தொடங்குகிறாள்:

பேணுப பேணார் பெரியோ ரென்பது
நாணுத் தக்கன்றது காணுங் காலை.

அதைப்போலவே களவொழுக்கத்தின் கண்ணே தலைவியின் நிலைமை இன்னல் நிறைந்ததாய் உள்ளதென்று தோழி கூறக்கேட்ட தலைவன் அந்நிலையிலே தலைவியை வைத்ததற்கு நாணினன் என்று குறுந்தொகைப் பாடலொன்று காட்டும்.

நன்னர் நெஞ்சத்தன் தோழி
நின்னிலை யான்றனக் குறைத்தனெ னாகத்
தானா ணினனிஃ தாகாவாறே...

"நல்ல நெஞ்சத்தை யுடையனான தலைவன், இவ்வொழுக்கம் நன்றாகாமையை நினைந்து பெரிதும் நாணமுற்றனன்" என்பது தோழியின் கூற்று. கருவூர்க் கதப்பிள்ளை என்னும் சான்றோர் பாடிய இப்பாட்டின் முற்பகுதியிலே இவ்வாறு தன் நெஞ்சத் தோடு நாணிய தலைமகனுக்கு உவமை கூறப்படுகிறது.

பண்டும்
தாமறி செம்மைச் சான்றோர்க் கண்ட
கடனறி மாக்கள் போல . . .

இதன் பொருள்: "முன்னரும் தாமறிந்துள்ள நடுவு நிலைமையுடைய பெரியோரைக் கண்டவிடத்துத் தமது கடமைகளை யறிந்த நன்மக்களைப்போல."

தலைவன் களவொழுக்கத்திலிருப்பினும் தோழி வரைவு கடாதலைக் குறிப்பாகச் சொன்ன அளவிலே, தனது கடமையை உணர்ந்துகொண்டான் என்பதற்கு விளக்கமாக, "கடனறிமக்கள்" போல என்றார் புலவர். புலவர் கூறும் 'கடனறிதல்' என்பதற்கும் இளம்பூரணர் கூறும் விளக்கத்திற்கும் பெரிதும் ஒப்புமை இருப்பதைக் கவனிக்கலாம்.

நாண் என்பது அகத்தினும் புறத்தினும் வருவதாயினும் புறத்திலேயே வீரயுகப் பண்பிற்கு இயைபுடையதாய் அமைந்துள்ளது. அகத்திணைப் பாடல்களிலே நாண் என்பதன் பொருள் விரிவடைந்து பொருட்செறிவிழந்தது என்று கூறலாம். அலருக்கு நாணுதல் முதலியன இத்தகையதே. *புறப்பொருள் வெண்பாமாலை* கைக்கிளைப் படலத்தில்,

ஒன்றார் கூறு முறுபழி நாணி
மென்றோ ளரிவை மெலிவொடு வைகின்று

என்னும் கொளு, மெல்லியளான தலைவி பொருந்தாதார் சொல்லும் அலருக்கு நாணி வாட்டமுறுவதைக் குறிக்கின்றது. அலருக்கு நாணுவதைப் போலவே இயற்கைப் புணர்ச்சியின் பின் தலைமகன் முன்னின்று நலம்பாராட்டக் கேட்ட தலைமகள், அவன் முன் நிற்க மாட்டாளாய், நாணி, ஒருமருங்கு ஒதுங்கிக் கண்களைப் புதைத்தலாகும். 'நாணிக் கண்புதைத்தல் அல்லது இடையூறு கிளத்தல்' என்று இதனை ஒரு துறையாக அமைத்தனர் ஐந்திணைக் கோவையாசிரியர். நூற்றுக்கணக்கான துறைகளில் ஒன்றாகவிருந்த இதனையே விதந்தெடுத்து, ஒருதுறைக் கோவையாக நானூறு செய்யுட்கள் பாட முற்பட்டனர் பிற்காலக் கவிராயர்கள். இவருள் பதினேழாம் நூற்றாண்டில் இரகுநாத சேதுபதி மீது *ஒருதுறைக் கோவை* பாடிய அமிர்த கவிராயர் பிரசித்தமானவர். அளவற்ற கற்பனையும் நாணற்ற மொழியும் நிறைந்த இதுபோன்ற நூல் படிப்பார் நாணிக் கண்புதைக்க வேண்டியவராயுள்ளனர் என்கிறார் வ.சுப. மாணிக்கனார். இலக்கிய நெறியில் ஏற்பட்ட மாற்றத்தை மாத்திரமன்றி நாண் முதலிய கோட்பாடுகள் பற்றி நிகழ்ந்த கண்ணோட்ட மாற்றத்தையும் இத்தகைய பிற்கால நூல்கள் காட்டி நிற்கின்றன எனலாம்.

அகத்துறையில் பிறர் புகழ்ச்சிக்கு நாணுவது போலவே புறப்பாடல்களில் தலைமக்கள் தம்மைப் பிறர் பாராட்டுங்கால் நாணுவர். உதாரணமாக வன்பரணர் பாடலில்,

மூவேழ் துறையு முறையுளிக் கழிப்பிக்
கோவெனப் பெயரிய காலை யாங்கது
தன்பெய ராகுலி னாணி . . . (புறம். 152)

என்னுமடிகளிலே பாணர் கூட்டம் தன் பெயரைச் சொல்லிப் புகழ்ந்தபோது நாணிய வல்விலோரி பற்றிக் குறிப்பிடப்படுகிறது. நல்லோர் தங்கள் முன்னர் பிறர் தம்மைப் புகழ்வதை நாணுவர் என்னுங் கருத்தைச் சூத்திரம் போலக் கூறுகிறது *குறுந்தொகைப் பாடல் (252)* ஒன்று.

சான்றோர்,
புகழு முன்னர் நாணுப
பழியாங் கொல்பவோ காணுங்காலே

நெய்தற்கலியிலே (2) மரங்கள் துயிலும் காட்சிக்கு உவமையாக,

தம்புகழ் கேட்டார்போல் தலை சாய்த்து

என்று வருகிறது. பிறபாடல்களிலும் (புறம். 258) இத்தகைய கருத்துக்களைக் காணலாம். இயற்பண்புடன் விளங்கும் இத்தகைய வருணனைகள் பிற்காலத்தில் கேவலம் வெறும் வருணனை மரபாகியதால் பொருட் சிறப்பிழந்து சொற் சிலம்பங்களாயின.

"கடமையின்னதென்று சொல்லித் தெரிந்தால் அதிலே சிறப்பில்லை. நாணென்பதும் தன்னைத் தானே நல்லது கெட்டதிற்கூடாகச் செலுத்த உதவும் கோட்பாடாகும். கடமை யுணர்ச்சி போல அது உணர்வு பூர்வமானது என்பது சான்றோர் செய்யுட்களின் உட்கிடை." கடமையைப் பற்றிப் பாரதியார் கூறுவதும் இவ்விடத்திற் பொருத்தமாக உள்ளது.

கடமையாவன தன்னைக் கட்டுதல்
பிறர்துயர் தீர்த்தல் பிறர் நலம் வேண்டுதல்.

"இதுகாறும் கூறியவற்றால் 'நாண்' என்பது பண்டைத் தமிழகத்திலே ஆண்மைக்குரிய பண்புகளிலொன்றாகக் கொள்ளப்பட்டதென்றும், பழியஞ்சுதல் என்னும் கோட் பாட்டிற்கும் அதற்கும் நெருங்கிய தொடர்புண்டென்றும், அவ்விரண்டும் அக்கால மக்களின் வாழ்க்கையை நெறிப்படுத்தின என்றும், காலப்போக்கில் அவை சமயக்கோட்பாடுகளுடன் கலந்தனவென்றும் அறிந்துகொள்ளலாம்.

நாண், பழி, புகழ், அறம் முதலிய கருத்துப் படிவங்களும் அவைபற்றிய இலக்கிய வழக்காறும் பண்டைக் கிரேக்க இலக்கியத்திலும் காணப்படுகின்றன. இவ்வொற்றுமை எதிர்பார்க்கக் கூடியதொன்றே. ஆதி கிரேக்க நூல்களும் வீரயுகம் ஒன்றனுக்குரியனவாதலால் இரு தரப்பிலும் ஒத்த கருத்துக்களும் இலக்கியப் போக்குகளும் காணப்படுவது இயல்பே. அது மட்டுமல்ல; வீரயுகத்தையடுத்த காலப் பகுதிகளிலும் இரு நாட்டு இலக்கியங்களின் நோக்கும் போக்கும் பெருமளவில் இயைபுடையனவாகவே உள்ளன. உதாரணமாக, வீரயுகத்தைத்

தொடர்ந்து அறவியற் கருத்துகள் சார்ந்த பனுவல்கள் இருமொழிகளிலும் முக்கியத்துவம் பெற்றன.

"நாண், பழி ஆகிய இரண்டும் கிரேக்க மொழியில் முறையே Aidos, Nemesis என்னுஞ் சொற்களாற் குறிக்கப்படுவன. இவை ஒன்றற்கொன்று நேர்ப் பதங்கள். இவ்விரு சொற்களையும் அவற்றின் பொருளாழத்தையும் தெளிந்தாலன்றிக் கிரேக்க சான்றோரிலக்கியத்தை முழுமையாக உணர முடியாது" என்று கிரேக்க இலக்கிய அறிஞர் கூறுவர். இவ்விரண்டும் ஒன்றையொன்று வேண்டி நிற்கும் இரட்டைக் கருத்துப் படிவங்களாம். நாண், பழி ஆகியனவும், அவற்றை ஆதாரமாகக் கொண்ட புகழும் யாவரிடத்துச் சிறப்பாகச் செயற்படும் என்பதுபற்றிக் கிரேக்கர் கருதியது இங்குக் குறிப்பிடத்தக்கது. அவை சுதந்தரமுடையார் கண்ணே குடிகொண்டு விளங்குவன என அவர்கள் கொண்டனர். இற்பிறந்தார் மாட்டு இவ்வியல்புகள் சிறப்பாக அமைவன என்றே வள்ளுவரும் கூறியுள்ளதை ஏலவே பார்த்தோம். அதனுடைய விகற்பமாகவே சுதந்தரரைக் குறிப்பிடுகின்றனர் கிரேக்க நூலாசிரியர். "ஒரு மனிதன் சுதந்திரமாக இருக்கும்போதே இவை செயற்படுகின்றன; நிர்ப்பந்தம் இருத்தலாகாது" என்கிறார் பேராசிரியர் கில்பெர்ட் மறே. அதாவது பிறர் ஏவலின்றிச் சுய உணர்வினால் இவற்றைக் கடைப்பிடிப்பவன் சுதந்தரன் என்பது அவர்கள் கொள்கை. இத்தகைய கருத்து விளக்கம் தமிழிலும் காணப்படுகிறது. உதாரணமாக, அகத்திணைக்கு உரிய தலைமக்களை விவரிக்குமிடத்து உரையாசிரியர் இளம்பூரணர் பின் வருமாறு கூறுகிறார்:

> அகத்திணையாவன அறத்தின் வழாமலும் பொருளின் வழாமலும் இன்பத்தின் வழாமலும் இயலல் வேண்டும்; அவையெல்லாம் பிறர்க்குக் குற்றேவல் செய்வோர்க்குச் செய்தல் அரிதாகலானும், அவர் நாணுக் குறைபாடுடைய ராகலானும் ... இன்பம் இனிது நடத்துவார் பிறர் ஏவல் செய்யாதார் என்பதனாலும், இவர் புறப்பொருட் குரிய ராயினார்.

பிறரேவல் செய்வார் நாணுக்குறைபாடுடையவர் என்பதனால், அதன் மறுதலையாகச் சுதந்தரமாக வாழ்பவர் நாண்வேலி (குறள். 1016) உடையவர் என்பது பெறப் படும்.

நாண் என்பதற்கு இளம்பூரணர் விளக்கங் கூறியவிடத்து, அதனை ஒருவன் 'மனத்தினால் உணரினல்லது வேறுபடுத்திக்

காட்டலாகாது' என்று கூறியதைப் பார்த்தோம். இவ்வாறே கிரேக்கரும் கூறினார். பேராசிரியர் மறே எழுதுகிறார்: "அயிடோஸ் (நாண்) என்பது மனஉணர்வே யாகும்; ஆகவே, அதனை அளவிடமுடியாது; வகுக்க முடியாது; கொள்கையாகக் காட்ட முடியாது. அது தன்னளவில் தானே இயங்கி வளர்வது. அதற்கு வரம்பு கிடையாது. அதனை உடையோன் உள்ளமே அதன் எல்லை." அடிமைகள் நாணுக்குறைபாடுடையவர் என்று இளம்பூரணர் கூறியதைப் போலவே கிரேக்கரும் அடிமைகளிடத்து நாண் இல்லை என்றனர். இன்பியல் நாடகாசிரியன் இயூரிபிடீஸ் இதற்குச் சமாதானம் கூற முனைந்தான். "இரக்கமின்மையே நியதியாயுள்ள இடத்தில் நாணைப் பற்றி ஏன் பேச வேண்டும்?"

இற்குடி பிறந்தானொருவன் தனக்கு இயல்பாயுள்ள நாணுடைமை காரணமாக அடிமைகளைப் பரிவுடன் நடத்தக்கூடும். ஆனால் அடிமைக்கு நாண் இருப்பதாகக் கிரேக்க ஆசிரியர்கள் கூறினாரல்லர். இதனடிப்படை சிறிது சிந்திக்கத் தக்கது. நாணும் பழியும் ஒழுகலாறு சம்பந்தமானவை. கிரேக்க இலக்கியங்களின்படி தலைவன் ஒருவன் சில செய்திகளைச் செய்யும்பொழுது மனங்கூசுவதே இவ்வடிப்படை. அச்செயல்களை யாது காரணத்தாலோ செய்தால் அவற்றிற்காக நாணுகின்றான்; செய்யாவிட்டால் அவற்றைத் தவிர்க்க முயல்கிறான். எனவே, சில செயல்களைச் செய்யாதிருக்க அவனுக்குச் சுதந்தரம் இருத்தல் அவசியம். உதாரணமாக, பெண்ணைக் கொல்லுதல் நாணத்தக்க செயல் என்று உணரும் சுதந்தரன் கொல்லாது விடுகிறான். ஆனால், தலைவன் ஆணையிட்டால் அடிமை அக்கொடிய செயலைச் செய்தேயாக வேண்டும். அவனைப் பொறுத்தவரையில் நாண் பொருளற்றுப் போகிறது. தட்டிக் கேட்க ஒருவரும் இல்லாதவிடத்தும் தானே உணர்ந்து சில செயல்களைத் தவிர்ப்பதற்கு உள்ளார்ந்த நாணுணர்வு காரணம் என்று கிரேக்கர் கூறினர்.

ஹோமரின் *இலியாது* காவியத்தில் இதற்கோர் உதாரணம் பார்ப்போம். மாவீரன் அக்கிலீஸ் ஈற்றியனது நகர்மீது போர் தொடுத்தபோது, அங்கு நிறைந்திருந்த சிலிசியரையும் ஈற்றியனையும் கொன்று, நிதிக் குவைகளைச் சூறையாடினான். ஆயினும், ஈற்றியன் அணிந்திருந்த கவசம் முதலாயவற்றை மாசுபடுத்தாது விட்டான். அவன் நெஞ்சில் நிறைந்திருந்த நாண் அவ்வாறு செய்வதற்கு இடங்கொடுக்கவில்லை. அது மட்டுமன்று; போரில் இறந்த ஈற்றியனைத் தகுந்த சிறப்புடன் சிதையில் வைத்து எரித்தான். நாணுக்கு நல்லதோர் எடுத்துக்காட்டாக இதனைக் கொண்டனர். நாணோடு கலந்து காணப்படும் மென்மையும் அக்கிலீசின் செயலிற் புலப்படுகிறது. ஈற்றியனுக்கு இவ்வாறு

மரியாதை காட்டியதால் அக்கிலீசுக்கு லாபமோ நட்டமோ கிடையாது. ஈற்றியனது சிறப்பு மிக்க போர்க் கவசத்தைச் சிதைத்திருப்பினும் அவனைக் கண்டிக்க யாருமில்லை. போரில் பகைவரது பொருட்களைச் சிதைப்பது சர்வ சாதாரண நிகழ்ச்சிதான். ஆயினும் அக்கிலீஸ் அகத்து இருந்த நாண் தடையாக விளங்கிற்று. "இதுவே, தூய, உயர்ந்த நாணுணர்வு" என்கிறார் மறே.

இதே அக்கிலீஸ் ஒரு சந்தர்ப்பத்தில் கோபாவேசத்திலே தன்னை மறந்து நாணத்தக்க செயலைப் புரிந்து பழிக்கு ஆளாகும் நிலையை அடைந்துவிடுகிறான். தனது ஆருயிர் நண்பன் பட்ரோகிளஸ் போரில் இறந்தபோது அவன் வஞ்சினமுரைத்துப் போர்க்களம் புகுகின்றான். 'உன்னைக் கொன்ற ஹெக்டரது போர்க்கவசத்தைக் கொண்டுவந்து, உனது பாடைக்குமுன் பன்னிரு டிரோஜ இளைஞரைப் பலிகொடுத்த பின்னரே உரிய மரியாதைகளுடன் உனக்கு ஈமச் சடங்குகளைச் செய்வேன்" என்று நீள்மொழி உரைக்கின்றான். அடுத்து நிகழும் கடும் போரிலே தனது சபதத்தின் பெரும் பகுதியை நிறைவேற்றுகிறான். ஹெக்டரது தலையைக் கொய்வதற்குத் தெய்வத் தலையீடு தடையாயிருந்தது. ஆனால் இறந்த ஹெக்டரது சடலத்தைத் தேரிற் கட்டிப் புழுதியெல்லாம் இழுத்து மாசுபடுத்துகிறான். தன்னைக் கட்டுப்படுத்தும் உணர்வுகளை உதாசீனஞ்செய்கிறான். இது கண்டு தேவர்களே கோபப்படுகின்றனர். "அக்கிலீஸ் நாணத்தையும் இரக்கத்தையும் இழந்துவிட்டான்" என்று அபோலோ கூறுவது நாண் பற்றிய விளக்கத்தை மேலும் தெளிவாக்குகிறது. நாண் கடைப்பிடிக்கப்படாவிட்டால் அது பற்றித் தண்டனையில்லை. அது உணர்வானைப் பொறுத்தது.

இதனைப் புறநானூற்றுப் பாடல் ஒன்று (36) சித்திரிக்குமாற்றைப் பார்ப்போம்:

அடுநை யாயினும் விடுனை யாயினும்
நீயளந் தறிதிநின் புரைமை, வார்கோல்
செறியரிச் சிலம்பிற் குறுந்தொடி மகளிர்
பொலஞ்செய் கழங்கிற் றெற்றி யாடும்
தண்ணான் பொருநை வெண்மணல் சிதையக்
கருங்கைக் கொல்ல னரஞ்செ யவ்வாய்
நெடுங்கை நவியம் பாய்தலி னிலையழிந்து
வீகமழ் நெடுஞ்சினை புலம்பக் காவுதொறும்
கடிமரந் தடியு மோசை தன்னூர்
நெடுமதில் வரைப்பிற் கடிமனை யியம்ப
ஆங்கினி திருந்த வேந்தனோ டீங்குநின்
சிலைத்தார் முரசங் கறங்க
மலைத்தனை யென்பது நாணுத்தக வுடைத்தே.

கதை இதுதான்: கிள்ளிவளவன் என்னும் சோழன் கருவூரை முற்றுகையிட்டிருந்தான். கருவூர் மன்னன் போரிட விரும்பாது கோட்டைக்குள்ளே அடைப்பட்டிருந்தான். சோழனுடைய வீரர் நெடிய கையையுடைய கூரிய வாயுடைய கோடரிகளால் தனது காவலிலுள்ள கடிமரங்களை வெட்டி வீழ்த்தும் ஓசை, தான் (மானமின்றி) இனிதாக இருந்த அரண்மனைக்கண் ஒலிக்கக் கேட்டும் வாளாவிருந்த வேந்தனுடன் போர் புரிவது தூய வீரர்க்கு நாணுத் தருவதாகும். இனி, கொல்வாயாயினும், கொல்லாமல் விடுவாயாயினும் அவற்றால் உனக்கு வரும் பெறுபேறுகள் யாம் சொல்ல வேண்டா. நீயே எண்ணி அறிவை.

இது ஆலத்தூர் கிழார் கூற்றாக அமைந்துள்ளது. "மானமற்று (வாழ்வே பெரிதென்று) மறைந்திருந்த மன்னனுடன் பொருதா யென்பது நாணும் தகுதியை யுடைத்து" என்று புலவர் எடுத்துரைப்பது நாண் பற்றிய நல்விளக்கமாக அமைந்திருக்கிறது. இதனாலேயே, "புலவர் புகழ்ந்த நாண்" எனப்பட்டது. இப்போரைக் கிள்ளிவளவன் தொடர்ந்து நடத்தினானோ அல்லது கைவிட்டானோ என்பது எமக்குத் தெரியாது. ஆனால், போரிலே நாண் எத்தகைய இடத்தை வகிக்கிறது என்பது எமக்குப் புலனாகிறது.

நாணத்தக்க பழி சூழும் செயல்களைப் பிறர் காணச் செய்யக் கூசினர் கிரேக்க வீரர். ஆனால், மனிதர் எவரும் பார்க்காத விடத்தும் இயற்கைச் சக்திகள் பார்ப்பதாக அவர்கள் நம்பினர். எனவே நாணத்தக்க செயலைச் செய்தவன் பூமியையும் சூரியனையும் முகங் கொடுத்துப் பார்க்கத் தயங்குவான். யார் கண்ணுக்குத் தப்பினாலும் நிலம், நீர், காற்று முதலிய தெய்வங்களின் பார்வையிலிருந்து தப்பமுடியாதென்று ஹோமரும் ஹீசியொட்டும் கருதினர். பழி என்பது பிற்காலத்தில் சமயத் தொடர்பினால் கர்ம வினை முதலியவற்றுடன் பிணைப்புண்டு பொருள் விரிவு பெற்றது. கிரேக்க ஆதி இலக்கியங்களிலே அது ஒருவனது செயல் பற்றிப் பிறரது கணிப்பாகவே கருதப்பட்டது. கொன்றானைத் தொடர்ந்து பற்றும் கொலைப் பாவம் முதலிய கருத்துக்கள் பிற்காலத்துக்குரியன. பேராசிரியர் மறே கூறுவது போல் "பழி என்பது" துன்பத்துக்கு ஆளாகியவனது நேரடியான கோபம் அன்று. அச்செயலைப் பார்த்த மூன்றாம் நபருடைய குற்றச்சாட்டாகும்.

நாண், பழி முதலியன சான்றோர் இலக்கியத்திலே சமயச் சார்பற்றனவாகவும் வாழ்க்கையோடு நேரடியான தொடர்புடையனவாகவும் காணப்படுகின்றன. கிரேக்க இலக்கியத்திலும் இவ்வாறேயிருக்கக் காணலாம்.

தெய்வ சாபம், தெய்வ நீதி முதலியனவற்றுக்கு அஞ்சியன்றிப் போரின் தேவைகளையும் நியதிகளையும் ஒட்டியே நாண், பழி முதலியவற்றை வழங்கினர். உதாரணமாக, போருக்கு அஞ்சுபவன் நாணமற்றவனாகக் கருதப்பட்டான். 'நாணுடைந்த மாக்கள்' என்ற தொடரை மேலே பார்த்தோம். கிரேக்கரும் கோழைத்தனம் நாணுத்தகவுடையது எனக் கருதினர்.

ஆகிவியர்களே நாணமில்லையா ? எதிர்
நின்று போர் புரிய மாட்டீர்களா ?

என்றும்,

போரிடப் பின்னிடாதீர்கள். உங்கள் நெஞ்சில்
நாணும் பழியும் நிறைந்திருக்கட்டும்

என்றும் கூறப்படும்பொழுது போரின் மத்தியில் இவை பயனீட்டுக் கோட்பாடுகளாக வழங்குவதைக் காணலாம். உதாரணமாக, நிராயுதபாணியாய் வந்து தஞ்சமடைந்தவனைக் கொல்லுதல் நாணுத் துறந்த செயலாகக் கருதப்பட்டது. உதவியற்றோரைக் கொல்வதும் பழிச்செயலாகக் கொள்ளப்பட்டது. இவ்வடிப்படையிலேயே கிரேக்க ஆதிகாவியங்களில் விருந்தினர், இரவலர், முதியோர் என்றிவர்களுக்குத் தீங்கு செய்வது நாணற்ற செயலாகக் கூறப்படுகிறது. 'திக்கற்றவர்க்குத் தெய்வமே துணை' என்பது போல் கிரேக்கரும் திக்கற்றவரைத் தேவர்களின் அதிபதியான சீயஸ் கவனித்துக்கொள்கிறான் என எண்ணினர்.

சுருங்கக் கூறுவதாயின், பழந்தமிழ்ச் செய்யுட்களிற் காணப்படுவதுபோலவே கிரேக்க ஆதிகாவியங்களிலும் பழி என்பது பாவத்தினின்றும் வேறாக உள்ளது. வீர யுகத்தில் பாவம் என்னும் கொள்கை தோன்றவில்லை. ஏனெனில், பாவம் கருத்து வடிவானது; காரணகாரியத் தொடர்பில் அமைந்தது. நாண், பழி என்பன தம்மளவில் தாமே நிறைவுடையன. ஆனால், கிரேக்க இலக்கிய வரலாற்றிலும் ஹீசியொட் காலத்துக்குப் பின்னர், நாணத்தக்க செயல்கள் பாவச் செயல்களாகவே குறிக்கப்படலாயின. உதாரணமாக, ஹீசியொட் தனது வேலைகள் என்னும் நூலிலே பஞ்சமா பாவங்களைக் குறிப்பிடுகிறான்:

திக்கற்றோருக்கும் இரவலருக்கும் தீங்கு இழைப்போன்; தனது உடன் பிறந்தானின் மனைவியைப் பெண்டாளுபவன்; அனாதைக் குழந்தைகளுக்குத் துன்பம் செய்பவன்; வயோதிக காலத்தில் தந்தையைத் துன்புறுத்துபவன்; இவர்கள் யாவரும் ஒரே நிலையிலுள்ளவரே. இவர்களைச் சீயஸ் தெய்வமும் பொறுக்கமாட்டாது.

ஹீசியொட்டின் குரலிலே பாவ, புண்ணியத் தொனி தெரிகிறதாயினும், அவன் குறிப்பிடும் பஞ்சமா பாதகங்கள் ஒருண்மையை எமக்கு நினைவூட்டுகின்றன. பாவச் செயல்கள் என அவன் குறிப்பிடுபவை, உண்மையில் பழைய குலமரபுக் கிளைகளிலே விலக்கப்பட்ட 'சமூக விரோத'ச் செயல்களின் அடிப்படையில் எழுந்தவை. குற்றங்களைப் புரிபவனுக்குச் சமய நம்பிக்கையின் பேரில் தண்டனை கூறப்படுகிறதாயினும் குறிக்கப்படும் குற்றங்கள் சமுதாயத்தில் தவிர்க்கப்பட வேண்டியனவாயிருப்பது கவனிக்கத்தக்கது.

வீரயுகத்தை அடுத்து தோன்றிய "இருண்ட காலப் பகுதி"யில் (சங்க மருவிய காலமென்றும், களப்பிரர் காலமென்றும் வெவ்வேறு பெயரிட்டு இக்காலப் பகுதியை இலக்கிய வரலாற்றாசிரியர் வழங்குவர்.) எழுந்த அற நூல்களில் இனியது, இன்னாதது என்று புலவர்கள் அடுக்கிக்கொண்டுபோவதைப் பார்க்கும்போது எமக்கு ஹீசியொட்டின் நினைவு தோன்றாமற் போகாது. சீருஞ் சிறப்பும் பொருந்திய வீரயுகத்திற்குப் பின் உலகில் 'செம்மையெல்லாம் பாழாகிக் கொடுமையே அறமாகித் தீர்ந்ததாக' ஹீசியொட் நம்பினான். தான் வாழும் யுகமாகிய இரும்புக் காலத்திலே இரும்பு மாக்கள் மத்தியில் வாழ ஒருப்படாது நாணும் பழியும் நல்லோர் வாழும் ஒலிம்பசுவுக்குச் சென்றுவிட்டன என்று *வேலைகள்* என்ற நூலிற் குறிப்பிடுகிறான். எவ்வாறாயினும் கிரேக்க ஆதிகாவியங்களுக்குப் பின் இக்கோட்பாடுகள் மெல்ல மெல்லச் செல்வாக்கிழந்தன.

கிரேக்க மொழியிலே பிற்பட்டுத் தோன்றிய ஒழுக்கவியலை நோக்கும்பொழுது அதில் நாண் சிறு வழக்கினதாகவே காணப்படுகிறது. பிளேட்டோ, அரிஸ்டோட்டில் முதலிய தத்துவவாதிகள் அதனை ஒரோவழி குறிக்கின்றனரெனினும் அவர்களது சிந்தனையில் அது சிறப்பிடம் பெறவில்லை. மனித வாழ்க்கையை நெறிப்படுத்தும் தார்மீக சக்தி அதற்கு இல்லாது போய்விட்டது. அரிஸ்டோட்டில் போன்றோர் அதனை விரும்பத்தக்க நற்பண்புகளில் ஒன்றாகக் குறிப்பினும் உணர்ச்சிமிக்க அச்சொல்லை வற்புறுத்தினார் அல்லர். தமிழிலும் இத்தகையதொரு போக்கைக் காணலாம். *பதினெண் கீழ்க்கணக்கு* நூல்களிலே நாண், பழி முதலியன இடம் பெற்றபோதும் அவை வாழ்க்கையோடு தொடர்புடைய உணர்ச்சி ஆழமிக்க சொற்களாகவன்றி எடுத்துரைக்கப்படும் கொள்கைகளாக அமைந்துள்ளன. நாண் முதலிய "கிளவியெல்லாங் காட்டலாகாப் பொருள்" என்றார் தொல்காப்பியர். அதனையே விளக்கி "மாணாக்கர்க்கு இது பொருள் என வேறுபடுத்தி ஆசிரியன்

காட்டலாகாத பொருளுடையது நாண்” என்றார் இளம்பூரணர். ஆனால் அறப் போதனை செய்த கீழ்க்கணக்கு நூல்களோ தம்மியல்புக்கியைய நாணையும் காட்டும் பொருளாக வரைகின்றன. இதுவொன்றே கால வேறுபாட்டைக் காட்டப் போதுமானதன்றோ? உதாரணமாக நல்லாதனாரின் *திரிகடுகத்தில்* (செய்யுள் 6) பின்வருமாறு நாண் தொகுத்துக் கூறுப்படுகிறது:

> பிறர் தன்னைப் பேணுங்கால் நாணலும், பேணார்
> திறன் வேறு கூறின் பொறையும், அறவினையைக்
> கார் ஆண்மைபோல ஒழுகலும் – இம்மூன்றும்
> ஊராண்மை என்னும் செருக்கு.

இதிலே பொறை முதலியவற்றுடன் நாண் சேர்க்கப்பட்டுள்ளமை பொருத்தமாகக் காணப்படவில்லை. அது போலவே கபிலதேவரது *இன்னா நாற்பதிலும்*,

> குலத்துப் பிறந்தவன் கல்லாமை இன்னா;
> நிலத்து இட்ட நல்வித்து நாறாமை இன்னா;
> நலத்தகையார் நாணாமை இன்னா; ஆங்கு இன்னா,
> கலத்தல் குலம் இல் வழி.

இத்தகைய செய்யுட்கள் வாழ்க்கையைத் தூர நின்று நோக்கிப் போதிக்கும் தன்மையன. எனவே உணர்வும் சுவையும் சிறப்பின்றியுள்ளன.

கிரேக்க மொழியிலும் தமிழிலும் நாண் காலப் போக்கில் தனது புராதன சக்தியை இழப்பதற்குக் காரணம் இருத்தல் வேண்டும்.

சமுதாய மாற்றமே அடிப்படைக் காரணம். வீரயுகத்திலே தனிச் சொத்துரிமை தலைகாட்டத் தொடங்கியிருந்தது. தனியொருவனது வீரமும் மானமும் ஆண்மையும் வினைத்திறனும் விளங்க, வல்லான் வகுத்ததே வாய்க்காலாக இருந்தது. பழைய குலமரபுக் குழுக்கள் முட்டி மோதிப் புரண்டுகொண்டிருந்தன. வர்க்க பேதமுள்ள சமுதாயம் பிறந்துகொண்டிருந்தது. ஆட்சி முறை சீராக உருப்பெற்றிருக்கவில்லை. சட்ட திட்டங்கள் வகுக்கப்படவில்லை. குலமரபுக் குழுக்களில் வழங்கிய உணர்வுபூர்வமான ஒழுக்க முறைகள் சிற்சில மாற்றங்களுடன் கடைப்பிடிக்கப்பட்டன. முன்னர் குழுவுக்கும் கணத்திற்கும் பொதுவாக இருந்த ‘சகோதரத்துவ’ ஒழுகலாறு இப்பொழுது தலைநிலை எய்திய ‘பெருஞ் செய்யாடவர்’ ஒழுகலாறாக மாறியது. இரத்த உறவுகள் மாறி அல்லது வலுக்குறைந்து பொருளுறவுகள் தோன்றின. அக்காலகட்டத்திலே தவிர்க்க முடியாத நடைமுறை விதிகளாக அமைந்தனவே நாண், பழி, அறம் முதலியன. அக்காலத்திலே புலவராக மட்டுமன்றி அறிவராகவும்

வரலாற்றாசிரியராகவும் போதனாசிரியராகவும் விளங்கிய கவிஞர்கள் இந்நடைமுறை விதிகளைப் பிரசித்தப்படுத்தினர். சமுதாயம் முழுவதற்கும் பொதுவானவையல்ல இவ்விதிகள். தலை மக்களுக்கிடையேயுள்ள "கண்ணியமான" உடன்பாடே இவ்விதிகளின் அடிப்படை எனலாம்.

வீரயுகத்தைத் தொடர்ந்து புதிய – வர்க்க சமுதாயம் தோன்றிய பின்னர், இந்நடைமுறை ஒழுங்குகள் வேண்டாவாயின. கட்டுப்பாடற்ற சமுதாயத்திலே நாண் முதலியன மனிதரது ஒழுக்கத்தைக் கட்டுப்படுத்தும் தோன்றாச் சட்டமாய் விளங்கின. வீரயுகத்தில் நிகழ்ந்த இடைவிடாத கோரப் போர்களின் விளைவாகப் புதிய அரசுகள் தோன்றியதும் அவற்றின் உடன்பிறப்பாக இராணுவம், சட்டம், நீதிமன்றம், அரச கட்டளை முதலியன தோன்றின. தோன்றவும், உருவற்ற நாண் உள்ளங்களிலிருந்து மறைந்தது. ஆயினும் அது பழைய கோட்பாடாதலின் வெறும் அலங்காரக் கருத்தாக நின்று இலட்சிய வடிவிற் போற்றப்படும் நற்பண்புகளில் ஒன்றாக இலங்கிற்று. அரசு தோன்றிய பின் சமயமும் அதற்குப் பக்கத் துணையாகிறது. இகலோகக் கோட்பாடாக இருந்த பழி பரலோகத் தொடர்புடையதாக மாறியது. ஆனால் அது வேறு கதை.

5

பெரும் பெயர் உலகம்

சான்றோர் செய்யுட்களில் ஒரு பகுதியான புறப்பாடல்கள் அமர்க்களத்து அஞ்சா நெஞ்சுடன் போர் புரிந்து அழியாப் புகழ்பெற்ற வீரரின் விழுப்புகழைப் பேசுகின்றன என்பது பலருமறிந்த தொன்றே. தொல்காப்பியர் வகுத்துக் காட்டும் புறத்திணையுள் பல துறைகள் காணப்படினும் வீர மரணத்திற்குச் சிறப்பானதோர் இடமுண்டு.

போரிலே விழுப்புண்பட்டு வீழ்ந்த 'அருஞ் செய்யாடவர்' வீரருக்கென்றே அமைந்த துறக்கத் திற்குச் செல்வர் என்ற நம்பிக்கை அக்காலத்திற் பெருவழக்காயிருந்தது. சான்றோர் செய்யுட்கள் காட்டும் சமுதாயமும் சமுதாய இலட்சியங்களும் வீரயுகம் எனப்படும் வரலாற்றுக் காலப் பகுதியைச் சேர்ந்தன. வீரயுகத்துக்குரிய சில சிறப்பான நம்பிக்கைகளுள் ஒன்று வீர வணக்கம். பிற காலங்களிலும் இஃது ஒரோவழி காணப்படுமாயினும் வீரயுகத்திலேயே பெருவழக்குடையது. வீர வணக்கத்தின் அடிப்படை, வீரர்கள் மற்றையோரினும் தலைசிறந்தவர் என்பது. வாழ்வில் மட்டுமன்றி மரணத்திலும் அவர்கள் தனிச்சிறப்புடையவர்கள் என்பதே வீர வணக்கத்தின் உட்கிடையாகும். பிற்காலத்தில் நாம் தேவர்களின் உறையுளாகக் கருதும் மேலுலகம் விழுப்புண் பட்டிருந்த வீரர்கள் மரணத்தின் பின் சென்றடையும் உலகமாக வீரயுகத்திற் கருதப்பட்டது. அது வீரயுகத்தின் ஆழமான நம்பிக்கைகளில் ஒன்று.

சங்கச் செய்யுட்கள் என்று வழங்கும் சான்றோர் செய்யுட்களிலே வீரர்கள் மரணத்தின் பின் சென்றடையும் துறக்கம் பலவாறு குறிக்கப்பட்டுள்ளது. உதாரணமாக,

உயர்ந்தோர் உலகம்
மேலோர் உலகம்
அரும் பெறல் உலகம்
தொய்யா உலகம்
வாரா உலகம்
பெரும் பெயர் உலகம்
தேவர் உலகம்

முதலிய சொற்றொடர்களைக் காட்டலாம். இவை யாவும் ஒரே பொருளைக் குறிப்பன – அதாவது "தம் புகழ் நிறீஇத் தாமாய்ந்த" வீரருக்குரிய இறுதி 'வீட்டை'க் குறிப்பன. உண்மையில் வீரயுகத்துச் சான்றோரின் இலட்சியம் புகழ்படைத்த பெருவாழ்வே. அதனாலேயே "புகழெனின் உயிருங் கொடுக்குவர்" என்றார் புலவர். காலப்போக்கிலே புகழ் பலவகையான சிறப்புக்களையும் குறிக்கலாயிற்று. கல்விப் புகழ், பக்திப் புகழ், கொடைப் புகழ் முதலியன வெவ்வேறு காலங்களில் முக்கியத்துவம் பெற்ற மதிப்பீடுகளுக்கு ஏற்ப அமைந்தன. அறப்புகழ், மறப்புகழ் இரண்டிலும் மறப்புகழே வீரயுகச் சான்றோர் வேண்டியது. இதனாலேயே வருபடை யெதிர் தாங்கி வீழ்ந்தவனைப் "புகழ் வெய்யோன்" என்று பேரெயின் முறுவலார் பாடினார். வீரயுகத்தைப் போன்றவொரு காலத்திற் பாடிய கம்பனும் இராவணன் கூற்றாக, "புகழுக்கும் இறுதி உண்டோ?" எனக் கேட்டனன். சான்றோர் செய்யுட்களிலே புகழ் என்னும் சொல் பயன்படுத்தப்பட்டிருக்குமாற்றைச் சிறிதளவு கவனித்தால் அதன் முக்கியத்துவம் புலப்படும்.

மறப் புகழ்	மாயாப் பல் புகழ்
பலர் புகழ்	வான் புகழ்
மறம் வீங்கு	புகழ் விண் பொரு புகழ்
ஓங்கு புகழ்	உரை சால் புகழ்
பெரும் புகழ்	சேண் விளங்கு புகழ்
வீயா விழுப் புகழ்	வயங்கு புகழ்
வண் புகழ்	பல் புகழ்
விறற் புகழ்	கேடில் விழுப் புகழ்
விளங்கிய புகழ்	மலி புகழ்

ஒப்பியல் இலக்கியம்

உதாரணமாகக் கொண்ட இவ் அடை புணர்த்த தொடர்கள் புகழின் பன்முகப்பாட்டை எடுத்துக்காட்டுவனவாயுள்ளன. இவ்வாறு உயிரினும் மேலாக மதிக்கப்பட்ட புகழை அடைவதற்குக் காரணமாகவும் அதன் காரியமாகவும் அமைந்தன வீரமரணமும் அதன் பயனான துறக்க வாழ்வும். பிற்காலத்திலே சமய நம்பிக்கைகளின் அடிப்படையில் நல்வினைப் பயனுடையோர் வீடுபேறெய்துவர் என்ற கருத்து எத்துணை வலிமையுடையதாய் விளங்கியதோ, அத்துணை வலிமை யுடையதாக வீரயுகத்தில் வினை செய்யாடவர் 'வீரசுவர்க்கம்' புகுவர் என்ற எண்ணம் நிலவியது.

நீளிலை யெஃக
மறுத்த உடம்பொடு
வாராவுலகம் புகுதல்

என்று பாடியுள்ளார் பரணர். நீண்ட இலையையுடைய வேற்படையால் உண்டாக்கப்பட்டு வடுப்பட்ட காயத்தோடேயே மேலுலகு புகுவது வீரருக்கு உகந்த இலட்சியமாகக் கொள்ளப்பட்டது. வீரமரண மடைந்தால் உயர்ந்தோர் உலகம் அல்லது அரும்பெறல் உலகம் பெறலாம் என்ற நம்பிக்கை அக்காலத்திலே பலரைக் 'களமஞ்சா வீரர்' ஆக்கியது என்பதில் ஐயமில்லை. மரணம் என்று குறிப்பிடப்படினும் மரணத்தை வெல்வதே வீரமரணமாகக் கொள்ளப்பட்டது. இறவாப்புகழ் பெற்றவர்கள் இறப்பிலோர் என்று நம்பினர். அதன் பயனாக இறப்பைத் துச்சமாகக் கருதினர். வேறு இன மக்களிடையேயும் இத்தகைய நம்பிக்கை காணப்பட்டது. உதாரணமாக 'டுருயிட்ஸ்' *(Druids)* எனப்படும் கெல்திய அறிஞரின் போதனைகள் உயிர் அழிவற்றது எனக் கூறின. அதனாற் கவரப்பட்ட புராதன பிரித்தானிய வீரர் உயிரையே ஒரு பொருட்டாகக் கருதாது மறப்போர் புரிந்தனர் என்று யூலியஸ் சீசர் குறிப்பிட்டார். புலவர் நாவில் நிலைபேறடைவதும் வீரரின் இலட்சியமாக இருந்திருக்கிறது. புலவரோ வீரசுவர்க்கம் எய்தியோரையே விதந்து பாடினர். இவ்வாறு புகழ், வீரசுவர்க்கம், வீர மரணம் என்பன காரண காரியத் தொடர்புடன் இயங்கின.

பழந்தமிழ்ச் செய்யுட்கள் கூறும் இவ்வீரர் உலகத்தை நோக்குமிடத்து, பண்டைக்கால வட ஜெர்மானியக் கூட்ட மக்களிடையே *(Gothics)* வழங்கிய வீரசுவர்க்கத்திற்கும் அதற்கும் நெருங்கிய ஒப்புமை இருப்பது புலனாகும். வல்–ஹல்லா *(Val-halla)* என்பது ஜெர்மானிய மக்களது வீரசுவர்க்கம். உலகிலுள்ள புராதன மக்கள் யாவரும் மரணத்துக்குப் பிற்பட்ட வாழ்க்கையைக் கற்பனை செய்யும்பொழுது அவ்வாழ்க்கையை வெறும் கருத்துப் பொருளாக அன்றிப் பருப்பொருளாகவே

கருதினர். பிற்காலத்திலெழுந்த சமய சாத்திர பரிபாஷையின் பழக்கத்தால் தூல சரீரம், சூக்கும சரீரம் என்னும் பாகுபாட்டை இங்குக் கருதுதல் தவறு. புராதன எகிப்தியர், சுமேரியர், கிரேக்கர், இந்தோ ஆரியர் முதலிய யாவரும் மறு உலகத்தை ஊனும் உதிரமும் கொண்ட மக்கள் உலாவும் உலகமாகவே கற்பித்தனர். எமது பூதவுலகிற்கும் அதற்கும் முக்கிய வேறுபாடொன்று உண்டு. இங்கு இன்பமும் துன்பமும், வீரமும் வீரமின்மையும் விரவிக் காணப்படுவன. அங்கு இன்பமும் வீரமும் கலப்பின்றிக் காணப்படுவன. வல்–ஹல்லாவில் கன்னியர் ஏவல் செய்யக் களத்தில் வீழ்ந்த பெருஞ் செய்யாடவர் நிரந்தர இன்பத்தில் மூழ்கிக் களித்திருப்பர். இச்செய்தியை நோக்கும்போது *புற நானூற்றுப்* பாடலொன்று கூறும் கருத்து நினைவிற்கு வருகிறது.

> படினே
> மாசின் மகளிர் மன்ற னன்றும்
> உயர்நிலை யுலகத்து நுகர்ப . . .

'போர்க்களத்திலே வீழ்ந்துபட்டால் வீரர் சென்றடையும் துறக்க உலகத்துக் குற்றமில்லாத துறக்க மகளிரை மணந்து, பேரின்பம் நுகர்வர்' என்பது பொருள். வல்–ஹல்லா என்றால் (போரில்) **இறந்தவர் மண்டபம்** என்பது பொருள். மண்டபம் ஐயத்துக்கிடமின்றிப் புலன்களால் உணரக்கூடிய பொருள் அன்றோ? நோர்திக் பழமரபுக் கதைகளில் அம்மண்டபத்தைப் பற்றிய மோகனமான வருணனைகள் உள. தேவர்கள் பணிபுரிந்த இலங்கையைக் கம்பன் வருணிப்பது சிலருக்கு நினைவு வரலாம். எங்கும் இன்பமயம். *புறநானூறு* குறிக்கும் துறக்க மகளிருக்குச் சமமானவராக வல்–ஹல்லாவின் அதிபதியான ஒடின் என்பானது பணிப்பெண்கள் அமைந்துள்ளனர். நல்லழகியரான அக்கன்னியர் கொம்புகளில் நறவம் ஏந்தி இடைவிடாது அங்குள்ள வீரருக்கு வார்த்துவிடுவர். சுருங்கக் கூறின் ஒடின் தலைமையில் 'வல்க்கிறீஸ்' எனப் பெயரிய அவ்விளம் பெண்கள் வாட்போர் புரிந்து காலங்கழிக்கும் அவ்வீரருக்கு மனமுவந்து உபசாரம் செய்து கொண்டிருப்பர்.

வல்–ஹல்லா என்ற வீரர்க்குரிய வீட்டைக் கூறும் பண்டை ஜெர்மானியப் பழங்கதைகள், எமது சான்றோர் செய்யுட்களைப் போலவே வீரயுகமொன்றினைப் பிரதிபலிப்பன. ஆகவே, அவை இரண்டுக்கும் ஒப்புமை காணப்படுகின்றது. பண்டைய வடமொழி இலக்கியங்களிலும் இத்தகைய கருத்துக் காணப்படுகிறது. போர் மலிந்த நூலாம் மகாபாரதத்தில் வீரசுவர்க்கம் பற்றிய வருணனைகளும் குறிப்புகளும் நிறைய உள. துரோண பருவத்திலே சக்ரவியூகத்துள் சிக்கி மரணமடைந்த அபிமன்யுவின் தோழர்களைச் சாந்தப்படுத்தும் யுதிட்டிரர்,

வீரப் போர் புரிந்து வீரமரணம் எய்திய அவன், நிச்சயமாக இந்திர லோகத்துக்குச் சென்றிருக்க வேண்டுமென்கிறார். மீண்டும் ஓரிடத்தில் யுதிட்டிரர் கூறுகிறார்: "கடும் போரிலே மன மகிழ்ச்சியுடன் மரணத்தை எதிர்நோக்கிய மகா வீரர்கள் இந்திரலோக பதவியை அடைந்துள்ளனர்." தாம் செய்த சிறிதளவு பாவத்தின் பயனாகத் தொடக்கத்தில் நரகத்தை அனுபவித்த பாண்டவ வீரர்கள், பின்னர் துறக்கத்தை அடைந்ததும், தேவரும் கந்தருவரும் ஏவலுக்குக் காத்திருக்க, அழகிய அப்சரசியர் பணிபுரியும் நித்திய இன்ப நிலையை எய்துகின்றனர். ஒருவகையிற் பார்த்தால் வல்–ஹல்லாவில் ஒடின் வீற்றிருப்பதைப் போலவே இங்கு இந்திரன் அதிபனாயுள்ளான். வல்–ஹல்லாவில் சிறப்பிடம் பெற்ற வீரர்கள் பகல் முழுவதும் போர் புரிந்தும் இரவு நேரங்களில் விருந்துண்டும் தமது பொழுதைக் கழிப்பவராயுள்ளனர். ஆனால் இந்திரனது மாளிகை அத்தனை வீரப்பண்பு பொருந்தியதாகத் தோன்றவில்லை. *இந்திய வீரயுகம்* என்னும் நூலிலே பேராசிரியர் என்.கே. சித்தாந்தா கூறுகிறார்:

> இந்திரனது ஆணைக்குட்பட்ட சொர்க்கத்தைப் பற்றிய வருணனைகளில் வீர உணர்வு பொலிவதாகக் கூற முடியாது. உண்மையாகக் கூறுவதானால், சீர் குலைவுற்ற சிற்றின்ப லோலனான சிற்றரசன் ஒருவனது அரண்மனை போலவே அது காட்சியளிக்கிறது. முற்பட்ட காலத்தில் வீர சுவர்க்கம் இதனிலும் வீரமும் வீறும் படைத்ததாய் இருந்திருக்கும் என நாம் கொள்ளலாம். காலப் போக்கில் இந்நாட்டு அரச வாழ்வில் ஏற்பட்ட மாற்றங்களுக்கேற்ப வீரரிலும் களிமக்களே சித்திரிக்கப்படலாயினர் எனலாம்.

இவ்விடத்தில் இன்னொரு செய்தியும் நினைவுகூரத் தக்கது. வடமொழி இலக்கிய, சமய வரலாற்றில் இந்திரனது ஏற்றமும் இறக்கமும் தெளிவாகக் காணக்கூடியன. ஆரியர் இந்திய உபகண்டத்துட் புகுந்த காலப்பகுதியில் சோமபானம் அருந்தி எதிரிகளின் கோட்டை கொத்தளங்களைத் தகர்த்தெறிந்த வீரருக்குத் தலைமை தாங்கிய புரந்தரன், காலப்போக்கிற் சமய வளர்ச்சியில் ஏற்பட்ட சில மாற்றங்களின் விளைவாகத் தனது முதலிடத்தை இழந்தான். சுத்த வீரனாக ஆதியில் விளங்கிய இந்திரன் பிற்காலத்தில் போக புருஷனாயும் 'சொகுசு'க்காரனாயும் குணமாற்றம் பெறுகின்றான். வளர்ச்சி முறை இதிகாசமாம் பாரதத்திற் சித்திரிக்கப்படும் இந்திரன் இம்மாற்றத்தைப் பிரதிபலிக்கிறான் என்பதில் ஐயம் இல்லை.

வீரமரணம் பற்றிய ஆழ்ந்த நம்பிக்கைக்கு இன்னுமோர் உதாரணம் காட்டலாம். "குழவி பிறப்பினும்" என்று தொடங்கும் புறநானூற்றுப் பாடலைப் பற்றிப் பேசாத தமிழ் அன்பர்கள் குறைவு. வீரமறக் குலத்திற் பிறந்தவர்கள் பிள்ளை இறந்து பிறந்தாலும், தசைத் தடியாகிய பிண்டம் பிறந்தாலும் அவற்றை ஆள் அல்ல என்று கருதாது வாளால் வெட்டியே அடக்கஞ் செய்வர் என்பது பாடற் பொருள். பல புறப் பாடல்களைப் பாடியுள்ள மாமூலனார் அகப்பாட்டொன்றில் (61) பின்வருமாறு கூறியுள்ளார்:

நோற்றோர் மன்ற தாமே கூற்றம்
கோளூற விளியார் பிறர் கொள விளிந்தோர்.

கூற்றம் கொள்ள வெறுமனே மடியாமல், பிறரால் கொல்லப் பட்டோர் நிச்சயமாக நோற்றவராவர் என்று தலைவிக்குத் தலைவன் வற்புறுத்துவதாகப் பாடல் அமைந்துள்ளது. இத்தகைய செய்திகளைக் கொண்டு பண்டைத் தமிழர் தனிச் சிறப்புடைய வீரபுருஷராய் இருந்தனர் என்று எம்மவர் பெருமைப்படுவர். "பண்டைத் தமிழ் வேந்தர், குழவி இறப்பினும், உறுப்பில் பிண்டம் பிறப்பினும், மூத்து விளியினும், நோயுற்றிறப்பினும் வாளாற் போழ்ந்து அடக்கினர்" என்று எழுதுகின்றார் ஔவை சு. துரைசாமிப் பிள்ளை.

இத்தகையதொரு வழக்கம் வீரயுகத்தைச் சேர்ந்த ஜெர்மானியக் குலங்கள் சிலவற்றின் மத்தியிலும் காணப்படுகிறது. நோய் காரணமாகவோ அன்றி முதுமை காரணமாகவோ மறக்குல வீரனொருவனை மரணம் நெருங்குவது தெரிந்ததும் அவன்மீது படைக் கலத்தின் கூர் நுனியினால் அடையாளமிடுவர் என்றும், கட்டாரியாற் குத்துவர் என்றும் கூறப்பட்டுள்ளது. இதுபற்றி விரிவாக ஆராய்ந்த பேராசிரியர் எச்.எம். சாட்விக் பின்வருமாறு கூறுவர்: "போரினால் விழுப்புண் பட்டு வீழ்வதற்குப் பதிலாகச் செய்யும் ஒரு சடங்காகவே இது தோன்றுகிறது." அதாவது போரில் மடியாத ஒருவன் வீரசுவர்க்கத்தை அடைய வாய்ப்பேற்படாது போகுமாதலால் படைக்கலப் புண்ணைச் செயற்கையாகவேனும் உண்டாக்குவது மரபாக முகிழ்ந்திருத்தல் வேண்டும். புறநானூற்றுப் பாடலொன்று (93) இவ்வுண்மையை உறுதிப்படுத்துகிறது:

நோய்ப்பால் விளிந்த யாக்கை தழீஇக்
காதன் மறந்தவர் தீதுமருங் கறுமார்
அறம்புரி கொள்கை நான்மறை முதல்வர்
திறம்புரி பசும்புற் பரப்பினர் கிடப்பி
மறங் கந்தாக நல்லமர் வீழ்ந்த

நீள்கழன் மறவர் செல்வுழிச் செல்கென
வாழ்போழ்ந் தடக்கலும் உய்ந்தனர் மாதோ . . .

பைசாந்தியப் பேரரசுக் காலத்திலே பெலிஸாரியஸ் என்ற புகழ்பூத்த தளபதியுடன் போர்க்களங்களுக்குச் சென்ற **புரோகோப்பியஸ்** என்னும் வரலாற்றாசிரியன் (கி.பி. 6ஆம் நூற்றாண்டு) **எருளி** என்ற ஜெர்மானிய மக்களிடத்து இத்தகைய தொரு வழக்கும் நிலவியுள்ளதாகக் குறிப்பிட்டுள்ளான். எருளி குலத்தில் நோய் காரணமாக ஒருவன் மரணமுறுந் தறுவாயில் அவன் தமரில் ஒருவன், "காதல் மறந்து" அவன் பழி நீங்கும் பொருட்டுக் கத்தியால் குத்துவான். "இது வல்–ஹல்லாவிற்கு அவன் போக உதவி செய்வதாகும்" என்கிறார் சாட்விக். இச்செய்திக்கும் மேற்கூறிய சான்றோர் பாடல்கள் கூறும் செய்திகளுக்கும் உள்ள ஒப்புமை விசதமன்றோ? "எஃகம் அறுத்த உடம்பொடு" வீரர்கள் வாராவுலகம் போவதாகப் *புறநானூற்றுப்* பாடல் கூறுவதை ஏலவே பார்த்தோம். அதாவது காயம் படுதலே புகழின் சின்னமாகவும் துறக்கத்துக்குத் திறவுகோலாகவும் அமைகிறது. போர்க் காயம் 'விழுப்புண்' எனச் சிறப்பிக்கப்பட்டது. இதற்கு உரை கூறிய பரிமேலழகர் "விழுப்புண்: முகத்தினும் மார்பினும் பட்ட புண்" என்றார். வல்–ஹல்லாவிற்கு விருந்தினராக அழைக்கப்படுபவர்களும் 'விழுப்புண்' பட்டு வீழ்ந்தோர் ஆவர்.

சான்றோர் செய்யுட்கள் இலட்சியப்படுத்தும் உயர்ந்தோர் உலகத்திற்கும் ஜெர்மானியப் பழமரபுக் கதைகள் வருணிக்கும் வல்–ஹல்லாவிற்கும் நெருங்கிய ஒப்புமை காணப்படுவதற்குக் காரணம், இரண்டும் பொதுப் பண்புகள் பெற்ற சமுதாயங்களிலே தோன்றியமையேயாகும்.

இவ்விடத்திலே ஒருதாரணம் கூறலாம். வல்–ஹல்லா உயர்குடிப் பிறந்த பெருஞ்செய் யாடவருக்கே இடமளிப்பது. 'தவமும் தவமுடையார்க்கே' என்பது போல மேலுலகமும் மேற்குடிப் பிறந்தாருக்கே என்பது வல்–ஹல்லா காட்டும் சமுதாயத் தத்துவம். போரிற் பட்ட எல்லோருக்கும் உரியதன்று வல்–ஹல்லா. இதுகுறித்துத் திருமதி எல்லிஸ் டேவிட்ஸன் பின்வருமாறு கூறுவர்: "புகழ்பூத்த தலைமக்களும் மன்னரும் இளங்கோக்களுமே போரிற் பட்டபின் அங்குச் சென்றனர்."

சான்றோர் செய்யுட்களிலே வீரசுவர்க்கத்தை அல்லது துறக்கத்தைக் குறிக்குஞ் சொற்றொடர்களில், "உயர்ந்தோர், மேலோர், பெரும் பெயர், உயர்நிலை, அரும்பெறல்" முதலிய பெயரடைகளை உற்றுநோக்கும்போது அவற்றின் முக்கியத்துவம் நன்கு புலப்படும். உலகியலில் புகழ்பூத்த ஆடவரைச் சிறப்பிக்கப்

பயன்படும் பெயரடைகளே துறக்கத்தைக் குறிக்கவும் பயன்படுகின்றன. உதாரணமாக, பாண்டியன் கீரஞ் சாத்தனைப் "பெரும் பெயர்ச் சாத்தான்" என்கிறார் ஆவூர் மூலங்கிழார். 'பெரும் பெயர் உலகம்' என்பது வீரசுவர்க்கத்திற்கு மற்றொரு பெயர் என்பதை ஏலவே பார்த்தோம்.

இதனை எண்ணும்போது நிலவுலகில் ஏற்றம் பெற்றோருக்கு ஏற்ற வகையிலேயே மறுவுலகமும் சித்திரிக்கப்பட்டமை தெளிவாகின்றது. மனித சிந்தனைகள் புறநிலையிலுள்ள சமுதாய உண்மைகளைப் பிரதிபலிப்பன என்ற நியதியை நினைவுகூருமிடத்துப் பழந்தமிழ்ச் சமுதாயத்திற் கிழாராகவும் தலைமக்களாயும் விளங்கியோருக்கே வீரசுவர்க்கம் அமைந்தது எனத் தோன்றுகிறது. வரலாற்றறிஞர் பி.டி. சீனிவாச ஐயங்கார் *தமிழர் வரலாறு* என்னும் நூலிற் கூறியிருப்பது போல், "சாதாரண மாந்தருக்கு வீரமிக்க செயல்களைச் செய்யும் வாய்ப்பு அருமையாகவே கிட்டியிருக்கும்; பொதுவாகப் பேரும் புகழும் தலைமக்களுக்கே கிட்டும். அகப்பாட்டின் தலைமக்களும் உயர்குடிப் பிறந்தோரே. ஏனெனில் தாழ்ந்த நிலையிலுள்ள மக்களைக் கவிஞன் பாடவில்லை." ஸக்ஸோ *(Saxo)* என்னும் இடைக்கால ஐரோப்பிய இதிகாசக்காரனும் இக்கருத்தையே கூறியுள்ளான். "வடிவேல் எறிவதும், வரிவில் ஏந்துவதும் மன்னர்தம் குமரர்க்கன்றி மற்றவர்க்காகுமோ? போர்த் தொழில் உயர்குடிப் பிறந்தாரது தனிச் சிறப்புரிமை யாகும். தொல்குடிப் பிறப்பினரே போரினை நடத்துபவர்கள்." உயர்ந்தோருலகுக்குச் செல்லும் தகுதி படைத்தோர் சிலரே என்று புறப்பாடல்கள் ஐயத்துக்கிடமின்றிக் கூறுகின்றன. சோழன் நலங்கிள்ளியைப் புகழும் பாடலொன்று இதனைத் தெளிவாக்குகின்றது.

> சேற்றுவளர் தாமரை பயந்த வொண் கேழ்
> நூற்றித ழலரி னிரைகண் டன்ன
> வேற்றுமை யில்லா விழுத்திணைப் பிறந்து
> வீற்றிருந் தோரை யெண்ணுங் காலை
> உரையும் பாட்டு முடையோர் சிலரே
> மரையிலை போல மாய்ந்திசினோர் பலரே
> புலவர் பாடும் புகழுடையோர் விசும்பின்
> வலவ னேவா வான வூர்தி
> எய்துப வென்பதஞ் செய்வினை முடித்து…

தாமரை மலரின் நூற்றுக்கணக்கான நிரையைப் போல உயர்ந்த குடியிற் பிறந்து சிறப்பாக இருந்தவருள்ளும் உரையும் பாட்டும் உடையோர் சிலரே என்பது வற்புறுத்தப்படும் கருத்து. புகழே உரை, பாட்டு என இருவகையாய் நின்றது. இதுகுறித்துப் பிற்காலப் புலவரான பொய்யாமொழியார் பாடியதற்கு, பரிமேலழகர் கூறியுள்ள உரை நோக்கத்தக்கது.

"புகழ்தான் உரையும் பாட்டும் என இருவகைப்படும். அவற்றுள் 'உரைப்பார் உரைப்பவை' என எல்லார்க்கும் உரிய வழக்கினையே எடுத்தாராயினும், இனம் பற்றிப் புலவர்க்கே உரிய செய்யுளும் கொள்ளப்படும்; படவே, 'பாடுவார் பாடுவன எல்லாம் புகழாம்' என்பதூஉம் பெற்றாம்." பல வழிகளில் சான்றோர் செய்யுட்களின் வடிசாறாக விளங்கும் *திருக்குறளில்* புகழ், மானம் முதலிய அதிகாரங்களில் மேற்கூறிய கருத்துக்கள் அறவியற் சாயல் பெற்றுத் திகழ்வது கவனிக்கத்தக்கது. *பதினெண் கீழ்க்கணக்கு* நூல்களிலே வீரயுகப் பண்புகள் தமது "தூய்மை" இழந்து நல்லொழுக்கம், நல்லறம் ஆகிய கோட்பாடுகள் வழி வருவதைக் குறிப்பிட வேண்டும். இஃது இலக்கிய வரலாற்றிற் காணும் பெருமாற்றமாம். ஒருதாரணம் பார்க்கலாம். போரிற் பலரைப் புறங்கண்டு வீரமரணம் எய்தியவர்கள் "தொலையா நல்லிசை உலகமொடு நிற்பர்" என்று *மலைபடுகடாம்* கூறுவது சான்றோர் செய்யுட்களுக்குச் சிறந்த எடுத்துக்காட்டு. ஆனால், அறநூலில் ஒன்றான *திரிகடுகம்* பின்வருமாறு அதனைக் கூறும்:

மண்ணின்மேல் வான்புகழ் நட்டானும், மாசில் சீர்ப்
பெண்ணினுள் கற்புடையாள் பெற்றானும் – உண்ணுநீர்க்
கூவல் கூறைவின்றித் தொட்டானும் இம்மூவர்
சாவா உடம்பு எய்தினார்.

புகழ் தரும் வாயில்கள் விரிவடைந்து விட்டதை இப்பாடல் காட்டும் அதே வேளையில், வாழ்க்கைத் தத்துவமும் மாறிவிட்டதைக் காட்டுகிறது. ஆனால் படுகாயமுற்றுப் புகழுடம்புடன் வாரா உலகஞ் சென்றவர்கள், வல்–ஹல்லாவுக்குச் சென்றவரைப்போல் பத்தும் பெற்ற தலைமக்களாவர். வாராவுலகத்தையும் வல்–ஹல்லாவையும் ஒப்புநோக்கும்போது அவை இரண்டும் தோன்ற ஏதுவாயிருந்த வீரயுக இலட்சியங்களும் உயர்குடிப் பிறந்தோர் தலைமை பெற்று வாழ்ந்த சமுதாய நிலையும் தெற்றெனப் புலனாகின்றன.

●

6

பொற்காலமும் புதுயுகமும்

சென்னை உயர் நீதிமன்றத்து நீதிபதிகளில் ஒருவராக இருந்த டி.எல். வெங்கட்ராம ஐயர் அவர்கள் ஒரு சந்தர்ப்பத்தில் "வட துருவத்திலுள்ள பெரும் பனிமலைகளுக்குத் தீ வைத்துவிடலாம்; தமிழிலே புதுமைப் புரட்சி யேற்படுவது அதைவிடக் கடினம்" என்று கூறினாராம். வாய்மொழியாக வழங்கும் இக்கூற்றின் உண்மை பொய் எவ்வாறாக இருப்பினும் அடிப்படையான ஒரு நம்பிக்கை வரட்சியை இக்கூற்று எடுத்து விளக்குவதாக உள்ளது. பழமைப்பற்றும், தன்னிறைவு உணர்வும் தமிழ்ச் சமுதாயத்தில் சற்று அதிகமாகவே காணப் படுகின்றன என்பதே பொதுவாகக் காணப்படும் கருத்து. மாற்றமடையாத – தேங்கி நிற்கும் சமுதாயங்களில் *(stagnant society)* இத்தகைய பழமை யாதிக்கம் காணப்படுவது உலகெங்கும் பொதுவான நியதி. உண்மையான பொருளாதார மாற்றத்தை ஆதாரமாகக் கொண்ட சமுதாயப் புனரமைப் பினைத் தொடர்ந்தே புதுமை பூத்துக் குலுங்கும்; அதுவும் ஒரு வரலாற்று நியதிதான்.

இவ்விடத்திலே எமது சமுதாயத்திற் காணப்படும் பழமைப் பிடிப்பின் ஓர் அமிசத்தைச் சிறிது ஆராயலாம். பழமையாதிக்கத்தைக் கருத்தளவில் ஆராய்ந்து பார்க்கின், அதன் ஊற்றை இனங் கண்டுகொள்ள முடியும். எமது வரலாற்றின் தொடக்கத்திலே மகோன்னதமான *பொற்காலம்* ஒன்று நிலவியது என்றும், அதன் பின் வரவர இழி நிலை வளர்ந்துவந்துள்ளது என்றும் ஐதீகம் ஒன்று கருத்துலகிலே ஆழப்பதிந்துள்ளது. உதாரணமாக,

தமிழ் நூல் வரலாறு என்ற நூலிலே திருவாளர் பாலூர் கண்ணப்ப முதலியார் பின்வருமாறு எழுதுகிறார்: "பழங்காலம் பொற்காலம் ஆகும். அக்காலத்து மக்கள் நனிநாகரிகராய் வாழ்ந்தனர். தங்கள் வாழ்வை இயற்கையோடு இணைத்து வாழ்ந்தனர். இலக்கிய வளத்தில் சிறந்து விளங்கினர்." எதிர்காலத்தைப் பற்றிக் கனவு காணும் இலட்சியவாதிகள் சிலர் குறைபாடெதுவுமற்ற கற்பனையுலகம் ஒன்றைப் பற்றுக் கோலாகக் கொள்வது போலச் சென்ற காலத்தின் ஒரு பகுதியை நிறைவான சமுதாயம் இயங்கிய பொற்காலமாகச் சிலர் கொள்வர். இம்மனப் பதிவு அறிவின் துணையாற் பெறப்படுவதன்று; அரைகுறைச் செய்திகளின் அடிப்படையிலும், ஒருவகையான மயக்க உணர்வின் அடிப்படையிலுமே பெறப்படுவது. ஆயினும் இதற்கும் கோட்பாட்டு அடிப்படை ஒன்றுள்ளது. அதனைச் சுருக்கமாக விவரிப்பதே இக்கட்டுரையின் நோக்கமாகும்.

பெரும்பாலான தமிழரைப் பொறுத்தளவில் ஈடிணையற்ற ஏகாதிபத்தியப் பெருமையுடன் "அவனி முழுதாண்ட" சோழப் பெருமன்னர் மதிப்புக்குரியவராயிருப்பினும், 'சங்கம் வைத்துத் தமிழ் வளர்த்த' முடியுடை மூவேந்தர் அரசோச்சிய காலப் பகுதியே பொற்காலமாகக் கொள்ளப்படுகிறது. பழமைக்கும் பழமையானதே பாராட்டுக்குரியது போலும். அதுமட்டுமன்று. பிற்காலத்திலே தென்னகத்தில் எழுந்த சேர, பாண்டிய அரசுகளோடும் சோழப் பேரரசோடும் ஒப்பிடும்போது "சங்ககால" முடியுடை மூவேந்தர் குறுநில மன்னராகவே காட்சியளிக்கின்றனர். கங்கா நதியும் கடாரமும் கைக்கொண்டு சிங்காசனத்திலிருந்த செம்பியரான இடைக்காலச் சோழப் பெரு மன்னரோடு ஒப்பிட்டுப் பார்க்கையில் புறநானூற்றுப் பாடல்கள் புகழும் சோழமன்னர்கள் சிறு நிலக் கிழாராகவே தோன்றுவர். அதைப்போலவே திரிபுவனச் சக்கரவர்த்திகள் எனத் தம்மை அழைத்துக்கொண்ட இரண்டாம் பாண்டியப் பேரரசின் பெருமன்னரோடு ஒப்பிடுமிடுத்து, சங்ககாலப் பாண்டிய மன்னர், மன்னராகவே தோன்றுகிறார்கள் அல்லர். அவ்வாறிருந்தும், இடைக்காலத்தில் புகழொடு விளங்கிய பாண்டிய சோழப் பெரு மன்னர்கள் வீரயுகத்தில் வாழ்ந்த தத்தம் மூதாதையரது 'உலகளந்த சிறப்புக்குத்' தாம் அருகதையற்றவர் என்றே கருதினர். அந்தளவுக்கு வீரயுகம் ஈடிணையற்றதொன்றாகப் பிற்காலத்தவர் கருத்தில் வேரூன்றியிருந்தது. இக்காலத்திலும் தமிழபிமானத்தோடு பெயர் மாற்றிச் சூட்டிக்கொள்பவர்கள் வீரயுக மன்னர் பெயர்களையும் அவை போன்றவற்றையுமே விரும்புவது கண்கூடு. சுருங்கக்கூறின், ஏறத்தாழ இரண்டாயிரம் வருடங்களாக வீரயுகம் – சான்றோர் வாழ்ந்த காலம் – கழிந்த பொற்காலமாகக் கருதப்பட்டு வருகிறது.

இலக்கிய மரபை எடுத்து நோக்கினும் வீரயுகத்தைப் பாடிய முற்காலப் புலவரைச் *சான்றோர்* என்றும் அவருக்குப் பின்வந்தோரை *பிற்சான்றோர்* என்றும் வேறுபடுத்துவர் உரை யாசிரியர்கள். சான்றோர் என்னுஞ் சொல்லின் பொருளை உணரும் போது அதனைப் பழங்காலப் புலவருக்குப் பரியாயச் சொல்லாக வழங்குவதன் சிறப்புத் தெரியவரும். சங்கச் சான்றோரையே 'நல்லிசைப் புலவர்' என்றும் கூறுவர். "தொல்லாசிரியர் நல்லாணை" பற்றிப் பேசும் இன்றைய நவசான்றோரும் *பாட்டும் தொகை* யுமே செய்யுளுக்குப் பிரமாணமாகக் கூறுவர். உலகமென்பது உயர்ந்தோர் மேற்றே எனக் கொள்ளும் இலக்கியப் பாதுகாவலர்கள், அவ்வுயர்ந்தோர் சங்கச் சான்றோர் என்றே வாதிடுவர். இவற்றையெல்லாம் பார்க்கும்பொழுது முடியுடை மூவேந்தர் அரசோச்சிய வீரயுகம் தமிழ் மரபிற் பசுமரத்தாணி போல் இறுகப் பதிந்திருப்பது வெளிப்படை.

இப்பழமைப் பற்று நன்மைக்கும் தீமைக்கும் ஏதுவாக உள்ளது. நியாயமான புராதனப் பெருமை, நியாயம் அற்ற அகங்காரம், அர்த்தமற்ற தூய்மை வாதம் முதலியவற்றிற்கும் ஆதாரமாக அமைந்துவிடுகிறது. இதற்குக் காரணம் பொற்காலத்தைப் பற்றிய பெருமித உணர்வேயாகும்.

கிரேக்க இலக்கியங்களிலும் இத்தகைய ஒரு நம்பிக்கையைக் காணலாம். தமது, 'இன' வரலாற்றுத் தொடக்கத்தில் இயற்கையின் மத்தியில் மக்கள் இன்பமாக வாழ்ந்த பொற்காலம் (Golden Age) ஒன்று இருந்தது எனக் கிரேக்க ஆதி கவிகளே நம்பினர்.

ஹோமருக்குப் பின் வந்த பௌராணிகக் கவிஞனான ஹீசியொட் ஐந்து யுகங்களைக் குறிப்பிடுகின்றனன். அவை முறையே பொற்காலம், வெள்ளிக் காலம், வெண்கலக் காலம், வீரர் காலம், இரும்புக் காலம் ஆகியன. தான் வாழும் காலம் ஒளியற்ற இரும்புக் காலம் என்பது ஹீசியொட்டின் கருத்து. முற்கூறிய காலங்கள் படிப்படியாகத் தரங்குன்றித் தகைமையிழந்திருப்பதாக அவன் கருதினான். ஹோமருக்குப் பின்வந்த ஹீசியொட் கிரேக்க ஆதி கவியின் படைப்புகளுக்கு உரிய இடம் வழங்குமுகமாகக் காவிய நாயகர்களுக்கு ஒரு காலத்தைக் கற்பித்து, தனது காலத்துக்கு முன் செருகினான் என்று சில ஆராய்ச்சியாளர் கருதுவர். அவர்கள் கருத்துப்படி, நான்கு உலோகங்களினடியாகப் பெயரிய யுகங்களே ஒழுங்கானவை என்றும், அவை கிரேக்க நாகரிக வளர்ச்சியை அடியொட்டி அதனைப் பிரதிபலிப்பதாக உள்ளன என்றும் விளக்கம் கூறப்படுகிறது. இது சர்ச்சைக்குரிய விஷயம். குறிஞ்சி, முல்லை, மருதம், நெய்தல் என்ற நிலப்பாகுபாடும் அதனடியாகப் பிறந்த

ஒழுக்கப் பாகுபாடும் புராதன வேட்டுவ நிலையிலிருந்து வாணிபம் செழித்தோங்கிப் பட்டின நாகரிகம்வரை தமிழர் கண்ட வாழ்வியல் வளர்ச்சியை எடுத்துக்காட்டுவதாகப் பலர் கொள்வதில்லையா? அது போலவே மனிதன் ஆதி காலத்தில் பொன், வெள்ளி, வெண்கலம் முதலிய உலோகங்களைப் பயன்படுத்திய பின்னரே இரும்பின் பயன்பாட்டை அறிந்தானாதலால் ஹீசியொட்டின் இப்பாகுபாடு வரலாற்று உண்மையை உட்கொண்டது என்று சிலர் வற்புறுத்துவர். இங்கு நாம் கவனிக்கத்தக்கது யாதெனில் பொன், வெள்ளி, வெண்கலம், இரும்பு ஆகியன இறங்கு வரிசையில் அமைத்துக் கூறப்பட்டிருப்பதே. இரும்பின் பயன்பாட்டுடனேயே மனித நாகரிக வரலாறு உறுதியாக முன்னேறத் தொடங்கியதென்று நாம் கூறக்கூடுமாயினும் ஹீசியொட் அவ்வாறு எண்ணினானல்லன்.

வேலைகளும் நாட்களும் (பஞ்சாங்க முறையிலமைந்தது) என்னும் நூலிலே கூறுகிறான்: "ஐந்தாம் காலப்பகுதியைச் சேர்ந்த மாந்தரிடையே நான் வாழவேண்டுமென்பது தெய்வ சங்கற்பமாயில்லாது போனால், நான் இக்காலத்துக்கு முந்தியோ அல்லது பிந்தியோ வாழவே விரும்புவேன். ஏனெனில் இப்பொழுது இரும்பு இன மனிதர் வாழ்கின்றனர்." இரும்பு இன மக்கள்மேல் கவிஞனுக்குள்ள மனவெறுப்பு துலாம்பரம்.

ஆதி கிரேக்க மெய்யியல் என்னும் நூலில் ஆசிரியர் பேணற் கூறும் செய்திகள் இங்குப் பொருத்தமாகக் காணப்படுகின்றன. கடவுளரையும் அக்கிய தலைவரையும் குதூகலத்துடன் பாடிய ஆதிகவி ஹோமரைக் கூறிவிட்டு, பேணற் பின்வருமாறு எழுதுகிறார்:

> ஹீசியொட் எழுதியவற்றைப் பார்க்கும்போது நாம் வேறோர் உலகுக்கு வந்துவிட்டாற் போன்ற உணர்வு நமக்கு ஏற்படுகின்றது. ஹோமரது காவியங்களுக்கும் தனது காலத்திற்குமிடையே இருந்த வேற்றுமையை அவர் உணர்ந்திருந்தார். ஹோமரது காவியங்களிற் காணப்படும் களிப்புணர்வை இங்குக் காணோம். கடவுளர்களைப் பற்றிய உண்மையைக் கூறுவது முக்கியமென இங்குக் கருதப்படுகிறது. ஹோமரது காலத்திற்குப் பிந்திய, வளங்குன்றிய காலம் தன்னுடையது என்பதையும் ஹீசியொட் உணர்ந்திருந்தார். ஹோமராற் பாடப்பட்ட அக்கிய அரசர்கள் ஹீசியொட்டின் காலத்தில் பொதுமக்களோடு தொடர்பில்லாதவர்களாகவும் செம்மையற்ற சட்டங்களை இயற்றுபவர்களாகவும்

விளங்கினர். ஆகவே பழைய சாதியினராகிய மந்தை மேய்ப்போர், கமஞ் செய்வோர் என்போரை நோக்கியே ஹீசியொட் பாடினார். 'அக்கிய மத்திய கால'த்தின் வளமும் ஆடம்பர வாழ்வும் என்றும் பொதுமக்களது நிலைக்கு அப்பாற்பட்டனவாகவே இருந்தன. உலகம்பற்றிய பண்டைய கருத்து அவர்களிடையேயிருந்து அற்றுப்போகவில்லை.

பேராசிரியர் பேணற்றின் கூற்று கூர்ந்து கவனிக்கத்தக்கது. தனது காலத்தைப் பெருமையற்ற இரும்புக் காலம் என வருணிக்கும் புலவன், முந்திய காலங்களைப் போல 'வளமும் ஆடம்பர வாழ்வும்' தனது காலத்திலில்லை எனக் கவல்வது தெரிகிறது. முந்திய காலங்களிற் காணப்பட்ட வளங்கள் அக்கிய உயர் குடியினருக்கேயன்றிச் சாதாரண கிரேக்க மக்களுக்கும் உரியனவாக இருக்கவில்லை என்று கவிஞன் சிந்திக்கவில்லை. தனது காலத்துத் துன்பங்களை – அவற்றின் காரணங்களை அறியமாட்டாதவனாய் – முந்திய காலங்களின் கற்பனையான இன்பங்களோடு ஒப்பிட்டு, "அந்த நாளும் வந்திடாதோ" என ஏங்குகின்றான். ஆனால் சுற்றிச் சூழ்ந்துள்ள துயரங்களைத் தாங்க அப்பழங்கால இனிமை நினைவு உதவியது எனலாம்.

ஹீசியொட்டுக்குப் பின்வந்த கிரேக்கக் கவிஞர் மட்டுமன்றித் தத்துவவாதிகளும் இப்பொற்கால உணர்வைத் தமது தத்துவ விளக்கங்களுக்குள் அமைத்துக்கொண்டனர். உதாரணமாக, உலக இயக்கத்துக்கு விளக்கம் கூற முயன்றவரில் ஒருவரான எம்பிடோக்கிளிஸ் காதல் மூலகங்களை ஒன்று சேர்த்த நிமித்த காரணமாய் இருந்தது எனக் கொண்டு, காலக்கிரமத்திற் பூசல் அதிகமாக மூலகங்கள் வேறாகப் பிரியும் நிலை ஏற்படுகிறது என்றார். பூசல் முற்றாகச் செயற்பட்டபின் மீண்டும் காதல் நிறைந்த பூரண உலகம் தொடங்குகிறது. காதல் தனியாட்சி செய்யும் காலத்தையே பொற்காலம் என்றான் எம்பிடோக்கிளிஸ். தனது காலத்தில் "சாவும், சினமும், அழிவின் படைகளும் நிறைந்து" இருப்பதாகவும், தனது நாடு "துயர் மிகு நாடு" என்றும் அவன் நம்பினான். எம்பிடோக்கிளிஸ் கூறியது பற்றிக் குறிப்புரை கூறிய அரிஸ்டோட்டில் "எமது காலத்திற் பூசல் மிகுந்துகொண்டிருக்கிறது என்றும், முன்பு காதற் காலத்தில் இருந்த அதே நிலையில் இப்போது பூசற் காலத்தில் உலகம் இருக்கிறது" என்றும் ஓரிடத்தில் குறிப்பிடுகிறார். பேராசிரியர் பேணற் கூறுகிறார்: "உலகம் மேலும் சிறப்படைவதற்குப் பதிலாகக் குன்றிக்கொண்டு போகிறதென்னும் பிற கற்பனைகளோடும் இக்கருத்து நன்கு பொருந்துவதாயுள்ளது."

ஹீசியொட் போன்றோர் தமது காலத்தில் வாழ்ந்த 'சாதாரண' மனிதரிலும் பண்டைய இதிகாச புருஷர்கள் பன்மடங்கு பலசாலிகள் என்று நம்பினர்; செல்வமிக்கவரா யிருந்தனர் என்றும் எண்ணினர்.

தமிழிலக்கிய மரபிலே இதுபோன்ற எண்ணம் நன்கு வேரூன்றி யுள்ளது. ஒரு சிறு உதாரணம் போதும். *பட்டினப் பாலையிலே,*

நேரிழை மகளி ருணங்குணாக் கவருங்
கோழி யெறிந்த கொடுங்காற் கனங்குழை
பொற்காற் புதல்வர் புரவியின் றுருட்டு
முக்காற் சிறுதேர் முன்வழி விலக்கும்

என வருகிறது. அதாவது, நகையணிந்த மகளிர் முற்றத்தில் உலர்கின்ற நெல்லைத் தின்னும் கோழியை எறிந்த பொன்னாற் செய்த மகரக் குழை, பூணணிந்த காலினையுடைய சிறுவர் கையாலுருட்டும் மூன்றுருளைச் சிறு தேரினது வழியின் முன்பை விலக்கும் செல்வச் செழிப்புக் கற்பித்துக் கூறப்படுகிறது. இதுபோலப் பலவிடங்களில் முடியுடை மூவேந்தர் காலத்து 'வளமும் ஆடம்பரமும்' வருணிக்கப்படுவதை வரலாற்றுண்மையெனக் கொண்டு, *நன்னூல்* உரைகாரர் மயிலைநாதரைப் போன்று, "குழை கொண்டு கோழியெறியும் வாழ்க்கையவ ரென்ற வரி, ஒன்றானும் முட்டில் செல்வத்தாரென்றவாறு" எனக் கூறுவது மட்டுமன்றி, 'சங்க' காலத் தமிழகமே இவ்வாறு பொன் மலிந்த நாடாக மிளிர்ந்தது என உரைப்பாரும் உளர். "பொன் மலிந்த விழுப்பண்டம் நாடு ஆர" என்றும் கூறும் *மதுரைக் காஞ்சி.* அதாவது, பொன் மிகுதற்குக் காரணமாகிய சீரிய சரக்குகளை நாட்டிலுள்ளார் நுகரும்படியாக வந்து சேர்ந்த நாவாய்கள் குறிப்பிடப்படுகின்றன. நாவாய்களும் பொன்னும் பிற பண்டங்களும் இருந்தன வென்பது உண்மையே. ஆனால் அவை நாடு முழுவதும் பொங்கி வழிந்து யாவர்க்கும் சொந்தமாயிருந்தன என்பது ஐதீகமே. அதனடிப்படையிலேயே பொற்காலம் சிருஷ்டிக்கப்பட்டது.

தள்ளா விளையுளும் தக்காரும் தாழ்வு இலாச்
செல்வரும் சேர்வது நாடு

என்றும்,

பிணியின்மை செல்வம் விளைவு இன்பம்ஏமம்
அணியென்ப நாட்டிற்கிவ் வைந்து

என்றும் வள்ளுவர் கூறியது அன்றைய தமிழகத்தின் நேர்முக வருணனையன்று. அவர் சார்ந்து நின்ற வணிக வர்க்கத்தின் நோக்கில் சிறப்பான ஒரு நாட்டின் இலட்சிய வடிவமேயாம்.

பொற்காலத் தமிழகம், அதாவது 'சங்க' காலத் தமிழகம், "பசியும் பிணியும் பகையும் நீங்கி, வசியும் வளனும் சுரந்து" விளங்கியது என்பது கலப்பற்ற மூட நம்பிக்கையேயாம். கிரேக்கக் கவிஞரது இலட்சியமான பொற்காலத்தை ஒத்ததே இதுவும்.

சான்றோர் செய்யுட்கள் பெருமக்களைப் பாட்டுடைப் பாத்திரங்களாகக் கொண்டமையால் அன்றைய சாதாரண மக்களின் உண்மை நிலையை அறிந்துகொள்வது கடினம். ஆயினும் கொடை வள்ளல்களின் வண்மையைச் சிறப்பிக்கு முகமாக, அவரது ஆதரவைப் பெற்ற பரிசிலர் பல பாடல்களில் துணைப் பாத்திரங்களாகத் தோற்றமளித்தனர். பெரும்பாலான ஆற்றுப்படை நூல்களிற் காணும் இரவலர் கூட்டங்களைப் பார்க்கும்போது அன்றைய யதார்த்த நிலை ஒருவாறு புலப்படுகிறது.

அடுபசி உழந்த இரும்பேர் ஒக்கல்
நீடுபசி ஒராஅல் வேண்டின்
அழிபசி வருத்தம் வீட
பழம்பசி கூர்ந்தஎம் இரும்பேர் ஒக்கல்
கடும்பின் கடும்பசி தீர
ஒல்குபசி உழந்த ஒருங்குநுண் மருங்குல்

முதலிய சொற்றொடர்களை மேல்நோக்காகப் பார்ப்பவர்க்கும் 'கொடிய வறுமையின் எல்லையை' எட்டிய குடும்பங்களின் அவலநிலை நெஞ்சில் தைக்காமற்போகாது. ஆனால் 'சங்க' காலம் பொற்காலம் என்ற முற்சாய்வுடன் படிக்கும் எம்மவரிற் பெரும்பாலானோர் இதனை எண்ணும் பொறுமையுடையவர் அல்லர்.

வேறுவகையிலும் எமது இலக்கியங்கள் வளர்த்துவந்துள்ள பொற்கால உணர்வு புலப்படுகிறது. உதாரணமாக முச்சங்க வரலாற்றினை நோக்குவோம். தலைச்சங்கம், இடைச்சங்கம், கடைச்சங்கம் என மூன்று சங்கம் பாண்டியர் நிறுவினர் என்ற கதை யாவரும் அறிந்ததொன்றே. அம்மூன்று சங்கங்களும் இறங்கு வரிசையில் கற்பிக்கப்பட்டுள்ளமை தெளிவு. முதற்சங்கம் இருந்தாருள் திரிபுரமெரித்த விரிசடைக் கடவுளும், குன்றமெறிந்த முருகவேளும், நிதியின்கிழவனும், அகத்தியனாரும் அடங்குவர். இவர்கள் தேவரும் முனிவரும் தலைச்சங்கப் புலவரோடு உறவு கொண்டாடியதற்கு எடுத்துக்காட்டு. இடைச்சங்கத்தில் தெய்வாம்சம் பொருந்தியவர் அகத்தியனார் ஒருவரே போலும். கடைச்சங்கத்தில் சிறுமோதாவியார் முதலிய மானிட புலவர் மாத்திரம் இருந்தனராம். வரவர நிலைமை குன்றுவதை இது காட்டுகிறதன்றே!

இவ்வாறு இலக்கிய மரபில் ஆழமாகப் பதிந்துள்ள நம்பிக்கை எம்மவரைப் பின்னோக்குபவராகவே வைத்துள்ளது. இருபதாம் நூற்றாண்டிலும் – முன்னேற்றத்தைக் கண்ணாற் காணக்கூடிய வேளையிலும் – பலர் "கழிந்தது மன்னே" எனக் கவலையடைகின்றனர். உதாரணமாக, தற்காலக் கவிஞரான கலைவாணன் சென்ற காலத்தின் சிறப்பை எண்ணி ஏங்குகிறார்:

அம்புவியின் மத்தியிலே
    ஆண்டுபல முன்னிருந்தால்
கம்பனைப்போற கவிக்குரலைக்
    காற்றினிலே நாமொலிக்கப்
பம்பரம்போல் கேட்ட நிலம்
    பரவசத்தி லேசுழலும்
வம்பறியா அந்நாளில்
    வரத்தவறி இன்று வந்தோம்.

தனது காலத்துச் சமுதாய ஒழுங்குடன் 'ஒட்ட' இயலாது விரக்தியடைந்த கலைஞனொருவனது குரல் இது. கம்பன் வாழ்ந்து பாடிய 'வம்பறியா அந்நாள்' வாராதோ என்று ஏங்குகிறான் கவிஞன். 'வம்பறியா' என்ற தொடர் கூர்ந்து கவனிக்கற்பாலது.

சென்னையில் நடைபெற்ற உலகத் தமிழ் மகாநாட்டின் போது 'புகாரில் ஒரு நாள்' என்ற கவிதைப் போட்டி நிகழ்ந்தது. இன்று புகார் 'பொன்னகரமாகக்' கருதப்படுவதற்கு இக்கவிதைப் போட்டியே சிறந்த சான்று. பரிசு பெற்ற பத்துக் கவிஞரில் ஒருவரான புலவர் ந. சந்தானம் பின்வருமாறு பாடுகிறார்:

வீதியினில்
பொன்னோ மணியோ புனைவடமோ மற்றுமுள
தென்னோ அவையெல்லாம் இங்குண்டாம் இந்நகரில்
இல்லாத தொன்றில்லை இந்நகரின் மாண்புகளைச்
சொல்லாதா ரில்லையினிச் சொல்வதற்கும் எல்லையில்லை.
. . . .
பொற்கால மேன்மையெலாம் பொய்யில்லை என்றெடுத்துத்
தற்காலம் காட்டல் தமிழர் கடனன்றோ.

"பொற்கால மேன்மைகள் பொய்யில்லை" என்று அடித்துக் கூறுகிறார் புலவர். ஆனால் அதே புகார்ப் பட்டினத்திலே இன்னல் மிகுந்திருந்ததைக் காணலாம். 'இரட்டைக் காப்பியங்'களில் ஒன்றான *மணிமேகலை* எமக்குக் காட்டியிருப்பதுபோலப் *(பண்டைத்தமிழர் வாழ்வும் வழிபாடும்)* "பொருளாதார முரண்பாட்டின் காரணமாக நாட்டிலே பஞ்சம் தலைவிரித்து ஆடுகிறது; வரி செலுத்த இயலாதவர்கள் வெஞ்சிறையில் வாடுகின்றனர்; பசியுறும் ஆருயிர் மக்கள் பலராவர்." இது சாத்தனார் தீட்டும் காட்சி. ஆயினும், "இந்நகரில் இல்லா தொன்றில்லை" என்று புலவர் சந்தானம் பாடும்பொழுது

புகாரைப் பற்றிய பொய்ச் செய்தியே பொற்கால உணர்வுக்கு அடிப்படையாக அமைந்திருப்பது புலனாகிறது.

பட்டினப்பாலையிலே வணிகர் சிறப்புக் கூறும்பொழுது,

கொள்வதூஉ மிகை கொளாது
கொடுப்பதூஉங் குறை கொடாது
பல்பண்டம் பகர்ந்து வீசும்

நல்லவர்களைக் குறிப்பிடுகிறார் புலவர்; இதன் எதிரொலியைத் திருக்குறளிற் காண்கிறோம்.

வாணிகம் செய்வார்க்கு வாணிகம் பேணிப்
பிறவும் தமபோல் செயின்.

இதற்குப் பரிமேலழகர் உரை வருமாறு:

> பிறர் பொருளையும் தம்பொருள் போலப் பேணிச் செய்யின், வாணிகஞ் செய்வார்க்கு நன்றாய வாணிகம் ஆம். பிறவும் தம்போற் செய்தலாவது கொள்வது மிகையும் கொடுப்பது குறையும் ஆகாமல் ஒப்பநாடிச் செய்தல்.

வணிக வர்க்கத்தாருக்குரிய அறிவுரையை நிதர்சனமாகக் கொண்டு, அக்காலத்து "நீதி நேர்மை" பேசுவோர் பொற்காலத்தைக் கனவுலகமாகக் கொண்டு வாழ்கின்றனர் என்பது உண்மை.

பொற்காலத்தை நினைந்து ஏங்கிய கிரேக்க இலக்கிய கர்த்தாக்களும் அப்பொற்காலம் சூதுவாது அறியாத குற்றமற்ற காலம் *(Age of Innocence)* என்றே விளக்கங் கூறினர்.

கவிஞனான கலைவாணன், கவியரசன் கம்பன் வாழ்ந்த காலத்தை எண்ணி ஏங்கலாம். ஆனால் இராம காதை பாடிய கம்பனும் குற்றமற்ற கற்பனை உலகம் ஒன்றை எண்ணி ஏங்கியவனே. அவன் காலத்து அவைப் புலவர் பலரோ 'சங்ககால' மன்னனான கரிகாலன் காலத்தைப் பெருமையுடன் நினைந்து, 'அந்த நாளும் வந்திடாதோ' என ஏங்கினர். ஆக, 'யாவரும் பொற் காலமான அக்காலத்தை மானசீகமாக அனுபவிக்கின்றனர் என்பது தெளிவு.

பொற்காலம் என ஒன்றை வருணிக்கும்போது சிறப்பெல்லாம் அக்காலத்துடன் முடிந்துவிட்டது என்னுங் கருத்து உட்கிடை. அச்சிறப்பை மீண்டும் பெறத் துடிப்பதே செயலின் உந்துதலாக அமைகின்றது. இவ்வுணர்விற்கு இந்திய வைதிகச் சமயக் கோட்பாடுகளும் ஆதாரமாய் அமைந்துள்ளன. ஞானிகள் சமய உண்மைகளை இறைவாயிலாகப் பெற்றுவிட்டனர் என்றும், இனிப் பெறக் கூடியது இல்லை என்றும் வேத வழக்கைப்

பிரமாணமாகக் கொள்வோர் கூறுவர். கி.வா. ஜகந்நாதையர் இதுபற்றிக் கூறுவது நல்ல எடுத்துக்காட்டு.

> பாரமார்த்திக வாழ்வை வேதகால முதல் அறிந்து வாழ்ந்தவர்கள் அனுபூதிமான்களாக இருந்து வந்திருக்கிறார்கள். இனிப் புதியதாக உண்மையைக் கண்டுபிடிக்க வேண்டும் என்பது இல்லை. கிடைத்த உண்மையைக் கடைப்பிடித்து வாழ்ந்து, அதனால் வரும் இன்பத்தை நுகர்வதே நம்முடைய கடமை யாகும்.

பாரமார்த்திக உண்மைகளே ஐயர் அவர்களால் விதந்து கூறப்படினும், சென் காலத்தின் சிறப்பு யாவற்றிற்கும் பொருந்து வதாக மேலோர் கூறுவர். முற்காலத்தவரை வருணிக்கையில் “பிணிதபு நோன்பும் பெருகுறு வாழ்நாளு முழுதுணர் வலியு முடைய முற்காலத்தார்” என்றும், “சில்வாழ்நாளும் பல்பிணியுஞ் சிற்றறிவுமுடைய பிற்காலத்தார்” என்றும் வாய்பாடாகக் குறிப்பது உரைகளிற் காணப்படுவதொன்று. முற்காலத்திலிருந்த சில நூல்கள் அழிந்துபோனமைக்குக் காரணம் கூறிப்போந்த மரபுவழித் தமிழறிஞரும், திருவாவடுதுறை ஆதீன மகாவித்துவானாக வீற்றிருந்தவருமான யாழ்ப்பாணத்து வடகோவை சபாபதி நாவலர் *திராவிடப் பிரகாசிகை* என்னும் நூலிலே பிற்காலத்தவரது ஆற்றலின்மையையே விதந்து கூறுவார்.

> செந்தமிழ் மொழி தோன்றுங்காலத்து உடன் தோன்றிற்றாய் அதற்குப் பேராதாரமாய் முச்சங்கத்தும் நிலவிய முதனூலாகிய அகத்தியங் கடைச் சங்கம் ஒடுங்கிப் பிற்றை ஞான்று வழங்கற் பாடின்றி மறைதற்குக் காரணந்தான் யாதெனின், கூறுதும். அகத்தியம் பல் வாழ்நாளுஞ் சில்பிணியும் பேறறிவுமுடைய அக்காலத்தார் கற்றுப் பிறருடன் பயின்று அறிவு நிரப்புதற் பொருட்டுச் செய்யப் பட்டதொரு பெரு நூலாதலின், சின்னாளும், அவற்றுள்ளும் பல்பிணியும் சிற்றறிவும் உடையராகிய இக்காலத்தார், தாம் அதனைக் கற்றலும் பலருடன் பயிறலுஞ் செய்து கல்வி நிரப்புதல் முடியாதென்று கைவிட்டு, அதன் வழிச் சுருங்கித் தோன்றிய *தொல்காப்பியம்* முதலிய இலக்கண நூல்களையே கைக்கொண்டு போற்றிப் பயில்வாரானமையின், அது எடுத்தெழுதிப் படித்துப் பயில்வாரின்றி, வைகரி வடிவிற் நீர்ந்து, மத்திமை வடிவு நேர்ந்து, பைசந்தி வடிவிற்றாகிப் பரமயோகிகட்கே புலனாதற்குரிய

> சுத்த சூக்கும நாதமாய் ஒடுங்கிற்றென்க. அவ்வாறு பாதுகாத்துப் பயில்வார் கைவிட்டமையால், வடமொழியின் மாமறையாகமச் சுருதிகளுள்ளும் அவற்றின் வழிநூல்களுள்ளுங் காலந்தோறும் ஒடுங்கின பல; இன்னும், அவ்வாறு பாதுகாத்துப் பயில்வார் கைவிடுதலாற் றென்மொழியில் தேவாரச் சுருதிகளுள்ளுந் தெய்வச் சங்கமரீஇய நூல்களுள்ளுங் காலந்தோறும் ஒடுங்கின பல . . . மாபுராணம், பூதபுராணம், இசை நுணுக்கமென்பன மறைதற்குக் காரணமென்னை யெனின், அவையும் பரந்துபட்ட பொருண்மையவாய் வாழ் சில்நாட் பல்பிணிச் சிற்றறிவின் மக்கட்கு உபகாரப்படாமையின் அவர் தம்மாற் கைவிடப்பட்டு மறைந்தவென்க.

பண்டைத் தமிழ் நூல்கள் மறைந்தமைக்குக் காரணங்கள் பல. பலகாலமாக இலக்கியங்கள் வாய்மொழியாக வந்ததுவும், அவை எழுதப்பட்டபோதும் எளிதில் அழியவல்ல பனையோலையாற் செய்த ஏட்டில் எழுதப்பட்டதுவும், பொதுப்படையாகக் கல்வியறிவு பெருகாமல் இலக்கிய அறிவு சிற்சில குடும்பங்களில் அடைப்பட்டுக் கிடந்ததுவும், சமயக் காழ்ப்புக் காரணமாக நூல்கள் அழிக்கப்பட்டதுவும், அந்நியர் வருகையால் அமைதி தலைதடுமாறியதுவும் இன்னோரன்ன பிற காரணங்களும் நூல்கள் மறையக் காரணமாயின. அவ்வாறிருக்கவும் சபாபதி நாவலர் மனித ஆற்றலின் வீழ்ச்சியைக் காரணமாகக் கூறுவது வேடிக்கையாகத்தான் இருக்கிறது. ஆனால் அவரது நம்பிக்கை அப்படிக் கூற வைக்கிறது. எனினும், ஆசிரியர் பத்தொன்பதாம் நூற்றாண்டில் வாழ்ந்தவராதலால் மனத்தின் ஒரு மூலையிற் சிறிது ஐயப்பாடு எழுந்தது போலும். சுற்றுமுற்றும் நவீன ஆராய்ச்சிக் கருத்துக்களும் பகுத்தறிவுவாதமும் பெருகிவந்த நேரத்தில், ஆதீன வித்துவானாக இருந்தவருக்கும் ஐயம் தோன்றுதல் அதிசயமல்லவே! ஆகவே, தனது கூற்றுக்கு வேறு சான்றுகளும் உதாரணங்களும் காட்ட விரைகிறார்:

> வட நூலாரும் ‘முற்காலத்தில் தைவ வியாகரணங்களும் ஆரிட வியாகரணங்களும் பல வழங்கின. கலிகாலத்தில் மக்கட்கு ஆயுளும் அறிவுங் குன்றுதலின், அவற்றினை யெல்லாங் கற்று அறிவு நிரப்பமாட்டாது வடமொழியை வழுமலைதர வழங்குவாராயினர். அது கண்ட பாணினி முனிவர் அருந்தவமிருந்து சிவபிரான் திருவருள் பெற்று அத்தைவ ஆரிட வியாகரணங்களைச் சுருக்கி *அட்டாத்தியாயி* என ஓரிலக்கண நூல்

செய்தருளினார்' என்றுரைப்பாராதலின் யாம் கால பேதத்தொடு படுத்தோதும் இவ்வரலாறு மற்றவராலும் ஒப்பப்பாலதேயா மென்பது.

இவ்வாறு சுழன்று சுழன்று பொற்கால மேன்மை பேசுகிறார் மகாவித்துவான். இந்நம்பிக்கை இன்றும் பலமுள்ளதாகக் காணப்படுகின்றது. உதாரணமாக, எமது முந்தையோர் நூறாண்டு வாழ்ந்தனர் என்று நம்பினார் மறைமலையடிகள். இக்காலச் 'சிற்றறிவுடையோரும்' அதனையறிந்து வாழ்வாங்கு வாழும் பொருட்டு, *மக்கள் நூறாண்டு வாழ்வதெப்படி?* என்றொரு நூலை எழுதினார்.

சில தமிழறிஞர்கள் *திருக்குற*ளைப் பொற்கால நூல் எனக் கொள்வர். அதனாலேயே அது இன்றும் தமிழர் வாழ்க்கைத் தத்துவ வழிகாட்டியாக விளங்க வேண்டும் எனக் கூறுவர். பன்னெடுங்காலமாக மாற்றமடையாதிருந்து வந்த சமுதாயத்தில் *திருக்குறள்* அறிவுக்கு அந்தமாகக் கருதப்பட்டது இயல்பே. ஆனால் கண்ணாரக் காணப் பல்வேறு மாற்றங்கள் நிகழும் இற்றை நாளிலும் அதுவே 'வேதம்' என்பது கால முரணாக மட்டுமன்றிக் கண்மூடித்தனமாகவும் இருக்கிறது. *திருவள்ளுவ மாலையில்* மதுரைத் தமிழ் நாகனார் பாடியதாகப் பின்வருஞ் செய்யுள் உள்ளது.

எல்லாப் பொருளும் இதன்பால் உளஇதன்பால்
இல்லாத எப்பொருளும் இல்லையால் – சொல்லால்
பரந்தபா வால்என் பயன்வள் ளுவனார்
சுரந்தபா வையத் துணை.

தமிழ் நாகனாரின் கூற்று இன்றும் பொருத்தமுடையதே என வாதிக்கும் திருக்குறள் அன்பர்கள் பொற்கால மயக்க முடையவர்களாகவே இருப்பார்கள். வாழ்வியல் சம்பந்தமாகத் திருக்குறள் அன்றைய கண்ணோட்டதிற் பல ஒழுக்க விதிகளைக் கூறியுள்ளது என்பது உண்மையே. வாழ்க்கை சம்பந்தமாக யாவும் கூறப்பட்டுவிட்டன என்பது மூட நம்பிக்கையாகும். *திருக்குற*ளைத் தமிழ் வேதம் என்றமையாலேயே அது பூரணத்துவ முடையதாய்க் கருதப்படலாயிற்று. வேதம் அருளப்பட்டது; புதிதாகக் கூறக்கூடியது எதுவுமில்லை என்பது இந்த நம்பிக்கையின் அடிப்படை. அதனுடன் தொடர்புடையதாக இன்னொரு போக்கும் நம்மவரிடையே காணப்படுகிறது. அதாவது, இன்று கண்டறியப்படும் விஞ்ஞான உண்மைகளை எம் பண்டைக்கால ஞானிகள் அறிந்திருந்தனர் என்பது. விஞ்ஞானம் படிக்காதவர்கள் இவ்வாறு கூறினால் ஒருகால் பொறுக்கலாம். விஞ்ஞானத்தில் ஓரளவு பாண்டித்தியம் பெற்றவர்கள் சிலர் இப்படிக் கூறும்போது ஆச்சரியமாக இருக்கிறது. மணிவாசகர் *சிவபுராணத்திலே*,

புல்லாகிப் பூடாய்ப் புழுவாய் மரமாகிப்
பல்விருக மாகிப் பறவையாய்ப் பாம்பாகி

என்று பாடிச் செல்லும் பகுதி டார்வினது பரிணாமக் கொள்கையை முன்கூட்டியே அறிந்துகொண்டதற்குச் சான்று எனக் கூறித் தற்பெருமையடையும் விஞ்ஞானப் பேராசிரியர் தமிழரிடையே உள்ளனர். இவர்கள், நவீன கண்டுபிடிப்புக்களான சார்புக் கொள்கை, சொட்டுக் கொள்கை என்பனவெல்லாம் ஏலவே தமிழரால் அறியப்பட்டவையே எனக் கூறுவர். இவையெல்லாம் உண்மையில் ஏதோவொரு விதத்திற் பொற்காலக் கோட்பாட்டு நம்பிக்கையின் விளைவுகள் என்பதில் எதுவித ஐயப்பாடும் இல்லை.

இந்திய பௌராணிக மரபும் கிரேக்கரிடையே வழங்கியது போன்றவொரு கால வட்டத்தை விவரிக்கிறது. காலக்கணக்குக் கூறும் புராண நூல்கள் நான்கு யுகங்களையும் அவற்றின் இயல்புகளையும் இறங்கு வரிசையிலேயே விவரிக்கின்றன. சதுர் யுகங்களின் கால அளவைப் பற்றி அபிப்பிராய பேதங்கள் உண்டு. அவை அத்தனை முக்கியமுமல்ல. கவனிக்க வேண்டியது என்னவெனில் கிருதயுகத்தைத் தொடர்ந்து, கால எல்லை மற்றைய யுகங்களுக்குப் படிப்படியாகக் குறைந்துகொண்டே வருகிறது. *மநுதர்ம சாஸ்திரம்* இதுபற்றிப் பின்வருமாறு கூறுகிறது:

> கிருத யுகக் கால எல்லை மொத்தம் நாலாயிரத்து எண்ணூறு வேத வருடங்கள். திரேதா யுகம் மூவாயிரத்து அறுநூறு, துவாபர யுகம் ஈராயிரத்து நானூறு, கலியுகம் ஆயிரத்து இருநூறு வேத வருடங்கள் எனக் கொள்க.
>
> கிருத யுகத்தில் சத்தியமும் தருமமும் நான்கு கால்களுடன் இருந்தன. இக்கால எல்லையில் அதருமத்தால் விளைகின்ற துன்பங்கள் மானிடர் களை அணுகுவதில்லை. மற்ற யுகங்களிலே மானிடர் அதரும முறையில் ஈட்டும் பொருள், கல்வி ஆகியவற்றின் காரணமாகச் சத்தியமும் தருமமும் ஒவ்வொரு காலாகக் குறைகின்றன.
>
> கிருத யுகம் மாந்தர் தருமமன்றி வேறொன்றையும் அறியமாட்டாதவராய் வாழ்வதனால் அவர்கள் எண்ணியவெல்லாம் கைகூடப் பெறுகிறவராகவும், தம்மிச்சையாக நூனூறு வருடங்கள் உயிர் வாழ்பவ ராகவும் இருக்கின்றனர். மேலும் தவம் முதலான சாதனைகளால் நானூற்றுக்கு மேற்பட்ட காலமும் சீவித்திருக்க அவர்களால் முடிந்தது. மூன்று

> யுகங்களிலும் மானிடர் வயதும் முறையே நூறாண்டுகள் வீதம் குறைந்துகொண்டே போகிறது.
>
> யுகங்களின் கால எல்லை படிப்படியாகக் குறைந்து வருவது போன்றே குறிப்பிட்ட யுகங்களில் மானிடர்க்கு விதிக்கப்பட்ட தருமங்களும் அந்த அளவில் முறையே குறைந்துபோகின்றன.

புராணத்தைச் சிசு சங்மிதை என்பார்கள். அதாவது குழந்தைகளுக்குக் கதை சொல்வதுபோல விஷயங்களை அறியமாட்டாதவர்களுக்கு விளக்கமாகக் கூறும் நூல் வகை என்பது பொருள். யுகங்கள்பற்றிய மேற்கூறிய விவரம் குழந்தைகளுக்கும் விளங்கும் என்பதில் ஐயமில்லை. ஆனால் பெரும் கல்விமான்கள் பலர் இப்புராணக் கதையை ஏற்றுக்கொள்ளவே செய்கிறார்கள். ஹீசியொட் தற்காலத்தை இரும்புக்காலம் என்றும் துன்பமும் துயரமும் நிறைந்த காலம் என்றும் கருதிக்கொண்டதைப் போலவே இந்திய பௌராணிக மரபினரும் பாரதயுத்தம் நடந்த காலந்தொட்டு – அதாவது ஏறத்தாழ இந்திய வரலாற்றுத் தொடக்க முதற்கொண்டு – கலியுகம் நடப்பதாக நம்புகின்றனர். கலிகாலம் கெட்ட காலம். கிருத யுகத்திலிருந்து மனுக்குலம் முன்னேறுவதற்குப் பதிலாக வளர்ச்சி குன்றிவந்துள்ளதாக இவர்கள் நம்புகின்றனர்.

ஈழத்தின் தலையாய தமிழறிஞரில் ஒருவரான பண்டிதமணி சி. கணபதிப் பிள்ளை ஓரிடத்திற் பின்வருமாறு எழுதுகிறார்:

> கலி ஐயாயிரம் வரை தருமதேவதையின் நிழலும், அதன்மேல் இரண்டாயிரத்தைந்நூறு வரை நிழலின் நிழலும் உண்டாம் என்பர் பெரியோர். இங்ஙனமாயின் கலி ஏழாயிரத்தைந்நூற்றின் மேல் இந்தப் பூமியின் கதி என்னாகும்?
>
> இப்பொழுது உலக நிலையின் போக்கை நோக்கும் போது தரும தேவதை ஒரு காலைத் தானும் ஊன்றுதற்கு எங்கேயாவது இந்தப் பூமியில் இடம் உளதாமோ என்பது சந்தேகம்.

'உண்டிருந்து வாழ்வதற்கே உரைக்கின்றீர்

உரையீரே' என்கிறது பாரதம்.

இந்த உலகம் உருப்படாது என்பது பொற்கால வாதத்தின் பிரதான கூற்று.

பழம்பெருமை உணர்வின் வரலாற்றடிப்படை ஒருபுற மிருக்க, அதன் தீமையாதெனில் முன்னேற்றத்திற்குத்

தடையாக அவ்வுணர்வு இருப்பதே. பின்னோக்கிப் பார்த்தல் முன்னேற்றதிற்கு முட்டுக்கட்டை என்பது தெளிவு. இத்தகைய சிந்தனைச் சூழமைவிலே பிறந்து வளர்ந்த பாரதியார் பழமையின் ஆன்மீக உண்மைகள் பலவற்றை ஏற்றுக்கொண்டபோதும் கால அடிப்படையில் சென்ற பொற்காலத்தை எண்ணியெண்ணி மனம் புண்ணாகியவரல்லர். அவர் பாடினார் –

சென்ற தினி மீளாது மூடரே, நீர்
எப்போதும் சென்றதையே சிந்தை செய்து
கொன்றழிக்கும் கவலையெனும் குழியில் வீழ்ந்து
குமையாதீர்! சென்றதனைக் குறித்தல் வேண்டா.

சென்ற கிருத யுகத்தையும் பொற்காலத்தையும் எண்ணி ஏங்காதிருக்குமாறு அறிவுறுத்தியது மாத்திரமன்றி, முக்காலத்தையும் தொடர்புபடுத்திப் பார்க்குமாறு கூறினான். "பேடிக் கல்வி" பெறுவோரைக் குறித்துச் சுயசரிதையில் பின்வருமாறு பாடினான்:

முன்னர் நாடு திகழ்ந்த பெருமையும்
மூண்டி ருக்குமிந் நாளின் இகழ்ச்சியும்
பின்னர் நாடுறு பெற்றியுந் தேர்கிலார்
பேடிக் கல்வி பயின்றுழல் பித்தர்கள்;
என்ன கூறிமற் றெங்ஙன் உணர்த்துவேன்
இங்கி வர்க்கென துள்ளம் எரிவதே!

சென்ற காலத்தின் சீருஞ் சிறப்பையும் எண்ணி ஏங்காமலும், நிகழ் காலத்தை நினைந்து மனம் தளராமலும் எதிர் காலமும் உண்டு என எண்ணுமாறு பணிக்கிறான் பாரதி. இதுவே முக்காலமும் இணைந்த வரலாற்றுணர்வு. ஒரு காலத்தை மட்டும் நோக்கியிருத்தல் வரலாற்றுக் குருட்டு நிலையாகும்.

தனது சொந்த ஆத்மானுபவத்தைப் பொறுத்தளவில் பாரதி பழைய கொள்கைகள் சிலவற்றையும் நம்பிக்கைகளையும் ஏற்றுக்கொண்டிருந்தானாயினும் சமுதாய வளர்ச்சி, மாற்றம் இவற்றைப் பற்றி இயக்கவியல் சார்ந்த கொள்கைகளைக் கொண்டி ருந்தான்.

காலத்திற் கேற்ற வகைகள் – அவ்வக்
காலத்திற் கேற்ற ஒழுக்கமும் நூலும்
ஞால முழுமைக்கும் ஒன்றாய் – எந்த
நாளும் நிலைத்திடும் நூலொன்றும் இல்லை!

வரலாற்றின் வளர்ச்சியிலும் மனித முன்னேற்றத்திலும் நம்பிக்கை இருந்தமையாலேயே கலியை வீழ்த்திப் புதுயுகம் படைக்கச் சித்தங் கொண்டவனாயிருந்தான்.

பாரதியின் பாடலையும் உணர்வையும் முன்னெடுத்து செல்லும் வகையில் ஈழத்துக் கவிஞர் முருகையன், 'முன்னோக்கு', 'பொற்காலம்' முதலிய கவிதைகளைப் பாடியுள்ளார்.

சென்றொழிந்த காலம் திரும்பி வரமாட்டாது . . .
பள்ளத்திருக்கும் நீர் பாதையிலே ஏறாது
துள்ளிப் பறந்து தொடருகிற காலமும்
சற்று நின்று பினனோக்கித் தாமதிக்க மாட்டாது
வெற்றி விளைந்தாலும் தோல்வி விளைந்தாலும்
என்னதான் எய்திடினும் இம்மியும் பின்நோக்காது
முன்னோக்கும் என்றும் முனைந்து.

சென்ற பொற்காலத்தின் சீர் பேசுபவர்கள் வாழ்க்கையைக் கூர்ந்து கவனிக்கிறார்களோ என்ற ஐயம் சில வேளைகளிலே தோன்றுவதுண்டு. **பொற்காலம்** வெறும் கற்பனையுலகம் என்பதற்கு இவர்களது குருட்டுணர்வே தக்க சான்றாயமைந்துள்ளது.

அன்றாட வாழ்வில் முன்னேற்றத்தின் பயனை அனுபவித்துக் கொண்டே அதனை எண்ணிப் பார்த்திடாது, அனுபவத்திற்கு அப்பாற்பட்ட பொய்ம்மையை எண்ணிப் புளகாங்கிதம் அடைபவரை நோக்கியே முருகையன் பின்வருமாறு பாடுகிறார்:

கலிமுற்றிப் போயிற்றென் றழுவார்; ஆயின்
கல்வீடு, மின்விசிறி, உறைவுப் பெட்டி
ஒலிப்பெருக்கும் இசைக்கருவி தொலைவுப் பன்னி
ஒளி அசைவுப் படம் காட்டல் முதலாயுள்ள
பல நலங்கள் தோன்றுதற்குக் காலாய் நின்ற
பண்பாட்டின் கூர்மையினைக் கூசி நீப்பார்
தலைமை பெறின் சரிநீதி; முன்னில்லாத
தன்மை இனிக்கனியும் என உணரமாட்டார்.

பொற்கால உணர்வானது போதிய செயற்பாடின்மையால், இயக்க மறுப்புக் கருத்துக்கள் நிலவுவதால், ஏற்பட்டு நிலைத்திருக்கும் தேக்கத் தத்துவமாகும். எனவேதான் கனவாயுள்ள பழைய பொற்காலம் மட்டுமன்றி, அதைவிடச் சிறப்பான புதுயுகத்தையும் மனிதனே தனது முயற்சியாலும் இயக்கத்தாலும் நிறுவலாம் என்ற உணர்வும் உறுதியும் இன்று அத்தியாவசியமாகின்றன. கவிஞன் பாரதி தன் பாக்களிலெல்லாம் புதிது புதிது என்றே பொங்கினான். பழையதை அடையவன்று; புதிதைப் படைக்க. எனவேதான் அவனது அடியொற்றிய பாரதிதாசனாரும், "புதியதோர் உலகம் செய்வோம்" என்று பாடினார். ஈழத்துக் கவிஞர் முருகையனும்,

தீமைகளைத் தயங்காமற செய்வதற்கும்
திருடுதற்கும் இடம் கொடுக்கா நிலைமை தோன்றில்
பூமியிலே முன்னிருந்த எதையும் விஞ்சும்
பொற்காலம் புதிதாகப் பூத்தல் கூடும்

என்று உறுதிகூறுகிறார்.

இறுதியாக ஒன்று கூறலாம். பொற்காலத்தைப் பற்றிய உணர்வும் எண்ணமும் முற்றிலும் மூட நம்பிக்கையென்று கருதுதல் தவறு. அதனை யார், எதற்காகப் பயன்படுத்துகிறார்கள் என்பதே கவனிக்க வேண்டியது. அரசியல் அதிகாரத்தை நாடும் ஆளும் வர்க்கத்தின் ஒரு பகுதியினர் மொழி, இனம் ஆகியவற்றின் பழைய பொற்காலத்தை மக்களுக்குக் காட்டித் தங்கருமம் பார்க்கின்றனர்; இலக்கிய சனாதனிகள் பொற்காலத்தைப் பிரமாணமாகக் கொண்டு 'தொல்லாசிரியர் நல்லாணை' என்ற பெயரில் தமது வலுவிழந்த கோட்பாடுகளை நிலைநாட்ட முயல்கின்றனர். இனவாதிகள் பொற்காலத்தைத் தமது சிறையில் அடைத்துக் காட்சிக்காக வைத்துப் பிழைக்கின்றனர். இவையெல்லாம் பொற்காலத்தைப் பயன்படுத்துவோர் பற்றியன. ஆனால், மக்களும் பொற்காலத்தைத் தமக்குப் பற்றுக்கோடாகக் கொள்வதுண்டு. முடியுடை மூவேந்தர் ஆட்சியும் உறந்தை போன்ற இடங்களிலிருந்த அறங்கூறவையங்களும் அக்கால மன்னர்கள் மக்கள்மீது திணித்த வர்க்க ஆட்சியையே காட்டுகின்றன. இரத்த உறவினராய் ஒரு தாய் வயிற்றிற் பிறந்த நேசபாசத்துடன் இயற்கையின் மத்தியில் வாழ்ந்த குலமரபுக் குழுக்களின் அழிவின்மீதே அரசுகள் – வர்க்க ஆட்சி – ஏற்பட்டது. அந்த வர்க்கத்தின் வழிவழி வரும் இன்றைய ஆளும் வர்க்கத்தினர், மூவேந்தர் ஆட்சி முதலியவற்றைப் பொற்காலமாகக் காட்டுவர். ஆனால், மக்களோ அடிமனத்தில் பகிர்ந்துண்டு வாழ்ந்த இன்ப நினைவுகளை வாழையடி வாழையாகப் பேணி வைத்துள்ளனர். ஆண்டான் அடிமையற்ற சகோதரத்துவ சமுதாயமே மக்கள் இதய வேட்கை. ஆகவே, அந்த வகையில் பொற்காலம் புனிதமான இலட்சியங்களைப் பாதுகாத்து வருகிறது என்றும் கூறலாம். அது வெளிப்படும் விதம், விகற்பங்களை யுடைதாயிருப்பினும் மறைந்துபோன வர்க்க பேதமற்ற சமூகத்தை நினைவுகூர்வதால் அதற்கு ஒரு தார்மீக பலம் உண்டு.

இல்லை என்ற கொடுமை உலகில்
இல்லையாக வைப்பேன்

என்று பாரதி பாடும்பொழுது அதில் மக்கள் விழையும் பொற்காலம் உருவம் பெறுகிறது.

2

காலத்திற்குக் காலந் தோன்றும் ஆற்றல் வாய்ந்த பெருங் கவிஞர்கள் தமக்கு முன்னிருந்தோரது சிந்தனைகளையும் உணர்வுகளையும் பற்றுக்கோடாகக் கொள்ளும் அதே பொழுதில், அவற்றை மாற்றியும் புதுக்கியும் ஒருவகையான இலக்கிய இரசவாதஞ்

செய்கின்றனர். தமது காலத்துச் சமுதாயத் தேவைகளுக்கேற்பவும் அறிவு நிலைக்கியையவும் பழைய கற்பனைகளுக்கு உருவமாற்றம் செய்கின்றனர். மகா கவிஞன் ஒருவன் பழைய செம்பைக் கட்டித் தங்கமாக்கிவிடுகின்றான்.

சுப்பிரமணிய பாரதியின் கவிதைகளிலே இத்தகையதோர் இரசவாதத்தைக் காணலாம். உதாரணங்கள் பல இருப்பினும் இவ்விடத்தில் ஒன்றை மட்டும் நோக்குவோம். கலி என்னும் சொல் பழைய புராண இதிகாசங்களிலும் காவியங்களிலும் வழங்கி வருவது. **கலி** என்பது யுகத்தின் பெயர்; கலி புருடனையும் குறிக்கும். அவன் தேவர்களில் ஒருவன். வடமொழியிலெழுந்த பௌராணிக மரபிற்றோன்றிய நூல்களிலே காணப்படும் காலக்கணக்கில் பயன்படுவன நான்கு யுகங்கள்: திரேதா, துவாபர, கலி, கிருத யுகங்கள் இவை. புராதன நம்பிக்கையின்படி இப்பொழுது நடப்பது கலியுகம். கலியுகத் தொடக்கத்திலேயே 'சகோதரச் சண்டையாகப்' பாரத யுத்தம் நடந்ததென்பர். யுகங்களில் சிறந்தது கிருதம்.

வடமொழியிலெழுந்த இப்புராணக் கதை பண்பாட்டுக் கலப்பின் விளைவால் இந்தியாவெங்கும் பொதுவான பழமரபுக் கதை *(myth)* ஒன்றாக நிலைத்துவிட்டது. பகை, பசி, பிணி, தீமை, அவலம் முதலியனவெல்லாம் கலிகாலத்தில் இவ்வுலகில் நின்று நிலவுவன என்பது புராணக் கதையின் கரு. கலி இவ்வுலகைப் பிடித்து ஆட்சி செய்யுங் காலம் இதுவாதலால் இதனைக் கலியுகம் என்றும், மகோன்னதமான கிருதயுகம் இனித் தோன்றும் என்றும் எமது முன்னோர் நம்பினர். இது புராணக் கதையின் செய்தி.

ஞாலத்தைப் புன்னெறியில் ஆழ்த்தும் இருங்கலி

என்று *நளவெண்பா* கூறும். இதற்குப் பல நூற்றாண்டுகளுக்கு முன்னரே (கி.பி. 770) பராந்தகன் நெடுஞ்சடையனது வேள்விக்குடி செப்பேடுகளில், "ஆதிராசரை அகல நீக்கி, அகலிடத்தைக் களப்ரன் என்னும் கலியரைசன் கைக்கொண்டு" கொடுங்கோன்மை செய்தமை கூறப்படுகின்றது. களப்பிரர் காலம் தென்னக வரலாற்றில் 'இருண்ட காலம்' எனக் கூறப்படுவதும் மனங்கொளத்தக்கது.

திரியும் கலியுகம் நீங்கித்
தேவர்கள் தாமும் புகுந்து
பெரிய கிருதயுகம் பற்றிப்
பேரின்ப வெள்ளம் பெருக

விழைகின்றார் நம்மாழ்வார்.

பழமரபுக் கதைகள் பெரும்பாலும் இல்பொருட் கதைகளே! கற்பனையே அவற்றின் அடிப்படை. ஆயினும் மனிதனுடைய சில சிந்தனைகள், இலட்சியங்கள், நம்பிக்கைகள் ஆகியவற்றின் திரண்ட உருவச் சின்னமாக அவை மிளிர்கின்றன. உலகின் பல பகுதிகளில் வாழும் புராதன மக்களிடத்தும் பழமரபுக் கதைகள் நிலவுகின்றன. பழமரபுக் கதைகளுக்குச் செறிவான, செம்மையான வடிவங் கொடுப்பன உருவகங்கள். இவ்வுருவகங்கள் அல்லது குறியீடுகள் *(symbols)* தாமே கவிதை, நாடகம், காவியம் முதலியவற்றிற்குப் பொருளாய் அமைவதுமுண்டு. உதாரணமாகக் கிரேக்க இதிகாசங்களிலும் பௌராணிகக் கதைகளிலும் புரோமித்தியஸ் என்னும் பாத்திரம் படைக்கப்பட்டுள்ளது. தேவர் தலைவனை எதிர்த்துத் தேவர்களிடமிருந்து நெருப்பைத் திருடிவந்து மானிடர்க்குக் கொடுத்தான் என்பதற்காகத் தேவர்கள் அவனைக் கட்டிச் சிறைப்படுத்தினர் என்பது புராண மரபு. எனினும் பிற்காலக் கிரேக்கர்கள் புரோமித்தியஸை மனித அறிவாற்றலின் சின்னமாகவே கருதி விளக்கங் கூறி வந்துள்ளனர்; "மானுடன் தன்னைக் கட்டிய தளையெலாம் சிதறுக" என்று தேவரையே எதிர்க்கும் சக்தியாக அப்பாத்திரத்தைக் கொண்டாடி வந்துள்ளனர். கிரேக்க நாடகத்திலும் காவியத்திலும் இக்கதை இடம் பெற்றுள்ளது. இதனைக் கருவாகக் கொண்டே ஆங்கிலக் கவிஞன் ஷெல்லி (1792–1822) கவிதை நாடகமான *கட்டறுத்த புரோமித்தியஸ் (Prometheus Unbound)* என்பதனைப் படைத்தான். தெய்விகத்தின் பெயரில் உள்ள கொடுங்கோன்மையை இயற்கையின் துணைக்கொண்டும் காதலின் வயப்பட்டும் மனிதன் எதிர்த்து வென்று விடுதலை பெறுவதே ஷெல்லியின் கவிதைப் பொருள். மானிடத்தின் வெற்றியைக் கூவிக் கூற எழுந்த மகத்தான நவகாவியம் அது.

தனது இளம் பிராயத்திலே ஷெல்லியின் கவிதாவேகத்தாலும் வெறியாலும் கவரப்பட்ட பாரதி, தனது மரபில் வரும் பழமரபுக் கதையைப் புதுப்பித்துக் கவிப் பொருளாய் மாற்றியதில் வியப்பெதுவுமில்லை. கலியுகம் பற்றிய புராணச் செய்தியைப் பாரதியார், தனக்கேயுரிய நூதனமான வேகத்துடன் கவிதைகளில் கையாண்டுள்ளார். தருமம், அதருமம் என்ற தார்மீக எல்லைக்குள்ளிருந்த அக்கதைக்கு அரசியற் – சமூகப் பொருட் செறிவை ஏற்படுத்தினார். இது பாரதியின் பொதுவான கவிப்பண்பிற்கு இயைபுடையதே. தெய்வ பக்தியைத் தேச பக்தியாக அவர் உருமாற்றினார். இவ்வடிப்படையிலேயே, தனது காலத்துச் சமுதாயத்திற் காணப்பட்ட அடிமை, மடமை, வறுமை, கொடுமை முதலியவற்றின் குறியீடாகக் கலியை அமைத்தார்.

இன்று தேவர்களை அழைக்கிறோம். இந்த மண்ணுலகத்திலே மீண்டும் கிருத யுகத்தை நாட்டும் பொருட்டாக; அறிவீனம், அசுத்தம், வறுமை, சிறுமை, நோய், கொடுமை, பிரிவு, அநீதி, பொய் என்ற ராக்ஷஸக் கூட்டங்களை அழித்து மனித ஜாதிக்கு விடுதலை தரும் பொருட்டாக.

இத்தகைய கூற்றுக்களிலே ஷெல்லியின் தாக்கம் புலப்படுவது ஒருபுறமிருக்கக் கலியென்ற பதத்திற்குப் பாரதி பெய்த பொருளழுத்தமும் தெளிவாகிறது. விடுதலை என்றொரு நாடகச் சித்திரம் எழுதியுள்ளார் பாரதி. கலி முடிவு காலத்தைச் சித்திரிக்க முனையும் அப்பாடலிலே மானிடத்தின் எதிர்கால வெற்றியைப் பாடுகிறார்:

மதியின் வன்மையால்
மானுடன் ஓங்குக.
மானுடச் சாதி ஒன்று;
மனத்திலும் உயிரிலும்
தொழிலிலும் ஒன்றேயாகும்.

என்று கலியின் வீழ்ச்சியானது மானுடத்தின் எழுச்சியும் வெற்றியுமாகும் என்று குறிப்பாகக் காட்டுகிறார். ஜார் சக்கர வர்த்தியின் வீழ்ச்சியைப் பாடும் பாரதியார், கொடுங்கோலனான அவனது அழிவைக் கலியின் அழிவாகக் காண்பதிலிருந்தே எத்துணை அரசியல் உத்வேகத்துடனும் உள்ளுணர்வுடனும் பழைய கருத்தைக் கையாள்கின்றார் என்பது புலனாகின்றதல்லவா?

இடிபட்ட சுவர் போலே கலி விழுந்தான்
கிருதயுகம் எழுக மாதோ!

ஜார் மன்னனை வீழ்த்திக் குடியரசொன்றனைத் தோற்றுவித்த மகத்தான ஒக்டோபர் புரட்சியை யுகப் புரட்சி என்று கவிஞர் வருணிக்கும்போது புராணங்களிற் கூறப்படும் யுகமாற்றத்தைவிடச் சிறந்தது அது என்ற பொருளும் தொனிக்கிறது.

நாட்டு மக்கள் நலமுற்று வாழவும், நானிலத்தவர் மேனிலை எய்தவும் மூட்டுங் கவிதை வெறிகொண்டு பாடிய கவிஞர் மீட்டும் மீட்டும் கலியின் நசிவையும் கிருதத்தின் தோற்றத்தையும் குறிப்பிடுகின்றார். கிருத யுகமே பாரதி கற்பனையிற் கண்ட புத்துலகம் – கம்பன் கற்பித்த அயோத்தியைப்போல. பாரதியைப் பொறுத்தளவில் கலி–கிருத உருவகமானது அவனது உணர்ச்சியைத் தூண்டிய ஓர் இலக்கியக் குறிப்பொருளாக (*literary motif*) அமைந்தது. நெஞ்சில் ஆழப் பதிந்து கிடந்த அது, இடையறாது தலை நீட்டுவதைக் காணலாம். பாரதியின் மனக்குகையில் மண்டிக் கிடந்த உருவற்ற சொல்லுக்கடங்காத சலனங்களுக்கும்

கனவுகளுக்கும் இவ்வுருவகம் உயிர்ப்பண்பும் தோற்றமும் கொடுத்தது எனலாம்.

துயர்கள் தொலைந்திடுக
தொலையா இன்பம் விளைந்திடுக

என்று பொதுப்படையாகப் பாடிய கவிஞர் அதற்கு மரபு வழிவந்த குறிப்பான – கூர்மையான – உருவங் கொடுக்கு முகமாக,

வீழ்க கலியின் வலியெல்லாம்
கிருத யுகந்தான் மேவுகவே

என்றும்,

பொய்க்குங் கலியை நான்கொன்று
பூலோ கத்தார் கண்முன்னே
மெய்க்கும் கிருத யுகத்தினையே
கொணர்வேன் தெய்வ விதியிஃதே

என்றும்,

கிருத யுகத்தைக் கேடின்றி நிறுத்த
விரதம் நான் கொண்டனன்

என்றும் அசைக்க முடியாத தன்னம்பிக்கையோடும் தன்முனைப் போடும் பாடினார். சுருங்கச் சொன்னால் கிருதயுகம் என்ற தொடரில் கவிஞர் எமது காலத்து உயரிய இலட்சியங்கள் பலவற்றை அடக்கிவிடுகின்றார். அதனாலேயே ரஷ்யாவில் நடந்தேறியதை 'யுகப் புரட்சி' என்று குறிப்பிட்டார். மண்ணுலகில் விண்ணுலகைக் காணல் வேண்டுமெனத் துடித்த மகாகவிக்குப் பழமைகள் யாவும் கலியாகவும் புதுமைகள் யாவும் கிருதமாகவும் தோன்றின.

கலியழிந்து புவித் தலம் வாழ்கவே

என்று கவிஞன் பாடும்பொழுது இவ்வுண்மை தெற்றெனப் புலப்படுகின்றது. அதைப்போலவே கலியை இருளாகவும் கிருதத்தை ஒளிமயமாகவும் கண்டார். **சொல்** என்ற தனிப்பாடலொன்றிலே பாரதி பின்வருமாறு பாடியுள்ளார்:

வலிமை வலிமை என்று பாடுவோம் – என்றும்
வாழுஞ் சுடர்க்குலத்தை நாடுவோம்;
கலியைப் பிளந்திடக் கை யோங்கினோம் – நெஞ்சில்
கவலை யிருளனைத்தும் நீங்கினோம்

இவ்வாறு பலவகையான கவிவேட்கைகளுக்கு உறைவிடமாகக் கிருதயுகத் தோற்றத்தைக் கொண்டமை பாரதி பாடல்களுக்குப் பழமையும் புதுமையும் கலந்த நூதன ஆற்றலை அளித்தது.

அவர் கவிதைகளிற் காணப்படும் ஆன்மீகத் துடிப்பின் உயிர் இங்குதானிருக்கிறது.

கவிதையிலே மட்டுமன்றி வசனத்திலும் இதுபற்றிப் பாரதியார் எழுதியுள்ளார். கவிதையில் உணர்ச்சி வேகத்துடன் வெளிப்படுவது உரைநடையில் அறிவு வழியில் புலப்படுகிறது. **இனி** என்ற கட்டுரையில் காணப்படுவதாவது:

> பலஹீன ஜந்துக்களுக்கு எதுவரை அநியாயம் செய்கிறானோ அதுவரை கலியுகம் இருக்கும். அநியாயம் நீங்கினாற் கலியில்லை; உலகம் முழுதும் கலியில்லை... ஒருவன் கலியை உடைத்து நொறுக்கினால் அவனைப் பார்த்துப் பத்துப் பேர் உடனே நொறுக்கிவிடுவார்கள். இங்ஙனம் ஒன்று, பத்து, நூறு, ஆயிரம் கோடியாக; மனித ஜாதியில் ஸத்ய யுகம் பரவுதலடையும் காலம் ஏற்கெனவே ஆரம்பமாய்விட்டது. இதில் ஸந்தேகமில்லை.

பிறிதொரு கட்டுரையில்,

> ஒக்கத் தொழுகிற்றீராயின் கலியுகம் ஒன்றுமில்லை, என்று நம்மாழ்வார் சொல்கிறார். ஹிந்துக்கள் தங்களுடைய வேதப் பொருளை நன்றாகத் தெரிந்து கொண்டு கூடித் தொழுவார்களானால் கலியுகம் நீங்கிப் போய்விடும்.

வாசக ஞானம் என்ற கட்டுரையில் பின்வருமாறு எழுதியுள்ளார்:

> கலி போதும்; வீண் துன்பங்களும் அநாவசியக் கஷ்டங்களும் பட்டுப் பட்டு உலகம் அலுத்துப் போய் விட்டது ... ஸமத்வமே தர்மமென்று தெரிகிறதா? அப்படியானால் வாருங்கள்; மாந்தர்களை லக்ஷக்கணக்காக விடுதலை செய்வோம். ஜாதி பேதங்கள் பிரயோஜனம் இல்லை என்று தெரிந்ததா? நிற வேற்றுமைகளும் தேச வேற்றுமைகளும் உபயோகம் இல்லாதனவென்று தெரிந்ததா? நல்லது வாருங்கள்; கோடிக்கணக்காக, ஸமத்வ நெறியிலே பாய்ந்துவிடுவோம். பழைய கட்டுகளை லக்ஷக்கணக்கான மக்கள் கூடிநின்று தகர்ப்போம் ... கோடிக்கணக்கான மக்கள் மானிடர் ... கலியை அழிப்போம். ஸத்யத்தை நாட்டுவோம்.

கட்டறுத்த புரோமித்தியஸ் போல் பாரதியாரும் “கட்டுக்களைத் தகர்ப்போம்” என்று கூறுவது கவனிக்கத்தக்கது. இருள் – ஒளி, அஞ்ஞானம் – மெய்ஞ்ஞானம், பழமை – புதுமை, முன்னேற்றம் – தேக்கம், கிழக்கு – மேற்கு முதலாய முரண் பாடுகளைச் சமய வழிவந்த பிரயோகங்களில் வெளிப்படுத் தினார் அவர். உதாரணமாக **மாயை** என்ற சொல் வேதாந்த மரபிலே பொய்த் தோற்றத்தைக் குறிக்கும்; அது ஒரு கருத்துப் படிவம்; அது சூக்குமமானது. தத்துவத் துறையில் வழங்கி வந்த அச்சொல்லைத் தூலமான அரசியற் பொருளில் பாரதியார் வழங்கினார். நிதானக் கட்சியினருக்கு வெள்ளையன் வாக்குறுதி கொடுத்த அரைகுறையான போலிச் சுதந்தரத்தை மாயை என்று பழித்துரைத்து நிராகரித்தார் பாரதியார். சிதம்பர ரகுநாதன் கூறியுள்ளதைப் போல, “மாயை என்ற வேதாந்த உலகச் சொல்லுக்குப் புதிய தேசிய அர்த்த பாவத்தை வழங்கி, ஆங்கிலேயராட்சிதான் நம்மைப் பீடித்திருந்த மாயை” என்று தனது ‘மாயையைப் பழித்தல்’ என்ற பாட்டில் ஆங்கிலே யராட்சியை நேரடியாகவே சாடினார். இது கேவலம் கருத்து முதல் வாதத்திலிருந்து விட்டு விடுதலையாகும் போக்கைக் காட்டுகின்றது என்று கூறலாம்.

இவ்வாறு பழைய சொல்வடிவங்களுக்குப் புதிய பொருளாழத்தையும் அழுத்தத்தையும் கொடுக்க முடிந்தமை யாற்றான் பாரதி நவயுகக் கவிஞனாக விளங்க முடிந்தது. யுக மாற்றத்தை ஏட்டுச் சுரைக்காயாக அன்றித் தன்னளவில் அநுபவ வாயிலாகச் சாதிக்க முயன்றமையாலேயே அவருக்குப் பின் வந்தோர் அவர்தம் வழியைக் கடைப்பிடிக்க வேண்டியது அவசியமாயிற்று. இந்தப் பொருளை மனத்திற்கொண்டே சிறுகதை ஆசிரியர் புதுமைப்பித்தன் பாரதியை “மறுமலர்ச்சியின் பிராமித்தியூஸ்” என வருணித்தார்.

> பாட்டுத் திறத்தாலே இவ்வையத்தைப்
> பாலித்திட வேணும்

என்று உழைத்த கவிஞனை வேறெவ்வாறு வருணிக்கலாம்?

●

7

காதலும் கட்டுப்பாடும்

தொல்காப்பியர் அகத்திணையியலிலே அன்பினைந்திணைக்குரிய தலைமக்களைக் கூறிவிட்டு, கைக்கிளை பெருந்திணைக்குரிய தலை மக்களை மேல்வருஞ் சூத்திரத்தால் உணர்த்துவர்.

> அடியோர் பாங்கினும் வினைவலர் பாங்கினும்
> கடிவரை இலபுறத் தென்மனார் புலவர்.

இதன் பொருள், அடிமைத்தொழில் செய்வாரும் ஏவிய தொழிலைச் செய்வாரும் அகத் திணைப் பாடல்களில் நீக்கப்பட்டார்; அவர்கள் நடுவணைந்திணையின் புறத்தவாகிய கைக்கிளை பெருந்திணைப் பாடலின்கண் இடம் பெறுவர் என்பது. பல காரணங்களுக்காக இச்சூத்திரம் முக்கியமானது.

பழந்தமிழ்க் கவிதைகளிற் காணும் காதல் பற்றிய கவிமரபு அகம் என்ற பிரிவில் அடங்கும் என்பதும், அதுவும் அன்பினைந்திணை என்று ஒரு கூறாகவும் கைக்கிளை பெருந்திணை ஆகிய இரண்டும் அடங்கும் பிறிதொரு கூறாகவும் வகுக்கப் படும் என்பதும் நன்கு தெரிந்ததே. *தொல்காப்பியத்திற்* காணப்படும் இப்பாகுபாடு பின்னெழுந்த வழிநூல் களிற் பொன்னே போற் போற்றப்பட்டுள்ளது. உதாரணமாக, *நம்பிஅகப்பொருள்* பின்வருமாறு வரைவிலக்கணம் கூறும்:

ஐந்திணை யுடையது அன்புடைக் காமம்.

கைக்கிளை யுடையது ஒருதலைக் காமம்.

பெருந்திணை என்பது பொருந்தாக் காமம்.

'அன்புடை,' 'ஒருதலை', 'பொருந்தா' என்னும் அடைகளை நோக்குமிடத்து அன்பு பொருந்திய காமம் ஐந்திணைக்கண்ணே கிடைக்கும் என்பதும், மற்றைய இரண்டும் ஏதோவொரு வகையிற் குறைபாடுடையன என்பதும் எளிதிற் புலனாகும். இது கொண்டே பிற்காலச் சான்றோர் கைக்கிளை, பெருந்திணை ஆகிய இரண்டையும் 'அகப்புறம்' என வகுத்து ஒதுக்கிவைக்கலாயினர். சுருங்கக் கூறின், அன்பினைந்திணையே தூய அகம் எனப்பட்டது. *தொல்காப்பியம்* இதனைத் தெளிவாகக் கூறியுள்ளது. களவியல் முதற் சூத்திரத்திலே "அன்பொடு புணர்ந்த ஐந்திணை மருங்கின் காமக் கூட்டம்" என்று காமப் புணர்ச்சியின் தன்மை குறிப்பிடப்படுகின்றது. இதே சூத்திரத்தில் ஐந்திணை மேலும் சிறப்பிக்கப்பட்டுள்ளது.

இன்பமும் பொருளும் அறனும் என்றாங்கு
அன்பொடு புணர்ந்த ஐந்திணை.

இதனால் அன்பினைந்திணையானது அறம், பொருள், இன்பம் பொருந்தியது என்பது பெறப்படும். இதன் மறுதலையாகக் கைக்கிளை, பெருந்திணை ஆகியன அறம் பொருள் இன்பமாகா. இத்தனை குறைபாடுகளுடைய 'அகப்புற' ஒழுக்கங்களுக்கு உரியவராகவே அடியோர், வினைவலர் ஆகியோரும், ஒரோவழி ஏவல் மரபினோரும் விதிக்கப்பட்டுள்ளனர். இப்பாகுபாட்டின் அடிப்படை ஆய்தற்குரியது.

வேறுபல சமுதாயங்களில் இருந்ததைப் போலவே பண்டைத் தமிழ்ச் சமுதாயத்திலும் வர்க்க முரண்பாடுகள் இருந்தன. அநாகரிக நிலையிலிருந்த – புராதன – கூட்டுச் சமுதாயங்கள் அல்லது குலமரபுக் குழுக்கள் அழிவுறுவதற்கும், அவற்றின் பிணமெத்தைமீது தனியுடைமையை ஆதாரமாகக் கொண்ட குடும்பம், அரசு முதலிய நிறுவனங்கள் தோற்றுவதற்கும் அக்காலத்தில் நிகழ்ந்த வர்க்கப் போர்களே காரணம் எனலாம். இப் போர்களின் விளைவாகத் தொடங்கிப், பின்னர் பொருளுற்பத்தி முறையினடியாக உருவாகியதே அடிமை முறை. போரின்போது கொள்ளை அடிக்கப்பட்ட பொருள்களைப் போலவே மனிதரும் வென்றோர் உடைமையாயினர். மிகப் புராதன காலத்தே போரிலே வெற்றி பெற்றோர் தோல்வியடைந்த பக்கத்து ஆடவர் யாவரையும் கொன்றொழித்தனர்; பெண்களே பணிவிடைக்காகக் கைப்பற்றப்பட்டனர். அவரையே "கொண்டி மகளிர்" என்று

எம்முடைய பழைய செய்யுட்கள் குறிப்பிடுகின்றன. பொருள் உடைமையை ஆதாரமாகக் கொண்டே உடையவர், உடையார் தோன்றினர்; அதாவது செல்வத்துக்கு (அடிமைகள் உட்பட) உரியவன் உடையவனாகினான். (மிகவும் பிற்காலத்தில் உடையார் என்பது சாதிப் பெயராகவும் அமைந்தது.)

காலப்போக்கில் ஆளும் வர்க்கத்தினராக இருந்த உயர்குடிப் பிறந்தோர் பொருளுற்பத்தியில் ஏற்படும் வசதியும் இலாபமும் கருதி ஆண் அடிமைகளை வைத்திருந்தனர். இவ்வுயர்குடிப் பிறந்தோர் பெரும்பாலும் நிலத்தையே நம்பி வாழ்ந்தவராதலின், அடிமைகள் நிலத்தில் உழைப்பவராயிருந்தனர். எக்காரணத்தாலும் நிலம் கைமாறுகையில் அந்நிலத்துக்குரிய அடிமைகளும் கைமாறினர். அதாவது அஃறிணைப் பொருள்கள் போல மனித அடிமைகள் விற்று வேண்டத் தக்கவராய் இருந்தனர். 'அடிமையோலை' முதலியன அடிமை நிறுவனத்தின் வளர்ச்சியையொட்டித் தோன்றிய உறுதிப்பாடுகள். தனி மனிதரேயன்றிக் குடும்பங்களே அடிமை பூண்டிருந்தன. குடும்பத்தோடு அடிமையாகையைக் **கொத்தடிமை** என்னுஞ் சொல் உணர்த்தியது.

சான்றோர் செய்யுட்கள் இயற்றிய காலத்தில் அடிமை நிறுவனம் எத்துணை வளர்ச்சி பெற்றிருந்தது என்பதனை உறுதியாகக் கூறவியலாது. ஆனால் *தொல்காப்பியம், திருக்குறள், சிலப்பதிகாரம்* முதலிய நூல்கள் பிரதிபலிக்கும் காலத்தில் அது சந்தேகத்துக்கிடமின்றி அங்கீகாரம் பெற்ற ஒரு நிறுவனமாக விளங்கியது.

எற்றுக் குரியர் கயவரொன் றுற்றக்கால்
விற்றற் குரியர் விரைந்து.

ஒப்புரவி னால்வருங் கேடெனி னஃதொருவன்
விற்றுக்கோ டக்க துடைத்து.

முதலிய குறட்பாக்கள் இவ்வழக்குப்பற்றி எழுந்தனவே. அன்றைய சமுதாயத்தில் அடியோரே மிகத் தாழ்ந்த நிலையில் – உரிமைகளற்ற நிலையில் – இருந்தனர் எனலாம்.

இவர்களுக்குச் சிறிது "உயர்ந்தோராக" வினைவலர் இருந்தனர் எனலாம். வினைவலர், பிறரேவிய கருமங்களைச் செய்வோர்; அதாவது குற்றேவல் புரிவோர். யாழ்ப்பாண வழக்கில், 'தொட்டாட்டு வேலை' எனக் குறிப்பிடுவதைச் செய்வோர் என்று வேண்டுமானால் விளக்கங் கூறலாம். இவர்கள் அடிமைகளைப் போல நிலத்தோடும் கமத்தொழிலோடும் பிணைப்புறாதவராய்க் குடிப்பிறந்தார் இல்லங்களில் தொண்டு

செய்தோராதல் வேண்டும். சிலப்பதிகாரம் கொலைக்களக் காதையில் கோவலன் கூற்றாகப் பின்வருமாறுளது:

> குடிமுதற் சுற்றமும் குற்றிளை யோரும்
> அடியோர் பாங்கு ஆயமும் நீங்கி ...

என்னுமடிகளில் குற்றேவல் புரிவோரும் அடியோர் பகுதியும் வேறு பிரித்துக் கூறப்பட்டிருத்தல் காணலாம். இடைக்காலத்திலே சாதிப் பாகுபாடு முழுவடிவம் பெற்றபோது இத்தகையதொரு வேறுபாட்டைக் கொண்டதாயிருந்தது என்பது மனங்கொளத் தக்கது. (உயர்ந்தோர்) வீட்டுப்பக்கமே வரக்கூடாத மிகத் தாழ்ந்த சாதியினரும், வீடு வாசலுக்கு வந்து ஒத்தாசை புரியும் "சிறிது உயர்ந்த" சாதியினரும் இருந்தனர். இவ்வமைப்பு முந்திய அடிமை, வினைவலர் அமைப்பை உட்கொண்டதாகலாம். அடியோராகவோ அன்றி வினைவலராகவோ பிறரைச் சார்ந்து, சுதந்தரமற்றவராய்த் தம்மை உடையாருக்குத் தொண்டு செய்வோரே தலைமக்கள் அல்லாதோராவர். மனித உறுப்பை உவமையாகக் கொண்டு தலையென்றும் அடியென்றும் இப்பாகுபாடு செய்யப்பட்டுள்ளது. செய்யப்படவே, தலையும் காலும் ஒரு நிகராக வைத்து எண்ணப்பட முடியுமோ? அவ்வாறு எண்ணப் படின், அடிதலை தடுமாறும் என்று ஆண்டவர்கள் கருதினர். மு. இராகவையங்கார் கூறியுள்ளது போல, "இறைவனையும் அவன் பக்தர்களையும் ஆண்டவன் அடியார்" என்று வழங்குவது மேற்குறித்த உலக வழக்குப் போன்றதேயாம்.

அடியோர், வினைவலர் முதலியோர் அன்பினைந் திணைக்கு அருகதையிலர் எனக் கூறும் உரையாசிரியர் வாதம் வருமாறு:

> இவர் அகத்திணைக்கு உரியல்லரோவெனின், அகத்திணையாவன அறத்தின் வழாமலும் பொருளின் வழாமலும் இன்பத்தின் வழாமலும் இயலல் வேண்டும். அவையெல்லாம் பிறர்க்குக் குற்றேவல் செய்வார்க்குச் செய்தல் அரிதாகலானும், அவர் நாணுக் குறைபாடுடையராகலானும், குறிப் பறியாது வேட்கை வழியே சாரக் கருதுவராகலானும், இன்பம் இனிது நடத்துவார் பிறரேவல் செய்யாதார் என்பதனாலும் இவர் புறப்பொருட்குரிய ராயினார் என்க.

இளம்பூரணரின் இக்கூற்று எமது கவனத்திற்குரியது. அகத்திணை என்பது அறம் பொருள் இன்பத்தின் வழாமல்

இயல்வது என்ற விதியை முற்கூறாகக் கொண்டதும் அதன் தருக்க ரீதியான முடிவாகச் சமுதாயத்திலே பொருளும் அதற்கு ஆதாரமான சுதந்திரமும் இல்லார் அகத்திணைக்குரியவராகார் என்பது ஏற்றதாகிறது. 'விதி தரு முறைவாதம்' கச்சிதமாக அமைந்துள்ளது. அதன் பொருளே இவ்விடத்தில் நோக்க வேண்டியது.

சமூக நிலையையும் தகுதியையும் அளவுகோலாகக் கொண்டே காதலொழுக்கத்துக்குரியோர் விதிக்கப்பட்டுள்ளனர் என்னுமுண்மை இளம்பூரணர் வாதத்திலிருந்து ஐயத்திற்கிடமின்றிப் புலனாகின்றது. பிறர்க்குக் குற்றேவல் செய்வோரிடத்துப் பொருள் இன்மையால் தகுந்த முறையிலே காதல் செய்யவும் இல்லறம் நடாத்தவும் வழியில்லை என்று மட்டும் கூறவில்லை உரையாசிரியர். அவ்வாறு கூறினால் அஃது உலகியலுக்கு இயைபுடையதாகக் கொள்ளவுங் கூடும். ஆனால் உரையாசிரியர் ஒரு படி மேலே சென்று அடியோர், வினைவலர் முதலியோர் இயல்பாகவே தகைமையற்றவர் எனக் கூறுகின்றார். அவர் நாணுக் குறைபாடுடையவர்; குறிப்பறியாது வேட்கை வழி சாரக் கருதுபவர் என்பது உரையாசிரியர் கருத்து. சில சமயவாதிகள் பாவிகளை மீளா நரகத்துக்கு உரியவராக்குவதுபோல அடியோர் முதலாயினோரை மீளாப் புறத்திணைக்கே உரியவராக்கி விடுகின்றார் இளம்பூரணர். இஃது அவரது சமூக நோக்கத்தைத் தெளிவாகக் காட்டுகின்றது.

உரையாசிரியர்களின் கூற்றை வேதவாக்காகக் கொண்டு பழைமை போற்றும் இக்கால எழுத்தாளர் சிலரும் இத்தகைய கருத்தை ஏற்றுக்கொண்டுள்ளனர். உதாரணமாக இளவழகனார் *கலித்தொகைப்* பதிப்பிற்கு எழுதியுள்ள ஆராய்ச்சி முன்னுரையில் பின்வருமாறு கூறுகின்றார்:

> இங்கே காட்டப்படுந் தலைவியுந் தலைவனும் (கலி. 94) கூனியுங் குறளனுமாயிருப்பதும், அவர்கள் குற்றேவல் மக்களாய் உயர்ந்த வளமின்றி, அழகின்றியிருப்பதும், அவர்கள் பேச்சும் நடையும் நாணம் முதலிய உயர்ந்த நல்லியல்புகளின்றி நிகழ்வதுங் கற்போருள்ளத்துக்கு எத்தனையோ அருவருப்புந் துன்பமும் தரும் வெறித்த பொருள்களாகத்தாம் இருக்கின்றன.

தாழ்ந்த நிலையிலுள்ள குற்றேவல் மக்களது காதல் விவகாரம் அருவருக்கத்தக்கது என்பது தனித் தமிழ் ஆர்வலரின் கருத்து. அடிப்பட்ட கருத்துக்கள் அடிபட்டுப்போவது கடினந்தான்.

தத்துவ உலகிற் காணப்படும் விதிவாதத்தின் பிரதிபலிப்பாகவே இதனைக் கொள்ள வேண்டும். அதாவது, சமுதாயத்தில் உயர்ந்தோர், தாழ்ந்தோர் என்ற இயற்கை விதி *(natural law)* இருப்பதாகவும், அது மக்களின் இயல்பினடிப்படையில் விதிக்கப்பட்டதாகவும் உரையாசிரியர் கருதுகின்றார். இளம் பூரணர் தொல்காப்பியருக்குக் காலத்தாற் பிற்பட்டவர். பெரும்பாலும் மூலத்தையொட்டி நேரிய பொருள் கூறுபவர். ஆயினும் அறிந்தோ அறியாமலோ தனது காலக் கருத்துக்கள் பலவற்றை நூலாசிரியர் மேலேற்றிக் கூறும் குற்றத்தினின்றும் நீங்கியவரல்லர். மேற்கூறிய சூத்திர விளக்கம் உரையாசிரியரது காலக் கருத்தையும் உள்ளடக்கியுள்ளது. அதே சமயத்தில், தொல்காப்பியரும் விதிவாதத்தை ஏற்றுக்கொண்டவர் என்பது மனங்கொள்ளத்தக்கது. இதனை உதாரண மூலம் விளக்கு வோம்.

களவியலிலே இயற்கைப் புணர்ச்சிக்கண் – அன்பினைந் திணைக்குரிய தலைமகனும் தலைமகளும் எதிர்ப்படுதலைக் கூறும்பொழுது,

> ஒன்றே வேறே என்றிரு பால்வயின்
> ஒன்றி உயர்ந்த பால தாணையின்
> ஒத்த கிழவனும் கிழத்தியும் காண்ப

என்பர் தொல்காப்பியர். தவமும் தவமுடையாருக்கே என்பது போல இயல்பாகவே உயர்ந்த தலைமக்களையே காமக் கூட்டத்திற்கு விதி ஒன்றுசேர்க்கிறது. இளம்பூரணர் பின்வருமாறு உரை கூறுவர்:

> உயர்ந்ததன் மேற்செல்லும் மன நிகழ்ச்சி உயர்ந்த பாலாயிற்று. காம நிகழ்ச்சியின்கண் ஒத்த அன்பின ராய்க் கூடுதல் நல்வினையான் அல்லது வரா தென்பது கருத்து.

தலைமக்கள் தாமே எதிர்ப்பட்டுக் கூடிய இயற்கைப் புணர்ச்சியைச் சிறப்பித்துக் கூறுமுகமாக அதனைத் **தெய்வப் புணர்ச்சி** என்றனர். பால்வரை தெய்வம் இருவரையும் ஒன்றுசேர்த்தமையைக் களவியல் உரைகாரர் மேல்வருமாறு விளக்குவார்:

> இனித் தெய்வப் புணர்ச்சி எனவும் படும், இருவரும் தெய்வத் தன்மையாற் புணர்ந்தாராதலின் என்பது; அல்லதூஉம், முயற்சியும் உளப்பாடும் இன்றி ஒருவதற்கு ஒரு கருமம், கைகூடின விடத்துத் தெய்வத்தினான் ஆயிற்று என்பது. அதுபோல

இவர்க்கும் முயற்சியும் உளப்பாடும் இன்றிப் புணர்வு முடிந்தமையாலும் தெய்வப் புணர்ச்சி எனப் பட்டது.

'ஒத்த கிழவனும் கிழத்தியும்' என்று கூறும் தொல்காப்பியர் இவ்வொப்பு எத்தகையது என்பதனை மெய்ப்பாட்டியற் சூத்திரமொன்றால் விளக்கியுள்ளார். தலைமகனும் தலை மகளும் ஒத்த அன்பினராயிருப்பதற்குப் பத்துவகை ஒப்பு இன்றியமையாதது. அவை,

பிறப்பே குடிமை ஆண்மை ஆண்டொடு
உருவு நிறுத்த காம வாயில்
நிறையே அருளே உணர்வொடு திருவென
முறையுறக் கிளந்த ஒப்பினது வகையே

என்பனவாம். குலம், ஒழுக்கம், ஆள்வினையுடைமை பருவம், அழகு, அன்பு, அடக்கம், கருணை, அறிவு, செல்வம் ஆகியன சூத்திரத்திற் கூறிய பத்துவகை ஒப்புமாம். இவை தனித்தனியே உயர் சமூகத்தின ரல்லாதாரிடத்துக் காணப்படுதல் கூடுமாயினும், செல்வமும் குலப்பெருமையும் நிறைந்தவரிடத்தே ஒருங்குசேரக் காணக்கூடிய வாய்ப்புண்டாகும் என்பது சொல்லாமலே விளங்கும். 'இட்டார் பெரியோர், இடாதார் இழிகுலத்தோர்' என்னும்போது ஈரமும் ஈரமின்மையும் மாத்திரம் அளவுகோல்களல்ல; பொருள் வசதியும் முக்கியமானதாகும். 'பொருளில்லார்க்கு இவ்வுலகமில்லை' என்று வள்ளுவரும் கூறினர் அன்றோ? பத்துவகை ஒப்புமை கூறியவிடத்தும் அவற்றுள் மூன்றையே உரையாசிரியர் விதந்து கூறுவர். அஃது அவர் உள்ளக்கிடக்கையை நன்கு வெளிப்படுத்துவதாக உள்ளது. ஐயம் நிகழும் இடம் உணர்த்துஞ் சூத்திரத்திற்குப் பொருள் கூறுகையில், "செல்வத்தாலும் குலத்தாலும் வடிவாலும் உயர்ந்த தலைமகனும் தலைமகளுமாயினோர் மாட்டே ஐயம் நிகழ்வது" என்பர். காம நிகழ்ச்சி சிறப்பாக அமைவதற்கு ஏதுவாகவே மேற்கூறிய ஒப்புமைகள் வற்புறுத்தப்படுகின்றனவாயினும் நூலாசிரியரது பிரதான அளவுகோல் சம்பந்தப்பட்டோரின் சமூக அந்தஸ்து பற்றியதாகவே இருத்தல் கண்கூடு. இன்னொரு வகையாகக் கூறுவதாயின், காதலின் நுட்பத்தைப் பற்றியும் தூய்மையைப் பற்றியும் எடுத்துக்கூற முற்பட்டவர்கள், உயர்ந்தோர்மாட்டே அத்தகைய உயர்ந்த காதல் தோன்ற முடியும் என அறுதியிட்டுக் குறிப்பிட்டனர்.

தொல்காப்பியர் பிறப்பு, குடிமை முதலியவற்றை வற்புறுத்துவதைப் போலவே தெய்வப் புலமைத் திருவள்ளுவரும் குடிமையைச் சிறப்பித்துள்ளார். உயர்ந்த குடியின்கண் பிறந்தாரது

தன்மைகளை விவரிக்கும்போது, "பிறப்பொக்கும் எல்லா உயிர்க்கும்" என்று போதித்த புலவன், 'இற்பிறப்பு ஒன்றுண்டு' என ஏற்றுக்கொள்வதைக் காண்கிறோம். அவ்வடிப்படை யிலேயே,

> அடுக்கிய கோடி பெறினும் குடிப்பிறந்தார்
> குன்றுவ செய்தல் இலர்

என்பது போன்ற பாக்களைப் பாடினர் என்பது உறுதி. 'குடிப்பிறந்தார்' என்ற தொடருக்கு வள்ளுவர் அளிக்கும் பொருட் செறிவும் அழுத்தமும் குறளை நுணுகிக் கற்போருக்குப் புலப்படாமற் போகா. தொல்காப்பியர், வள்ளுவர் காலத்தில் வழக்குப் பெற்றுவிட்ட குடிப்பிறப்பு அல்லது இற்பிறப்பு காலப் போக்கில் மேலும் உரம்பெற்று, நிலமானிய முறை செழித் தோங்கிய சோழப் பெருமன்னர் காலத்தில் மகத்தான அரசியல் தத்துவமாகவே நிலைபெற்றுவிட்டது.

> இற்பிறந்தார் கண்ணல்லது இல்லை இயல்பாகச்
> செப்பமும் நாணும் ஒருங்கு

என்கிறார் வள்ளுவர். அதாவது, உயர்குடிப் பிறந்தோரிடத்திலேயே செப்பம், நாண் முதலாய உயர்ந்த பண்புகள் இயற்கையாக உள்ளனவாம். இஃது பிறப்பினால் உயர்ச்சி கூறுவதே. இக்குறளுக்குப் பரிமேலழகர் உரை பொருளைத் தெளிவுறுத்துவதாயுள்ளது. "இல், குடி, குலம் என்பன ஒரு பொருள்; ஈண்டு உயர்ந்தவற்றின் மேல; செம்மை – கருத்தும் சொல்லும் செயலுந் தம்முள் மாறாகாமை. நாண் – பழிபாவங்களின் மடங்குதல். இவை இற்பிறந்தார்க் காயின், ஒருவர் கற்பிக்க வேண்டாமல், தாமே உளவாம்; பிறர்க்காயின் கற்பித்தவழியும் நெடிது நில்லா என்பதாம்." இதற்கு மேலும் விளக்கம் தேவையில்லை. இத்தகைய நம்பிக்கையே *கம்பராமாயணத்தில்* அனுமன் கூற்றாக அமைந்து கிடக் கிறது.

> இற்பிறப் பென்பதொன்று மிரும்பொறை யென்பதொன்றும்
> கற்பெனும் பெயர தொன்றுங் களிநடம் புரியக் கண்டேன்.

பெண்ணரசியின் பெருமைக்கு உயர்குடிப் பிறப்பு முக்கியமாயமைந்துள்ளது.

இத்தகைய உயர்குடிப்பிறந்த ஆடவர் அரிவையர் மாட்டே நற்குணங்கள் மாத்திரமன்றி அழகு முதலாம் நல்லம்சங்களும் இயல்பாயமைந்திருப்பதாக எமது புலவர் பெருமக்கள் கொண்டுவந்துள்ளனர். எனவேதான் காதலிலக் கியங்கள் விதிவிலக்கின்றி அவரைப் பாத்திரங்களாகப் படைத் துள்ளன.

அடியோர், வினைவலர் முதலியோர் 'நாணுக்குறை பாடுடையவர்' என்றார் இளம்பூரணர். அதாவது நாணமற்றவர்கள் என்பது பொருள். பொருளியலிலே 'நாண்' என்ற சொல்லை விளக்குமிடத்து, "நாண் என்றது – பெரியோர் ஒழுக்கத்து மாறாயின செய்யாமைக்கு நிகழ்வதோர் நிகழ்ச்சி" எனக் கூறி, அது ஆசிரியன் காட்டலாகாத பொருளுடையது என்று குறிப்பிட்டுள்ளார். 'பெரியோர் ஒழுக்கம்' என்று உரையாசிரியர் கூறுதல் கூர்ந்து கவனிக்கத்தக்கது. ஐந்திணை ஒழுக்கம் பெரியோர் (உயர்ந்தோர்) ஒழுக்கமாகவும், அகப்புறமான கைக்கிளை பெருந்திணை ஒழுக்கங்கள் சிறியோர் (தாழ்ந்தோர்) ஒழுக்கமாகவும் கொள்ளப்பட்டன. இது சமுதாய நீதியை அடிப்படையாகக் கொண்ட பாகுபாடு என்பது எளிதிற் புலனாகும்.

பெரியோர் – சிறியோர், உயர்ந்தோர் – தாழ்ந்தோர் என்ற பாகுபாடு சமுதாய நியதியாவதற்கு ஆதாரமாக அது இயற்கை விதியாகக் கொள்ளப்பட்டது. அதுவே நியதிவாதமாகும். ஏற்றத் தாழ்வு நியதியாக ஏற்றுக்கொள்ளப்பட்டது. சமணம் போன்ற மதங்கள் அந்நியதிக்குத் தருக்க ரீதியிலமைந்த விளக்கங்களுங் கூறின. திருக்குறள் இதனைத் துல்லியமாகக் காட்டுகின்றது:

அறத்தாறு இதுவென வேண்டா சிவிகை
பொறுத்தானோடு ஊர்ந்தா னிடை.

இதன் பொருளைப் பரிமேலழகர் பின்வருமாறு தனக்கேயுரிய நுண்ணறிவுடன் கூறுவர்: "அறத்தின் பயன் இது என்று யாம் ஆகம அளவையான் உணர்த்தல் வேண்டா; சிவிகையைக் காவுவானோடு செலுத்து வானிடைக் காட்சியளவை தன்னானே உணரப்படும்."

அறத்தின் பேற்றினை எடுத்துரைக்கப் புகுந்தவர் சமூக ஏற்றத்தாழ்வினைக் கண்கண்ட விளக்கமாகக் காட்டுகின்றனர். ஒருவன் பல்லக்கில் அமர்ந்து சுகமாகச் செல்கின்றான்; மற்றொருவன் அப்பல்லக்கினைச் சிரமப்பட்டுச் சுமக்கிறான். மேலிருப்பவன் அறத்தின் பயனை அனுபவிப்பவன்; கீழிருப்பவன் அறஞ்செய்யாதவன். ஆக, மேல் கீழ் என்ற பாகுபாடு சாசுவதமாக உள்ளது. அதற்குக் காரணமே வள்ளுவர் கூறுவது.

தொல்காப்பியர், வள்ளுவர், இளம்பூரணர் ஆகியோரெல்லாம் ஒரேயடிப்படையிலேயே மக்களைப் பாகுபடுத்துகின்றனர். இப்பாகுபாட்டின் அடிப்படையிலேயே காதலுக்குக் கட்டுப்பாடு விதிக்கப்பட்டது. உண்மையில் அன்பினைந்திணை எனச் சிறப்பிக்கப் பெறுவது சமூகத்தில் உயர்ந்தோரது

காதல் ஒழுக்கமாகும். அதுவும் புலனெறி வழக்கிற்கேற்பப் புனைந்துரைக்கப்படுகின்றது.

பழந்தமிழிலக்கியங்கள் காட்டும் இப்பாகுபாட்டை நோக்கும்போது பண்டைய கிரேக்கரிடையே நிலவிய சமூக அமைப்பும், அது கலை இலக்கியத்திற் பிரதிபலிக்கும் வகையும் நினைவிற்கு வருகின்றன. அடிமை முறை அங்கு மிகவும் வளர்ச்சியுற்றிருந்தது. ஆதி காலக் கிரேக்கத்தில் வளர்ச்சியுற்றிருந்த அளவுக்கு அடிமை முறை வேறெங்கேயாவது காணப்படுவது ஐயமே. அதற்குப் பல காரணங்கள் உண்டு. ஆனால் நாம் இங்குக் குறிப்பிடத்தக்கது யாதெனில், கிரேக்க ஆதி இலக்கியங்களிலும் அடிமைகள், ஏவல் செய்வோர் முதலியோர் இடம் பெறாமையாகும். உயர்குடிப் பிறந்தோரே ஹோமரது காவியங்களிலும் பிளேட்டோவின் உரையாடல் களிலும் சிறப்புக்குரியராய் விளங்குகின்றனர். தலைமக்களும் சாதாரண மானிடராகவன்றித் தெய்வத் தொடர்புடையோராகக் காட்சி தருகின்றனர். போர்க்கருவிகள் வடித்துக் கொடுக்கும் கொல்லர், ஆபரணங்கள் செய்யும் பொற்கொல்லர், மரவேலைகள் செய்வோர் முதலிய பொதுப்பணியாளரைத் தவிர, தாழ்ந்த மக்கள் எவரும் அவ்விலக்கியங்களில் இடம் பெற வில்லை. அவர்கள்பால் கவிஞருக்கு எவ்வித அக்கறையும் இல்லை.

இலக்கியச் சான்றுகளோடு கிரீட் முதலிய இடங்களிற் கண்டெடுக்கப்பட்ட கல்வெட்டுக்களிற் காணும் சான்றுகளையும் சேர்த்து நோக்கும்பொழுது நிலைமை தெளிவாகிறது. பண்டைய கிரேக்க சமுதாயம் சுதந்தரர், சுதந்தரமற்றவர் என இருபெரும் பிரிவாகப் பிளவுண்டிருந்தது. சுதந்தரர் இருவகையினர்: உயர் குடியிற் பிறந்து பூரண சுதந்தரமுடையராய் நாட்டாட்சியில் உரிமையுடையவர் ஒரு வகையினர்; நாட்டாட்சியில் பங்குகொள்ளாத – தகுதி குறைந்த – சுதந்தரர் பிறிதொரு பிரிவினர். சுதந்தரமற்றவர்கள் இரு பிரிவினர்: அடிமைகள் மிகத் தாழ்ந்த நிலையிலிருந்தவர்கள்; அவர்களுக்குச் சிறிது "மேலாக", *'Serfs'* எனப்படும் ஊழியக்காரர் இருந்தனர். பிந்திய பிரிவினர் இலக்கியத்தில் சித்திரிக்கப்படும் தகைமை இல்லாதவராகக் கருதப்பட்டனர். சுதந்தரர், சுதந்தரமற்றவர் அதாவது பரந்தரர் என்னும் பாகுபாடு, எமது பண்டைய இலக்கிய நூல்கள் வழிவந்த, சித்தாந்த சாத்திர நூல்களில் இடம்பெற்றுவிட்டன. உதாரணமாக, "ஆன்மாப் பெத்தத்திற் பரதந்தரன், முத்தியிற் சுதந்தரன்" என வருதல் காண்க.

கிரேக்க இலக்கியத்தில் சுதந்தரர் தலைமக்களாயமைந்தனர்; பரந்தரர் அதாவது பிறரைச் சார்ந்து வாழ்வோர் இலக்கியத்தின் எல்லைக்கோட்டிற்கு அப்பாற்பட்டவராயினர். *தொல்காப்பியச்* சூத்திரத்துக்கு இளம்பூரணர் கூறும் உரை இவ்விடத்து ஒப்பு நோக்கத்தக்கது.

ஒரு மொழியிலே வழங்கும் சொற்கள் அம்மொழி பேசுவோரின் ஆழ்ந்த நம்பிக்கைகளைப் பிரதிபலிப்பனவாயுள்ளன என்று கூறுவர். கிரேக்க இலக்கியங்களில் வழங்கும் இரு சொற்கள் இவ்வுண்மையை நிரூபிப்பனவாயுள்ளன. 'கலோஸ்' *(kalos)* என்னும் சொல் அழகையும் மேம்பாட்டையும், 'ஐஸ்குரோஸ்' *(aischros)* என்னும் சொல் அவலட்சணத்தையும் வெட்கமுள்ளதையும் குறிக்கின்றன. அதாவது பண்டைய கிரேக்க இலக்கிய வழக்கப்படி – சான்றோர் வழக்குப்படி – அழகு குடிப்பிறப்புக்குரிய தொன்றாகவும், அவலட்சணம் நாணுக்குறைபாடுடையாரைச் சேர்ந்ததாகவும் கொள்ளப்பட்டன. *பண்டைக் கிரேக்கத்தில் காதல்* என்னும் நூலில் ஃபிளேசிலியர் கூறுவதுபோல அழகு முதலிய பண்புகள் தெய்வத்தால் வழங்கப்பட்டவை எனக் கிரேக்கர்கள் நம்பினர். தெய்வாம்சம் பொருந்திய தலைமக்களுக்கு அவை பிறப்பிலேயே அமைந்தன.

கிரேக்க வீரயுகச் சமுதாயத்தைப்பற்றி எம்.ஐ. ஃபின்லி கூறுவது சுருக்கமாகவும் விளக்கமாகவும் உள்ளது:

> ஹோமரது காவியங்கள் காட்டும் உலகை ஆழமான கிடைக்கோடு ஒன்று இரு கூறாகப் பிரிக்கிறது. கோட்டுக்கு மேலே 'அரிஸ்டொய்', அதாவது சிறந்த மக்கள் இருக்கின்றனர்; பரம்பரையாக உயர்குடிப் பிறப்பாளரான இவர்கள் யுத்த காலத்திலும் சமாதான காலத்திலும் சமூகத்தின் பெரும் பகுதி அதிகாரத்தையும் செல்வத்தையும் உடையா ராயிருந்தனர். கோட்டுக்குக் கீழே மற்றையோர் யாவரும் அடங்குவர். இவர்கள் யாவரையும் அதாவது பொது மக்கட் கூட்டத்தைக் குறிக்கும் சிறப்புப் பெயர் ஒன்றும் இல்லை . . . இவர்களது விவகாரங்களும் துன்ப துயரங்களும் வீரப்பாடல்களின் உரிப் பொருளாகா . . . இவ்வெல்லைக்கோட்டைப் போர், திடீர்த் தாக்குதல் முதலிய தவிர்க்க முடியாத சந்தர்ப்பங்களிலேயே தாண்டினர். அன்றைய பொருளாதார அமைப்பின்படி, புதிதாகச் செல்வம் சேகரிப்பதும் அதனால் புதிய பிரபுக்கள் ஆவதும்

நடக்க முடியாதவை. விவாகம் வர்க்கங்களுக் குட்பட்டதாகவே இருந்தது. இதனால், அதன் மூலமாகவேனும் சமுதாயத்தில் உயர்ச்சி பெறும் வாய்ப்பும் இல்லாதிருந்தது.

சிற்சில சிறுபடியான வேறுபாடுகளைத் தவிர, கிரேக்க வீரயுகம் தமிழ் வீரயுகத்தை ஒத்ததாகவே உள்ளது. சமுதாய அமைப்பில் ஒற்றுமை இருப்பதனாலேயே இலக்கிய நோக்கிலும் வெளிப்பாட்டிலும் ஒற்றுமைகள் தவிர்க்க முடியாதனவா யிருக்கின்றன. சமூகத்தில் தாழ்ந்த நிலையிலிருந்த மக்களுக்கு விதிக்கப்பட்ட கட்டுப்பாடுகளிலும் இவ்வொப்புமை மிகத் துலக்கமாயுள்ளது.

2

பக்தி இயக்கம் திரையெறிந்த பல்லவர் காலப்பகுதியிலே பண்டைய அகப்பொருளுக்குப் புனர்வாழ்வு கிடைத்தது. அவைதிக சமயங்களின் பெண்வெறுப்பு, புலனடக்கம், துறவு முதலாய கட்டுப்பாட்டுக் கருத்துகளினாலே அமுக்குண்டு, பதுங்கி ஒதுங்கியிருந்த காதற் பொருள் மானுடக் காதலாகவும் தெய்விகக் காதலாகவும் நேர்வாழ்வு பெற்றது. அக்காலச் சமய வரலாறு காட்டுஞ் செய்தியிது. புதுவாழ்வு பெற்ற அகப்பொருளானது புதிய தோற்றத்தையும் பெற்றது என்பது வியப்புடைத்தன்று. இலக்கிய வரலாற்றினை நாம் உற்றுநோக்கும்பொழுது பல்வேறு காலங்களின் சமுதாயத் தேவைகளையும் உந்தல்களையும் ஒட்டிப் புதிய பொருள் பழைய வடிவங்களிலும், பழைய பொருள் புதிய வடிவங்களிலும் அமைந்துவிடுவதைக் காண்கின்றோம். பக்தி இயக்கத்தின்போது பழைய அகப்பொருள் பெற்ற நூதன வடிவங்களிலொன்று உலா. இப்பிரபந்தத்தைப் போலவே கோவை, கலம்பகம் முதலியனவும் புதிய வடிவங்களாம்.

ஞானவுலாவைப் பாடியவர் சிறந்தடியார்களில் ஒருவர்; இல்லறத்திலிருந்து சிவலிங்கத்தால் முக்தி பெற்றவர்; சேக்கிழார் சுவாமிகளாற் பாராட்டப் பெற்றவர்; தம்பிரான் தோழரின் அரிய தோழர்; பாணபத்திரர் போன்ற தமிழ்க் கலைஞரைப் போற்றிய புரவலர்; சேர நாட்டுச் செங்கோலைச் செலுத்தியவர்; செழுமிய சிவபக்திக் கிணையான செந்தமிழ் வித்தகம் வாய்க்கப்பெற்றவர். இத்துணைச் சிறப்பு பொருந்திய சேரமான் பெருமாள் நாயனார் இயற்றிய உலாவும் பிற பனுவல்களும் திருமுறைகள் வரிசையில் வைத்து மதிக்கப்படுவதில் வியப்பில்லையன்றோ.

உலா, பல்லவர் காலத்திலே முகிழ்த்த வடிவம் எனக் கூறினோம். இவ்விலக்கியத்திற்கு இலக்கணங் கண்டவர்கள் பிற்காலத்துப் பாட்டியல் நூலோர். 'தனது எதிரதாக் காக்கும் கூர்த்த மதிநலத்தினால் காலப்போக்கிற் றோன்றக்கூடிய இலக்கிய வடிவங்களுக்கும் வகைகளுக்கும் தொல்காப்பியர் விதிவகுத்துள்ளார்' என்று நாமொரு பொது விதியை ஏற்படுத்திக்கொண்டு, அதனடிப்படையிலே உலாவிலிருந்து சிறுகதை வரை சகல இலக்கிய முயற்சிகளையும் தொல்காப்பியச் சூத்திரங்களைத் துணைக்கொண்டு விளக்க முற்படுவது இன்றும் காணப்படுகிறது. ஆயினும் *பன்னிரு பாட்டியல், நவநீதப் பாட்டியல்* முதலாய பிற்கால நூல்களிலேயே உலாவிற்கு வரைவிலக்கணங் கூறப்படுகின்றது. உலாவை, 'உலாப்புறம்' எனவும் முன்னோர் வழங்கினர்.

> திருவு லாப்புறம் பாடினேன்,
> திருச்செவி சாத்திடப் பெறல் வேண்டும்

என்றே சேரமான் திருக்கைலையில் இறைவனை வேண்டியதாகச் சேக்கிழாரும் குறிப்பிடுவார். தெருவிலே ஏழு பருவத்துப் பெண்களிடையே பவனி வந்த சிறந்த நாயகன் ஒருவனைக் கண்டு அவனை அப்பெண்கள் ஏத்துவதாகக் கலிவெண்பாவினால் இயற்றுவது உலா என்பது பொதுவிலக்கணம்.

> தெருவினிற் பேதை முதலெழு வோர்கள் திறத்துவகை
> ஒருவனை யேத்துங் கலிவெண்பாத் தான் உலா

என்று *நவநீதப் பாட்டியலும்*,

> இழைபுனை நல்லா ரிவர்மணி மறுகின்
> மற்றவன் பவனி வரவேழ் பருவம்
> உற்றமா னார்தொழப் போந்த துலாவாம்

என்று *இலக்கண விளக்கப் பாட்டியலும்* உலாவின் இலக்கணங் கூறும். ஒரு வகையிற் பார்க்கும்பொழுது இவ்வுலாப் பிரபந்தமானது பல்லவர்காலத்தின் பிற்பகுதியிலே தவிர்க்க முடியாதபடி அமைந்த இலக்கிய வடிவம் என்றே கூறத் தோன்றுகின்றது. அதாவது உலாப் போன்ற ஓர் இலக்கியம் தோன்றுவதற்கான சாத்தியக் கூறுகள் சான்றோர் இலக்கியங்களைத் தொடர்ந்து மெல்ல மெல்ல உருவாகி வந்தன; அவை பரிணமித்த வடிவமே உலா. இதனைச் சிறிது விளக்க வேண்டும்.

சான்றோர் செய்யுட்களைப் பொறுத்தவரை அகத்திணையில் அகனைந்திணைக்குரிய துறைகளே அவற்றின் சிறப்புப்

பொருளாயமைந்தன. கைக்கிளை, பெருந்திணை ஆகியன சிறப்பற்றனவாகக் கொள்ளப்பட்டன. உதாரணமாக, போர்வைக் கோப்பெரு நற்கிள்ளிபால் தனக்குள்ள காதலை எடுத்துக் கூறும் செய்யுட்கள் சிலவற்றை நக்கண்ணையார் என்னும் பெண்பாற் புலவர் யாத்துள்ளார். அவை கைக்கிளைக் காமக் காதற் பாக்கள் என்று கொண்டு புறத்தில் அடக்கியுள்ளனர் அவற்றைத் தொகுத்த ஆசிரியர்கள். அகனைந்திணையைக் கட்டுப்பாடுகள் நிறைந்த 'தூய' ஒழுகலாறாகக் கொள்ள முயன்றுள்ளனர் சான்றோரிலக்கியங்களைக் கண்டு இலக்கணமமைத்தவர்கள். தொல்காப்பியர் இத்தூய்மை வாதத்திற்குச் சரியான வடிவம் கொடுத்துள்ளார். காதற் கிழவனும் கிழத்தியும் பல வகைகளிலும் ஒத்துள்ளவராயிருத்தல் வேண்டும் என்னும் கோட்பாட்டிற்கு அடிப்படையிலே சமுதாய உணர்வு இருந்தது; அதாவது சமுதாயத்திலே தலைமக்களாயுள்ளோரே தமக்குள் 'தூய' முறையில் காமக் காதலில் ஈடுபட முடியும் என்பது தொல்காப்பியரின் கருத்தாகத் தெரிகிறது.

அறம், பொருள், இன்பம் ஆகியவற்றின் பெயரில் 'தூய'தாகக் கொள்ளப்பட்டு வந்த அகனைந்திணை விதிகளைத் தகர்த்தெறிந்து கொண்டு காதலை வாய்விட்டுப் பாடி மகிழும் நிலைமை பக்தியியக்கத்தின் காரணமாகவும் காரியமாகவும் அமைந்தது. பக்தியியக்கமானது சமுதாயத்திலே சாதி, குலம், பிறப்பு முதலிய வரம்புகளை உடைத்துக்கொண்டு 'ஆவுரித்துத் தின்றுழலும் புலையரேனும்' அவர் சிவபக்தரெனிற் சிறந்தவரே என்று கூறும் சூழ்நிலையை ஏற்படுத்தியதுபோல, இலக்கியத்திலே ஏற்பட்டு வந்த பல விதிகளை மீறிப் புதிய சிந்தனைப் படைப்புக்களுக்கு வழிவகுத்தது எனலாம். ஆயினும், இது திடீரென ஏற்பட்ட மாற்றம் எனக் கருதக்கூடாது. புதிதாகத் தோன்றும் இலக்கிய வடிவங்களுக்கும் வரன்முறையும் வளர்ச்சி முறையும் உள்ளன.

பல்லவர் காலத்திலே தோன்றிய உலகியற் சார்புடைய நூல்களான *நந்திக்கலம்பகம், முத்தொள்ளாயிரம்* ஆகியவற்றிலும் அகனைந்திணைக்குப் பொருந்தாத கைக்கிளை சிறப்பாக எடுத்தாளப்பட்டுள்ளது. முத்தொள்ளாயிரத்திலே 'பெண்பாற் கைக்கிளை'ச் செய்யுட்களே வந்துள்ளன.

இந்நூல்களில் மன்னரைக் கண்டு மகளிர் மையலுற்றுப் 'பேசுவது' போலவே அரனடியார் பாடல்களிலே சிவனைக் கண்டு பெண்கள் செயலிழந்து கூறும் வார்த்தைகளும் அவர்தம்

நிலையும் காணப்படுகின்றன. வீதியிலே பலி கேட்டு வாசல் ஏறும் பிச்சாடன மூர்த்தியைக் கண்டோ அல்லது தில்லையில் நடமிடும் அம்பலக் கூத்தனது கோலங் கண்டோ நெஞ்சைப் பறிகொடுத்த பெண்கள் பாடும் அகப் பாடல்களின் தருக்க ரீதியான வளர்ச்சி நிலையே உலா எனக் கருதலாம். நீண்ட தெருவில் நடந்த சிவனார் தன் நெஞ்சைக் கவர்ந்த செய்தியைப் பெண்ணொருத்தி, அப்பர் தேவாரத்திற் பின்வருமாறு கூறுகின்றாள்:

தூண்டு சுடர்மேனித் தூநீ றாடிச்
சூலங்கை யேந்தியோர் சுழல்வாய் நாகம்
பூண்டு பொறியரவங் காதிற் பெய்து
பொற்சடைக ளவைதாழப் புரிவெண் ணூலார்
நீண்டு கிடந்திலங்கு திங்கள் சூடி
நெடுந்தெருவே வந்தெனது நெஞ்சங் கொண்டார்
வேண்டு நடைநடக்கும் வெள்ளே றேறி
வெண்காடு மேவிய விகிர்த னாரே

என்று அப்பரும்,

கவர்பூம் புனலுந் தண்மதியும் கமழ்சடை மாட்டயலே
அவர்பூம் பலியோ டையம் வவ்வா யானலம் வவ்வுதியே

என்று சம்பந்தரும் பலிகேட்டு வந்த பெருமான் பெண்கள் உள்ளம் கொள்ளை கொண்டதாகக் கூறுவர். திருப்பைஞ்ஞீலி என்னும் தலம் சென்ற சுந்தரர், பலிக்கு எழுந்தருளும் பெருமான் திருவடிவைக் கண்ட மகளிர் மையல் கொண்டு வினவிய கூற்றாகப் பின்வரும் பாடலைப் பாடியுள்ளார். 'நாங்கள் கொண்டு வந்த பிச்சையை இடமாட்டாதவராயும், போகமாட்டாதவராயும் இருக்கின்றோம்' என்று பெண்கள் வாய்விட்டுக் கூறுவதாக அமைந்தது பாடல்.

செந்த மிழ்த்திறம் வல்லி ரோசெங்கண்
அரவம் முன்கையில் ஆடவே
வந்து நிற்குமி தென்கொ லோபலி
மாற்ற மாட்டோ மிடகிலோம்
பைந்தண் மாமலர் உந்து சோலைகள்
கந்த நாறுபைஞ் ஞீலியீர்
அந்தி வானமும் மேனி யோசொலும்
ஆர ணீய விடங்கரே.

கைக்கிளை என்பது ஒருமருங்கு உளதாய கேண்மை என்று கூறப்படும். சிவன் தன்னுடைய காதலை வெளியே காட்டாமற் பெண்ணாகிய தனது நெஞ்சைக் கொண்டதாகப் பாடும் பெண்ணை அப்பர் பாடலிற் காணலாம்.

கள்ளத்தை மனத்தகத்தே கரந்து வைத்தீர்
உள்ளத்தை நீர் கொண்டீர் ஓதல் ஓவா
ஒளிதிகழும் ஒற்றியூ ருடைய கோவே!

இவ்வாறு அமைந்த கைக்கிளைத் துறைப் பொருளை எடுத்துக்கொண்டு, அதனை நீட்டி வளர்த்துத் தனியிலக்கிய வடிவமாக்கிய பெருமையும் திறமையும் சேரமானுக்கு உரியது. அகத்துறைகள் நானூற்றை எடுத்துத் தொகுத்துத் தெய்விக நூலாம் *திருச்சிற்றம்பலக் கோவையைத்* திருவாதவூரடிகள் செய்தது போலவும், பெருந்திணைக்குள் அடங்கும் மடலூரும் நிகழ்ச்சியை எடுத்துச் சிறிது மாற்றிப் *பெரிய திருமடல், சிறிய திருமடல்* ஆகியவற்றைப் படைத்த திருமங்கை மன்னன் போலவும், நாயகன் வீதியில் உலாப் போவதைக் கண்ணுற்ற மகளிர், மால் கொள்ளும் பெண்பாற் கைக்கிளைப் பொருளைப் பக்தியும் ஞானமும் கலந்த பனுவலாக்கியுள்ளார் சேரமான் பெருமாள். பொதுவாகப் பல்லவர் காலத்திலே காதற் பொருள் பெற்ற எழுச்சியின் பயனாக நாயகன் – நாயகி பாவம் இலக்கிய வடிவம் பெற்றதல்லவா? அந்தப் பின்னணியிலேயே உலா, மடல் போன்ற பிரபந்தங்களை நாம் நோக்க வேண்டும்.

பெருங் கவிஞர் பலரது கவிதைகளை – குறிப்பாக நெடும் பாடல்களை – நோக்கும்பொழுது ஒவ்வொருவருக்கும் ஒவ்வோர் உளக்காட்சியோ, பேரனுபவமோ உருவகமாக அமைந்து கவிதையை வழி நடத்திச் செல்வதைக் காணலாம். சுவர்க்கத்தைப் பிரம்மாண்டமான உருவகமாகக் கொண்டு *சுவர்க்க நீக்கம், சுவர்க்க மீட்சி* ஆகிய காப்பியங்களைப் பாடினான் மில்டன். நரகம், சுவர்க்கம் ஆகியவற்றைப் பேருருவகமாகக் கொண்டே இத்தாலியக் கவி தாந்தேயும் காப்பியஞ் சமைத்தனன். பிரான்சிஸ் தொம்ஸன் என்னும் கத்தோலிக்கச் சமயக் கவிஞனும் தனது *Hound of Heaven* எனப்படும் நெடும் பாடலில் அத்தகைய உருவகம் ஒன்றனையே அமைத்தான். பொதுவாகக் கவிஞர் எல்லாரும் உவமை, உருவகம் முதலிய அணிகளைக் கையாள்பவரேனும், சமயக் கவிஞர்களுக்கு உருவகமே ஆழ்ந்த அனுபவப்பொருளாகவும் அமைந்து விடுகின்றது. இவ்வுருவகங்களை இலக்கிய நயத்துக்காக அன்றித் தமது முழு நம்பிக்கையாகக் கொண்டு கவிஞர் பாடுகின்றனர் என்கிறார் டி.எஸ். எலியட். உதாரணமாக, திருப்பெருந்துறையிலே தனக்குக் காட்சி தந்த வள்ளல், சிவபுரத்தில் மன்னரைப் போல வீற்றிருப்பதாகவும், அவரைச் சுற்றித் தேவரும் கணங்களும் ஓயாது வேதகோஷமிட்டுக்கொண்டிருப்பதாகவும், அந்தப் பேரவைக்குள்ளே தாமும் சென்று சேவித்து அவன் தாள்

வணங்கிச் சிந்தை மகிழ வேண்டும் என்றும் உண்மையில் நம்பிய மணிவாசகர் தமது நூலை ஆத்மாவின் பெரு யாத்திரையாகக் காணும்படி பாடினார். மேவிய மணிச் சிவிகையில் ஊர்ந்து வந்த அமாத்தியரான வாதவூரரை,

தேவர்பர வும்பரமர் தெய்வசபை கண்டார்

என்றே கடவுள் மாமுனிவரும் குறிப்பிட்டுள்ளார்.

திருக்கைலாயத்திலே குடிகொண்டிருக்கும் சிவபுரத்தரசர் அங்குத் தமக்குக் காட்சி அருளும்படி பணிந்த பக்தர்களுக்கு இரங்கிப் பவனி வருவதைப் பெரியதொரு மானதக் காட்சியாக *(vision)* அனுபவித்துப் பாடியுள்ளார் சேரமான். அக்காட்சியும் பேருருவகமாக அமைந்தமையால் நூலும் முழுமை பெற்ற இலக்கிய வடிவமாக அமைந்தது. கதையொன்றனை எடுத்துத் திரைப்படத்திற்கு வேண்டிய திரைக்கதையைக் காட்சிகளாகத் தீட்டும் ஆசிரியர் போல் சிவபுரத்திலே பவனி வரும் பெருமானின் திருக்கோலம் முழுவதையும் நன்கு காணும் வகையில் உலாக் காட்சிகளாக அமைத்துள்ளார் நாயனார். சுருங்கக் கூறின், கைலைமலையே சிவபுரமாகிவிடுகிறது; இயற்கையும் பிரபஞ்சமும் அதனுள் அடங்கி விடுகின்றன.

சீரார் சிவலோகந் தன்னுட் சிவபுரத்தில்
ஏரார் திருக்கோயி லுள்ளிருப்ப – வாராய்ந்து
செங்க ணமரார் புறங்கடைக்கட் சென்றீண்டி
எங்கட்குக் காட்சியருள் என்றிரப்ப

என்று நூலிற்கான தோற்றுவாயைக் கூறுகின்றார் கவிஞர். இவ்வேண்டுகோளுக்குச் செவிசாய்த்து இறைவனும் பவனி வருகிறான். அத்தருணத்திலேயே ஏழ்பருவத்தைச் சேர்ந்த ‘உருத்திர’ கணிகையர் அங்கண்ணரைக் கண்டு அகமுருகு கின்றனர். சிவபுரம் ஒரு நகரம்; அந்நகரில் ஒரு திருக்கோயில்; அக்கோயிலில் வீற்றிருக்கும் சிவபிரான் வீதிவலம் வருவதானது, உலகியற் காட்சியைத் தழுவியுள்ளது. அரசனாக இருந்த பெருமாக்கோதையார் உலாக்காட்சிக்கு உரியவராகவும் உள்ளவர் அன்றோ? தமது சொந்த அனுபவத்தையும் தெய்விகத் தேனிலே குழைத்துத் தந்தள்ளார் எனலாம்.

வீதிவருபவர் சிவன். எனவே சிவபுரத்து வீதிகளும் அவ்வீதிகளிற் காணப்படும் மாட மாளிகைகளும் சிவனையே நினைவூட்டும்வண்ணம் அமைந்துள்ளன. காதன் மடப்பிடி யோடும் களிறு வருவதைக் கண்ட நாயனார், மாதர்ப்பிறைக்

கண்ணியானை மலையான் மகளொடும் மானதக் காட்சியாகக் கண்டுருகுவது போல் சிவபுரத்துத் தெருக்களும் மாளிகைகளும் சிவனையே உணர்த்துகின்றன.

வானநீர் தாங்கி மறையோம்பி வான்பிறையோ
டூனமில் சூல முடையவா – யீனமிலா
வெள்ளை யணிதலால் வேழத் துரிபோர்த்த
வள்ளலே போலும் வடிவுடைய – வொள்ளிய
மாடம் . . . . . .

ஞான உலா என்னும் பேருருவகத்திலே இது ஓர் உருவகத் துளி என்று கூறலாமன்றோ. இச்சிறு உருவகமும் முற்றுருவகமா யமைந்துள்ளது. ஒள்ளிய மாடங்களிலே நிற்கின்றனர் ஒண்டொடி மாதர். வெற்றி வீரன் ஒருவன் பவனி வருவதைப் போலவே ஈசனும் வருகின்றான். அதீதக் கற்பனையாயினும் உண்மைபோலக் காட்டிவிடும் திறன் கவிஞர்பிரானுக்குண்டு.

. . . . ஏற்றுக்
கொடியும் பதாகையுங் கொற்றக் குடையும்
வடிவுடைய தொங்கலுஞ் சூழக் – கடிகமழும்
பூமான் கருங்குழலா ருள்ளம் புதிதுண்பான்
வாமான வீசன்.

பல்லவர்கால இலக்கியப் பண்புகளில் ஒன்று அக்காலக் கவிஞரிடத்துக் காணப்படும் ஆழ்ந்த தமிழ்மொழிப் பற்றாகும். சமயமும் மொழியும் கைகோத்துக்கொண்டே சென்றன. இறைவனே விரும்பிக் கேட்டதாகச் சேக்கிழார் சுவாமிகள் கூறும் உலாவைப் பாடிய நாயனாரும் நிரம்பிய தமிழ்ப்பற்று உடையவராய்க் காணப்படுகின்றார். மால்விடைமேல் வந்த நாயகரைக் கண்டு மம்மர் மனத்தளாய மடந்தைப் பெண்ணை வருணிக்கும்பொழுது,

ஒள்ளிய
தீந்தமிழின் தெய்வ வடிவாள்

என்று சிறப்புச் செய்கின்றார். தீந்தமிழிற்கும் தெய்வத் தன்மைக்கும் தொடர்பு காணப்படுகிறதல்லவா? பிற்காலத்திலே தோன்றிய உலா நூல்கள் பலவும் தமிழ்ப் பற்றைக் காட்டுவனவாக உள்ளன. ஆதியுலா ஆசிரியர் இத்துறையில் வழிகாட்டியுள்ளார் என்றே கருதத் தோன்றுகிறது. பெருங்காப்பிய வழிகாட்டியான திருத்தக்க தேவர், "தமிழ் தழீஇய சாயலவர்" என்று பாடும் பொழுது சேரமானின் செந்தமிழ்த் திறத்தை நினைவுகூராமற் போக முடியாது. 'தமிழ் வேந்தர்' என்று நம்பி ஆரூரரைப்

பாராட்டுகின்றார் சேக்கிழார். தமிழ் வேந்தரின் நட்பிற்குத் தகுந்தவரே சேரமான் என்பதில் எள்ளளவும் ஐயமில்லை. உலாவில் மட்டுமன்றித் தாம் பாடிய *திருவாரூர் மும்மணிக்கோவை* என்னும் நூலிலும் அகப்பொருள் நெறியைப் பற்றியே பாக்களை அமைத்துள்ளார். உலா அகனைந்திணைக்குள் அடங்காதது போலவே இவர் பாடிய அந்தாதிப் பாடல்களிலும் பல அகனைந்திணை யல்லாதன. இவை யாவற்றையும் நோக்கும்போது, தெளிவாக அகப்பொருளையும், சிறப்பாக அதனைச் சார்ந்தும் சாராததுமான கைக்கிளைத் திணையையும் அடிநிலையாகக் கொண்டு பேரின்ப நெறியில் செந்தமிழ்க்குச் சிறப்புத் தரும் பாக்களைப் பாடியுள்ளார் என்று துணிந்து கூறலாம். இஃது கட்டுப்பாட்டுக்குள் இருந்த காதலுக்குக் கிடைத்த ஒருவகையான விடுதலையின் விளைவு என்றும் கூறலாம்.

8

சித்தர் தத்துவம்

தமிழ் மொழி தொன்மையானது; வரலாற்றுப் புகழ் படைத்தது; இலக்கியச் செல்வம் நிரம்பியது; தத்துவ வளம் உடையது என்றெல்லாம் அடிக்கடி பலர் கூறக் கேட்கின்றோம். இக்குரல்களின் மத்தியில் பழந்தமிழர் கண்ட விஞ்ஞான நோக்கும் அறிவும் போதியளவு முக்கியத்துவம் பெறவில்லை என்றே கூறுதல் வேண்டும். இரண்டாயிரம் வருடங்களுக்கு மேலாகத் தொடர்ச்சியான நாகரிக வளர்ச்சி கண்ட தமிழ் மக்கள் விஞ்ஞானத்தைப் போற்றியே வந்துள்ளனர். எனினும் ஆன்மிகத் துறைக்குக் கொடுக்கப்பட்ட முதன்மையின் விளைவாகப் பொருளைப் பற்றிய ஆய்வு மெல்ல மெல்லப் புறக்கணிக்கப்படலாயிற்று. இந்நிலையில் அதனை ஓரளவாவது பேணி வந்த அறிஞர் காலத்துக்குக் காலம் வாழ்ந்துள்ளனர். அத்தகையோரைப் பற்றிய சில குறிப்புக்களைக் கூறுவதே இக்கட்டுரையின் நோக்கமாகும்.

விஞ்ஞான நோக்கும் அறிவும் மனிதனுடைய கற்பனையின் விளைவல்ல; வாழ்க்கைத் தேவைகள், அவசியப் பொருட்கள் ஆகியவற்றின் அடிப்படையில் தோன்றுவன அவை. மனிதன் படைக்கும் கருவிகளைத் துணையாகக் கொண்டு மனிதன் கண்டுபிடிப்பனவே விஞ்ஞான உண்மைகள். கிறித்து அப்தத்திற்கு எழுநூறு வருடங்களுக்கு முன்னரளவில் தென்னிந்தியாவில் வாழ்ந்த மக்கள் இரும்பின் பண்பையும் பயனையும் அறியத் தொடங்கினர். அதன் பின்னரே அவர்கள் முழு நாகரிக வளர்ச்சியுறத் தொடங்கினர் என்று

வரலாற்றாசிரியர் கூறுவர். இக்காலப் பகுதியை 'இரும்புக் காலம்' எனவும் பெயரிட்டழைப்பர். அக்காலத்திலே வாழ்ந்த மக்கள் பிரேதங்களை அடக்கம் செய்வதற்குப் பல முறைகளைக் கையாண்டனர். அவற்றில் ஒன்றுதான் 'பெருங்கல் சவ அடக்க முறை' எனப்படுவது. நிலத்தை அகழ்ந்து சவத்தை வைத்துச் சுற்றிவரச் சவப்பெட்டி போலப் பெருங் கற்களை அடுக்கிவைப்பதே இவ்வடக்க முறையின் பிரதான அம்சமாகும். ஈமக்கிரியைகளின் ஒரு பகுதியாகச் சவக்குழிக்குள் பலவிதமான மட்பாண்டங்களை வைப்பர். புதைபொருள் ஆராய்ச்சியின் விளைவாகத் தொல்பொருள் ஆய்வாளர் இத்தகை மட்பாண்டங்கள் பலவற்றை ஆராய்ந்துள்ளனர். கருமை நிறமும் செம்மை நிறமும் அமைந்த மட்பாண்டங்களைச் செய்த அம் மக்களுக்கு ஓரளவு இரசாயன அறிவு இருந்திருத்தல் அவசியம். மண்ணைப் பல்வேறு வெப்ப நிலைகளிற் சுடும்போது அது கறுப்பாகவும் சிவப்பாகவும் நிற வேறுபாடடைகிறது என்பர். மண்ணுடன் அப்பிரகம் முதலிய வேறு பொருட்களையும் கலத்தல் வேண்டும். பாண்டத்தை வனைவதற்குச் சக்கரம் வேண்டும். மட்பாண்டக் கலைவளர்ச்சியுடன் பண்டைய இரசாயனமும் பௌதிகமும் தோற்ற நிலையில் அரும்பத் தொடங்கிவிட்டன. இத்தகைய சூழலிலேயே இரும்பும் வழக்கிற்கு வந்தது. நாகரிக வளர்ச்சியின் முதற்படியினைத் தமிழ் மக்களும் உலகத்தின் பிற பகுதிகளில் வாழ்ந்த மக்களைப் போல விஞ்ஞான அறிவின் துணைக்கொண்டே கடந்தனர்.

அந்த வரலாற்று நிலைக்குப் பின்னர் தமிழ்ச் சமுதாயத்தில் எத்தனையோ மாற்றங்கள் நிகழ்ந்தன; தத்துவம் வளர்ந்தது; சமயங்கள் நிறுவனங்களாக உருப்பெற்றன; செய்தொழில் வேற்றுமைகள் இடம்பெற்றன. தொழில் செய்வோர் தொழில் செய்யாதோர் என்னும் பாகுபாடு நிலைத்தது. அறிவர் அறிவில்லாதார் என்னும் பிளவு தோன்றியது. இவற்றிற்கேற்ப விஞ்ஞானத்திலும் மாற்றம் ஏற்பட்டது. புராதன விஞ்ஞான அறிவின் பயனாக அன்றைய மனிதன் பெரிதும் முயன்று மண்ணால் பாண்டங்களைச் செய்தான். அவற்றின் பயனைப் பெற்றான். பின்னாளில் சிலர் மட்பாண்டத்தைப் பயனற்ற – அழிந்து போகும் – மனிதவாழ்விற்கு ஒப்பிட்டு **மாயாவாதம்** பேசினர்; விஞ்ஞானம் வளராது பின் தங்கியது.

விஞ்ஞானம் என்பது சடப்பொருளைப் பரிசோதித்து ஆராய்வதின் மூலம் அவற்றிற்கிடையே சில உறவு முறைகளைக் கண்டறிவதாகும். உறவுகளைக் காண்பதற்குச் சில கோட்பாடுகள் அவசியமாகின்றன; நிரூபிக்கப்பட்ட கோட்பாடுகள் உண்மைகளாகின்றன. அவ்வுண்மைகளைக் கோட்பாடுகளாகக்

கொண்டு மேலும் புதிய பரிசீலனைகளைச் செய்யவும், அவற்றினை நிரூபிக்கவும் வாய்ப்பு ஏற்படுகிறது. இத்தகைய ஒரு தொடர் நிலையாகவே விஞ்ஞான அறிவு முன்னேறுகிறது. எனவே சடப்பொருள்களை ஏற்றுக்கொள்வதும் அவற்றினை ஆய்வதும் விஞ்ஞான நோக்கின் முதற்படியாகும். ஆனால், இந்தியாவிலே தோன்றி வளர்ந்த பெரும்பாலான தத்துவ தரிசனங்கள் இதனை ஏற்றுக்கொள்வதில்லை. பொருட்களும் பிரபஞ்சமும் அநித்தியமானவை என்றும், இறைவன் அல்லது பிரமமே முழு முதற்பொருள் என்றும், அது சடப்பொருள்களுக்கு அப்பாற்பட்டது என்றும் அத் தத்துவங்கள் கூறும். இவ்வாதமானது கருத்துக்களின் பிரதிபலிப்பே பொருள்கள் என்னும் கருத்து முதல் வாதமாகும். இவ்வாதம் விஞ்ஞான நோக்கிற்கும் அதன் அபிவிருத்திக்கும் உகந்ததன்று என்பது வெளிப்படை. சுருங்கக் கூறின், உலகிலே கருத்து முதல் வாத்திற்கும் பொருள் முதல் வாதத்திற்குமிடையே நிலவிவரும் முரண்பாட்டினை இங்குத் தெளிவாகப் பஞ்சபூதங்களின் நுட்பத்தை நுணுகி அறியவைப்பது விஞ்ஞானம் எனின், ‘காண்பனவெல்லாம் பொய்; காணாதது ஒன்று உண்டு; அதனை மனத்தின் துணைக்கொண்டு தேடு’ எனக் கூறுவது இலட்சியவாதத் தத்துவம். வேத, உபநிடத காலத்திலேயே இப்போராட்டந் தொடங்கிவிட்டது; இன்றுவரை தொடர்ந்து நடைபெறுகின்றது. தமிழ்நாட்டிலே பல சந்தர்ப்பங்களில் பொருள் முதல் வாதமும் விஞ்ஞான நோக்கும் ஆங்காங்குத் தலைதூக்கின. சான்றோர் இலக்கியங்களிலேயே இதனைக் காணலாம். நல்வினை, பிறவாநிலை முதலியவற்றிலே நம்பிக்கை இல்லாதவரை மனத்திற்கொண்டு கோப்பெருஞ்சோழன் ஒரு பாடலைப் பாடியுள்ளான். இது புறநானூற்றிற் காணப்படும். சாங்கியம், சமணம், பௌத்தம், யோகம் முதலிய தத்துவ – சமயக் கருத்துக்கள் தமிழ் நாட்டில் பரவிய காலத்தில் விஞ்ஞானச் சாயல் பொருந்திய பல சிந்தனைகள் இலக்கிய நூல்களிலும் தத்துவங்களிலும் எதிரொலிக்கலாயின. எனினும், வைதிக சமயக் கருத்துக்களும் சநாதன தருமமுமே பெருவழக்காக நிலவின. இவற்றின் மத்தியிலே தம்மாலியன்றளவு உணர்ச்சி பூர்வமாகவேனும் விஞ்ஞானப் பண்பினை வளர்க்க முனைந்தவர் சிலரிருந்தனர். அவரைச் **சித்தர்** என்றழைக்கலாயினர். சித்தர்கள் என்றால் ‘அறிவர்’ என்பது பொருள்; விளங்கிய அறிவுடையவர் எனலாம்.

தமிழ் நாட்டிலே பதினெண் சித்திரைப் பற்றிய வழக்கும் செவிவழிச் செய்திகளும் நிறைய உள்ளன. சில பொதுப் பண்புகளையே குறிக்கலாம். தமிழ் நாட்டிலே சித்தர்கள் இயற்றியனவாக இரசவாதம், வைத்தியம், மாந்திரிகம்,

சாமுத்திரிகா லட்சணம், இரேகை சாத்திரம், வான சாத்திரம் முதலிய துறைகளைச் சார்ந்த நூல்கள் காணப்படுகின்றன. இவற்றிற் பல இன்னும் ஓலைச்சுவடிகளாகவே கிடக்கின்றன.

வேதாந்தச் சார்புள்ள இறைத்தத்துவங்கள் யாவும், 'காயமே பொய்; உடலை விடுத்து உயிரின் ஈடேற்றத்திற்காக உழை' என்றே மாயாவாதம் பேசின. இப்போக்கை வன்மையாகக் கண்டித்து மறுத்தனர் சித்தர். தமிழிலே **திருமூலர்** முதன் முதலாக இவ்வெதிர்க் குரலுக்கு உருவங் கொடுத்தார் எனலாம். *திருமந்திரத்திலே* பலவிடங்களில் உடம்பின் இன்றியமையாமையை வற்புறுத்துகின்றார் திருமூலர்.

. . . . உடம்பொடு
செத்திட்டு இருப்பர் சிவயோகிகள்

உடம்பார் அழியில் உயிரார் அழிவர்

உறுதுணையாவது உயிரும் உடம்பும்

உள்ளம் பெருங்கோயில் ஊன் உடம்பு ஆலயம்

திருமூலரின் இக்கருத்துக்கள் மாயாவாதத்திற்கு நேர்முரணான மெய்ம்மை வாதத்தை அடிநிலையாகக் கொண்டவை. திருமூலர் ஒரு சித்தர். *திருமந்திரத்தை* 'தந்திரம்' என்றும் கூறுவதுண்டு. தந்திரம் என்பது இந்தியாவிலே பண்டுதொட்டு வளர்ந்து வந்த ஒரு வழிபாட்டு முறை. இவ்வுடலின் துணைக்கொண்டே – இவ்வுடலின் மூலமாகவே – பேரின்பத்தை அடையும் உண்மையைக் காட்டுவன யோகம், தந்திரம் முதலியன. கிரியைகள், சடங்குகள், மந்திர உச்சாடனங்கள், உடற்பயிற்சி, உடல் வலிமை முதலியவற்றுடன் நெருங்கிய தொடர்பு கொண்டன யோகமும் தந்திரமும். மனித உடலுக்கு உண்மை – மெய் – என்னும் பெயரை மெய்யாகக் கூறியவர்கள் தந்திரவாதிகள். அந்தளவிற்கு அவர்கள் மெய்ம்மைவாதிகள்.

சித்தர்களின் இப்பண்பு பற்றி, சாமி. சிதம்பரனார் கூறுவது வருமாறு:

> சித்தர் பாடல்களை ஆழ்ந்து படித்தால் அவர்கள் வைதிக மதத்திற்கு எதிரானவர்களாகவே காணப்படுகின்றனர். வைதிக மதக் கொள்கைகள் பலவற்றைத் தாக்குகின்றனர். ஆனால் அவர்கள் தங்களை நாத்திகர்கள் என்றோ, உலகாயதர்கள் என்றோ வெளிப்படையாகச் சொல்லிக் கொள்ளவில்லை; வெளிப்படையாகப் பாடவில்லை. கடவுள் அன்பர்கள் போலவே காட்சியளிக்கின்றனர். ஆயினும், சித்தர்களின் பாடல்களிலே உலகாயதத்தை,

> நாத்திகத்தைப் பற்றிய கண்டனங்களும் காணப்பட வில்லை என்பது குறிப்பிடத்தக்கது. இன்றைய விஞ்ஞானிகளும் ஆன்மா தனித்த ஒரு பொருள் என்பதை ஒப்புக்கொள்ளவில்லை. ஆன்மா என ஒன்று தனியாக மதவாதிகள் சொல்லுகின்றபடி அழியாத தனிப் பொருளாக இல்லையென்பதே பல விஞ்ஞானிகள் கருத்து. சித்தர்களின் கொள்கை இதற்கு ஒத்திருப்பதைக் காண்கிறோம்.

சித்தர்களைப் பற்றிக் காய்தல் உவத்தல் இன்றி ஆராய்ந்த வர்கள் யாவரும் ஏகோபித்த குரலிற் கூறுவது இதுதான். சித்தர் களைப் பற்றியும் அவர்களது இரசவாதத்தைப் பற்றியும் எழுதிய ஓர் ஆராய்ச்சி கட்டுரையிலே, கும்பகோணம் கே.சி. வீரராகவ ஐயர் இவ்வாறு கூறியுள்ளார்:

> பெரும்பாலான சித்தர்கள் சங்கரரின் ஒருமைவாதத் தத்துவத்தையும் இந்துக்களின் விக்கிரக வழிபாட்டையும் எதிர்த்து மறுத்தவராகவே காணப்படுகின்றனர்.

இவ்வாறு சித்தர்கள் வைதிக சமயத்தை எதிர்த்து நிற்கவும், வைதிக நெறியினரும் அவர்களைத் தள்ளி வைத்தனர். மிகச் சமீபகாலம் வரை சைவ சித்தாந்திகளும் சித்தர் நூல்களை விலக்கி வைத்திருந்தனர். *தமிழ் இலக்கிய வரலாறு* எழுதிய கா.சு. பிள்ளை முதலிய சிலரே சித்தர் பாடல்களும் கற்கத்தகுந்தன எனக் கூறத் தொடங்கினர். மரபு வழி வரும் கருத்துக்கு எடுத்துக்காட்டாகப் பின்வரும் இரு மேற்கோள்கள் அமையும்:

> இதுகாறும் சைவ சாத்திர வரிசையிலே நுழைதற்கு இடம்பெறாத **பஞ்சம** நிலையிலே நிற்கும் சித்தர் நூல் அவ்வியாசத்தில் அக்கிரஸ்தானம் பெற்றுவிட்டது.
>
> சைவ சமயத்தைத் தாபித்து உபகரித்த சைவ சமயக் குரவர்கள் கற்பித்த வழியைக் கைப்பிடித்து ஒழுகும் சைவ மக்களும் சித்தர் நூலை நோக்கவும் இசைவாரா? ஒருகாலும் இசையார்.

மேற்கூறிய இரு கூற்றுகளும் முறையே வி. சிதம்பர ராமலிங்கம் பிள்ளை, திருநெல்வேலி மா. சாம்பசிவ பிள்ளை ஆகியோரால் *திருநான்மறை விளக்க ஆராய்ச்சி* என்னும் நூலிற் கூறப்பட்டவை.

தமிழரிடையே நிலவிய சாதியமைப்பின்படி பஞ்சமர் நால் வருணத்துக்குப் புறம்பான வருணத்தார்; சித்தர்களைப் பஞ்சம

நிலையில் உள்ளோர் என்று கூறுவது உற்று நோக்கத்தக்கது. சுருங்கக் கூறின், வைதிக சமய எல்லைக்கு அப்பாற்பட்டவர்கள் என்று கருத்துக் கூறப்படுகிறது. வைதிக சமயிகளின் கோபாவேசத்திற்குக் காரணம் எமக்குத் தெரிந்ததே. இடைக்காலச் சமுதாயம் வேத வாக்கை மூலாதாரமாய்க் கொண்டு வருணாசிரம தருமத்தின் அடிப்படையிற் கட்டியெழுப்பப்பட்டிருந்தது. வேத வழக்கொடு மாறுபடும் எதுவும் ஆக்ரோசத்துடன் கண்டிக்கப்பட்டது. சித்தர்களோ அடிப்படையையே கோடரி கொண்டு வெட்டினர்.

சதுர் வேதம் அறுவகைச் சாத்திரம் பல
தந்திரம் புராணங்களைச் சாற்றும் ஆகமம்
விதம் விதம் ஆனதான வேறு நூல்களும்
வீணான நூல்கள் என்று ஆடாய் பாம்பே!

இது பாம்பாட்டிச் சித்தர் பாடல். இதைவிடக் கொடிய தேவ நிந்தனையும் பழிப்புரையும் வேறு என்ன இருந்திருக்க முடியும்? இந்து மரபு வழிச் சமுதாயம் புனிதத்திலும் புனிதமானவை என்று போற்றுவனவற்றை 'வீணானவை' என்று அடித்துக் கூறுகிறார் பாம்பாட்டிச் சித்தர். வீரராகவ ஐயர் குறிப்பிட்ட விக்கிரக வழிபாட்டெதிர்ப்புக்கும் இதே சித்தரின் பாடலொன்றை உதாரணமாகப் பார்க்கலாம்.

உளியிட்ட கற்சிலையில் உண்டோ உணர்ச்சி
உலகத்தின் மூடர்களுக்கு உண்டோ உணர்ச்சி
புளியிட்ட செம்பில் குற்றம் போமோ அஞ்ஞானம்
போகாது மூடர்க்கென்று ஆடாய் பாம்பே.

சிற்சில பரிபாஷைகளைத் தவிர, சித்தர்களின் மொழி நடை பழகுதமிழில் அமைந்திருப்பதனால் பாடல்கள் விளக்கம் வேண்டா எளிமையுடையனவாய் இருப்பதும் கவனிக்கத்தக்கதே. பாமர மக்களை நோக்கியே இவை பாடப்பெற்றன என்பது இதனால் உறுதிப்படுகின்றது. சமயத்துறையில் 'புரட்சிக்' குரலையெழுப்பியது போல் சமூகத்துறையிலும் தளராத சமத்துவவாதிகளாக அவர்கள் திகழ்ந்தனர்.

சமய பேதம் பலவான சாதி பேதங்கள்
சமயத்தோர்க் கேயல்லாது சற்சாதுக் களுக்கோ

என்றும்,

சாதிப் பிரிவினிலே தீமூட்டுவோம்
சந்தை வெளியினில் கோல் நாட்டுவோம்

என்றும்,

சாதியாவது ஏதடா? சலம் திரண்ட நீரெலாம்
பூத வாசல் ஒன்றலோ? பூதம் ஐந்தும் ஒன்றலோ?

என்றும் அசைக்க முடியாத உறுதிப்பாட்டுடனும் தன்னம்பிக்கை யுடனும் ஆழ்ந்த நம்பிக்கையுடனும் பாடினர் சித்தர். சிவவாக்கியர் போன்றோரது குரல் எமது காலத்தது போலச் சமுதாய உணர்வு தோய்ந்துள்ளது. இவற்றையெல்லாம் நோக்கும்பொழுது சித்தர்கள் கிளர்ச்சியாளர் *(rebels)* என்றே கூறத் தோன்றுகிறது. கீழே நாம் காட்டியுள்ள ஒப்புமைப் பகுதிகளை அவதானிக்குமிடத்து அவ்வாறு கூறுவது பொருத்தமாகக் காணப்படும். சமயத்துறையில் அவர்கள் வெளிக்காட்டிய எதிர்ப்பு, உண்மையில் சமூகத்துறையில் இருந்த முரண்பாட்டின் விளைவேயாம். அன்றைய நிலையில் அவர்கள் தம்மைத் தாமே சமூகத்திலிருந்து விலக்கிக்கொண்டனர். தமக்குப் பிடிக்காதவற்றை ஏற்று வாழ்வதிலும் ஒதுங்கி வாழ்வது மேல் எனக் கருதினர். அஞ்சாது தமது உள்ளக் கிடக்கையைப் பாடித் தள்ளியபோதும் அதனால் சமுதாய மாற்றத்தைக் காண முடியாதிருந்தது. அவர்கள் எதையும் குறிக்கோளாகக் கொண்டு இயக்கம் நடத்தவில்லை. மனம் ஒப்பாதவற்றைச் சாடினார்கள். அது எதிர்மறைச் செயலாகும். அதனால் நேரடியான ஆக்கப் பணிகளைச் செய்ய இயலாது போயிற்று. தேங்கித் தம்பித்து நின்ற சமுதாயத்தில் வலிமையுடன் விளங்கிய பௌதிக வதீத வாதத்தையும் கருத்து முதல் வாதத்தையும் போராடும் மார்க்கம் அவர்களுக்குத் தெரியவில்லை. சித்தர்களைப் போன்ற சிலரால் அம்மாற்றம் நடைபெற்றிருக்க மாட்டாது. அதற்குரிய வரலாற்றுக் கட்டம் அன்றிருக்கவுமில்லை. ஆகவே சநாதனிகளின் முழு மூச்சான எதிர்ப்பை எதிர்த்து நிற்கவல்ல இதயக் குமுறல்களைப் பாடியதோடு திருப்தியடைய வேண்டியவராயினர்.

இந்நிலையிற் சில சித்தர்கள் காயகல்பம், இரசவாதம் முதலிய நடைமுறை மார்க்கங்களில் கவனஞ் செலுத்தலாயினர். அவை ஓரளவுக்கு மக்களின் அபிலாஷைகளையும் தழுவியனவா யமைந்தன.

மாதவர் இயற்றிய *சர்வ தரிசன சங்கிரகம்* என்னும் நூலில் இராசேசுவர தரிசனத்தைப் பற்றிச் சில சுவையான கருத்துக்கள் காணப்படுகின்றன. இரசவாதத்தினால் கீழான உலோகங்களைப் பொன்னாக மாற்றலாம் என்று பண்டைக் காலத்திற் பலர் நம்பியது போலவே இரசவாதத்தினால் மனித உடலையும் அழியாமல் நிலைக்கச் செய்யலாம் என அவர்கள் நம்பினர். மனித உடல் கண்ணிற்கும் புலன்களுக்கும் புலப்படுவது; எனவே அது உண்மை. அதன்றி, உடலை விட்டபின் உயிர் பேரின்பம் அடையுமென்ற கூற்றிற்கு ஆதாரம் கோரி ஆணித்தரமாகக் கேட்டவர்கள் இராசேசுவரவாதிகள். சைவ சமயத்தின் ஒரு பிரிவினராகவே இவர்கள் விளங்கினரெனினும் பொருள்களைப் பற்றிய மெய்ம்மைவாதத்திற்கு முக்கியத்துவம் அளித்தனர்.

> மனிதனுடைய இலட்சியம் பேரின்பம் அடைவதே. அதை அடைவதற்கு முதலில் ஞானம் தேவை. வித்தையின் மூலமே ஞானத்தைப் பெறுதல் கூடும். வித்தை சித்திப்பதற்கு நோயற்ற வாழ்வு அவசியம். உடல் நல்ல திடகாத்திரமாக இருப்பதற்கு உதவுபவை அப்பிரகம் (mica), பாதரசம் (mercury) ஆகிய இரண்டும்.

இவ்வாறு கூறுவர் இராசேசுவரவாதிகள். *இரசர்ணவம்* என்னும் நூலில் கோவிந்த பகவன் என்னும் பண்டைச் சித்தர் இவ்வாறு கூறியுள்ளதாக மாதவர் கூறுவர். அப்பிரகம், பாதரசம் ஆகிய இரண்டும் முறையே பார்வதியையும் சிவனையும் குறிப்பதாகப் பரிபாஷை பேசுவர் சித்தர்கள். அவ்விரண்டனையும் உடலிற் பூசியும், பிற மூலிகைகளையும் திராவகங்களையும் உட்கொண்டும் பல்வேறு சித்திகளைப் பெறலாம் என்றும் சித்தர்கள் எண்ணினர். இவ்வித நம்பிக்கைகளுக்கு அடிப்படையாக உள்ளது உடலைப் பற்றிய கருத்து. உடல் நித்தியமானது; இனிமையானது; நல்லது. உலகம் இனியது என்பது சித்தர் வாக்கு. இதனால் *உலகியல்* அவர்கள் சிந்தனையில் முக்கியத்துவம் பெற்றது. பெறவே, துறவும் பொய்ம்மை வாதமும் கண்டிக்கப்பட்டன. மற்றோர் இரசவாத நூலாசிரியர் பின்வருமாறு கூறியுள்ளார்:

> சிதைவற்ற நிலைபேறுடைய உடலினைவிடப் பேரின்ப மயமானது வேறென்ன இருத்தல் கூடும்? விஞ்ஞானம், சிறப்பு, செல்வம், இன்பம், விடுதலை ஆகியவற்றின் களஞ்சியம் அதுவன்றோ!

இராசேந்திர சிந்தாமணி என்னும் நூலின் தொடக்கத்திலேயே பின்வருமாறு கூறப்படும்:

> என்னுடைய சொந்தப் பரிசோதனைகளின் விளைவாகக் கண்டவற்றையே நான் விளம்புவேன். நான் பரிசோதித்தறிந்த பாதரச ஆய்வுகளே எனது நூலிற் கூறப்பட்டுள்ளன. பரிசோதனைகள் நடத்த முடியாதவை பற்றிப் பேசுபவர்கள் வீணே முயல்கின்றனர்.

சுருதிகளையும் ஸ்மிருதிகளையும் ஆகமங்களையும் பிரமாணமாகக் கொண்ட மாயாவாதிகளின் குரலுக்கும் மேற்கூறியவற்றிற்கும் எத்துணை வேறுபாடுண்டு என்பது ஆழ்ந்து கவனிக்கத்தக்கது. உலகத்தையும் மானிட உடலையும் மெய்யெனக் கொண்டவர்கள் சித்தர்கள். உடல் – உலகம் – உண்மை என்னும் அசைக்க முடியாத நம்பிக்கையிலிருந்தே அவரது

விஞ்ஞான நோக்கும், அதாவது பரிசோதனை வேட்கையும் தேவையும் வளர்ந்தன. அப்பிரகம், கந்தகம், பாதரசம் முதலிய பதார்த்தங்களின் இரசவாத ஆய்வானது, பொதுவான இரசாயன வளர்ச்சிக்கு உதவியது. தமது ஆராய்ச்சிக்காகப் பல்வேறு கருவிகளை – யந்திரங்களை – அவர்கள் அமைத்தனர். தோல யந்திரம், சுவேதனி யந்திரம், பதன யந்திரம், தூப யந்திரம் முதலியன அவற்றுள் சில.

உடலுக்கு உறுதியும் உறுதுணையும் அளிப்பதற்கு உலோகங்களையும் மூலிகைகளையும் நுணுகி ஆராய்ந்தனர் சித்தர்கள். இதன் விளைவாகச் *சித்த வைத்தியம்* வளர்ந்தது. உலோக வகைகள், இரசவகைகள் முதலியவற்றால் செய்யும் மருந்துகள், தமிழ் நாட்டுச் சித்தருடைய தனிமுறை என்று பலர் காட்டியுள்ளனர். பஸ்பம், செந்தூரம், திராவகம் முதலியன இம்முறையைச் சார்ந்தன. உலோக வகைகளை மருந்தாக மாற்றுவதற்கு இரசாயனமும், மாற்றியதன் விளைவு வைத்தியப் பொருளாகவும் கண்ட தமிழ்ச் சித்தர்கள், மக்கள் சாகாமல் வாழலாம் என்னும் உடல் உண்மையை யொட்டியே தமது பரிசீலனைகளைச் செய்தனர்.

உலோகங்களையும் தாதுப் பொருட்களையும் மூலிகை களையும் தக்க சமயத்திலே பெற்று, உரிய தட்பவெப்ப நிலைகளில் வைத்து, உகந்த முறையில் பயன்படுத்துவதற்குப் பருவங்களைப் பற்றிய அறிவு தேவையாக இருந்தது. இதனையொட்டி வானிலை அறிதல் அவசியமாயிருந்தது. இதன் பயனாக வான சாத்திரம் வளர்ந்தது. அதன் உபபிரிவாகச் சோதிடமும் விரிந்தது.

இவ்வளவு முயன்று உடலைப் பாதுகாத்து இன்பம் கண்ட அவர்கள் உடல் அழகைப் பற்றிச் சிந்திப்பது இயல்பல்லவா? உடலமைப்பைப் பற்றி நுணுகி ஆராய்வதும் இயல்புதானே. உடலுக்கு இத்துணை முதன்மை அளித்தவர்கள் உடற்கூறு சாத்திரத்தை வளர்த்தனர். இது **சாமுத்திரிகா லட்சணம்** என்னும் பெயரில் சித்தர்களால் ஆராயப்பட்டது. இதுபற்றி தி.நா. சுப்பிரமணியன் பின்வருமாறு கூறியுள்ளார்:

விஞ்ஞான முறைப்படி சாமுத்திரிகா லட்சணமும் ஒரு சாத்திரமேயாகும் என்பதை நிரூபித்து, லாவதர், சார்லஸ் டார்வின் ஆகியோர் எழுதியிருக்கிறார்கள். சாமுத்திரிகா லட்சணம் உடற்கூறு சாத்திரத்தை அடிப்படையாகக் கொண்டது. நவீன விஞ்ஞான முறைப்படி அதை ஆராய்ந்தால் இரண்டு விஷயங்கள் தெளிவாகும். உள்ளத்து இயல்புகளில் காணும் வேறுபாடுகளுக்கு ஏற்பவே புறத்தோற்றத்தில்

காணும் வேறுபாடுகள் அமையும் என்பது ஒன்று. உடலின் பொது அமைப்புக்கு ஏற்பவே ஒவ்வோர் உறுப்பும் அமைந்திருக்கும். அதுபோல ஒவ்வோர் உறுப்பும் உடலின் மொத்த அமைப்பின் ஒரு பாகமாகும் என்பது இரண்டாவது.

இவ்வாறு இரசாயனம், தாவர சாத்திரம், வைத்தியம், வானசாத்திரம், உடற்கூறு சாத்திரம், சோதிடம் முதலிய பல அறிவியல் துறைகளிலெல்லாம் சித்தர் வாக்குகளே நமது மரபு முறை விஞ்ஞானத்திற் சிறந்து விளங்குகின்றன. மக்கள் யாவருக்கும் பொதுவான அறிவியல் துறைகளில் ஈடுபட்ட சித்தர்கள் தமது காலத்துப் போலிச் சாத்திரங்கள், சாதிப் பாகுபாடுகள், குருட்டு நம்பிக்கை, வைதிகப் பற்று, மதவெறி, தூய்மை வாதம், வேத வழக்கு ஆகியவற்றைப் பல வழிகளில் எதிர்த்ததில் வியப்பெதுவுமில்லை. ஆனால் அதன் காரணமாகவே மெய்ம்மைவாதிகளான அவர்கள் கேவலம் காயசித்திகள், சுயநலமிகள், மாந்திரீகர்கள், சித்த சுவாதீனமற்றவர்கள் என்றெல்லாம் நிந்திக்கப்பட்டனர்; தூஷிக்கப்பட்டனர்; சமூகத்திலே புறக்கணிக்கப்பட்டனர். உன்னதமான அவர்களுடைய விஞ்ஞானப் பரிசோதனைகள் கீழ்த்தரமான மந்திர ஜால வித்தைகளாகவும் கண்கட்டு வித்தைகளாகவும் அலட்சியம் செய்யப்பட்டன. இவை யாவற்றின் விளைவாகவும் சித்தர்கள் சமுதாயத்தில் இருந்து ஒதுங்கியும், ஒதுக்கப்பட்டும் வாழ்ந்தனர். அவர்தம் கருவிகள் – இயந்திரங்கள் – வளர்ச்சியடையவில்லை.

சுருங்கக் கூறின், சமூகத்திலே உடலுழைப்பாளருக்கும் புத்திசீவிகளுக்கும் இடையே பிளவு தோன்றும்பொழுது விஞ்ஞானம் தேங்குகிறது. வாழ்க்கையும் விஞ்ஞானமும் இணைந்தாலன்றி உண்மையான விஞ்ஞான விருத்தி ஏற்படுதல் சாத்தியமன்று. தமிழ் நாட்டின் மத்தியகால வரலாறு இதற்குத் தக்க சான்றாகும். மேனாட்டாரின் தொடர்பினாலும் புதிய சமூக ஏற்பாடுகளினாலும் விஞ்ஞானக் கல்வி நமது சமூகத்திலும் இப்பொழுது பரவி வருகிறது. அதே சமயத்தில் அது புதிய சமூக ஏற்றத்தாழ்வுகளை உண்டாக்கி வருகிறது. விஞ்ஞானத்துறையில் உழைப்போர் உயர் நிலையை எய்தும் வாய்ப்பும், பிறர் தாழ்வு நிலைபெறும் சூழ்நிலையும் உருவாகின்றது. இதுவும் அர்த்தமற்றதே. இத்தகைய பிரச்சினைகளுக்குப் பின்னணியாகப் பண்டைய விஞ்ஞானத்தின் வரலாறு பல பாடங்களை எமக்குப் புகட்டும்.

சித்தர்களைப் பற்றிச் சிந்திக்கும்பொழுது சீன தேசத்துப் பண்டைக்கால ஞானியரான தாவோயிகள் (Taoists) நினைவுக்கு வராமற் போகார். இரு சாராருக்கும் மிக நெருங்கிய ஒற்றுமைகள்

க. கைலாசபதி

உள்ளன. சீனாவிலே பௌத்தமும் கொன்பூஸியஸ் மதமும் பண்டைய காலம் தொட்டுப் பெருவழக்காக இருந்துவந்துள்ளன. ஆயினும் **தாவோ** மார்க்கமும் சீன வரலாற்றிற் சிறப்பிடம் பெற்றுள்ளது. உலகமளாவிய கண்ணோட்டத்தைப் பெற்றிருந்த மகாகவி பாரதியார் தமது சுயசரிதையில் "நாமமுயர் சீனத்துத் தாவு மார்க்கம்" எனக் குறிப்பிட்டுள்ளார். தமிழகத்துச் சித்தருக்கும் தாவோயிகளுக்கும் ஒப்புமைகள் மாத்திரமன்றி, நேரடியான தொடர்புகளு மிருந்திருக்கின்றன. இதில் ஆச்சரியப்படுவதற்கு எதுவுமில்லை. இவையிரண்டும் சித்தர் தத்துவமும் தாவோயிஸமும் – ஏறத்தாழ ஒரே தன்மையான சூழலிலே தோன்றி வளர்ந்தன. சித்தர்கள், சித்தவைத்தியம், இரசவாதம் முதலியவற்றை வளர்த்தது போலவே சீனத் தாவோயிகளும் தேகவாதம், வைத்தியம், இரசவாதம் முதலியவற்றை உருவாக்கினர். "சீனாவிலே இரசவாதம் தாவோயிஸத்தின் அடிப்படையிலேயே சுயமாகத் தோன்றியது" என்கிறார் ஓ.எஸ். ஜோன்சன். அதே சமயத்தில் பண்டைக்காலம் தொட்டே தென் இந்தியாவிற்கும் சீனத்திற்கும் பலவிதமான தொடர்புகள் இருந்துள்ளன. சென்னைப் பல்கலைக்கழக வெளியீடான (லெக்சிகன்) அகராதியை ஒருவர் புரட்டிப் பார்த்தால் சுமார் முப்பத்தைந்து சொற்கள் – பொருட் பெயர்கள் 'சீனம்' என்ற அடை பெற்றனவாகக் காணலாம். இவற்றில் பல வைத்தியத் தொடர்புடையனவாய் இருப்பது குறிப்பிடத்தக்கது.

சித்தர்களுக்கும் சீன நாட்டுச் 'சித்தருக்கும்' நெடுங்காலமாகவே உறவு இருந்துவருவதாகச் செவி வழிச் செய்திகள் கூறுகின்றன. இதுபற்றிச் சாமி சிதம்பரனார் கூறுகிறார்:

> நமது நாட்டுச் சித்தர்களுக்கும் சீன நாட்டு மருத்துவர்களுக்கும் ஆயிரக்கணக்கான ஆண்டுகட்கு முன்பே தொடர்பு உண்டு என்று தெரிகிறது. . . . சீன நாட்டு வைத்தியம் நமது நாட்டுச் சித்த வைத்தியம் போலவே சிறந்து விளங்குகின்றது . . . போகர் என்பவர் தமிழ் நாட்டுச் சித்தர்களிலே ஒருவராகக் கருதப்படுகிறார். இவர் சீனர். சீனத்திலிருந்து தமிழகத்துக்கு வந்தவர்; பழனி மலையிலே தங்கியிருந்தார். புலிப்பாணி என்பவரும் சீனர். இவரையே 'வியாக்ரபாதர்' என்று குறிப்பிடு கின்றனர். இவர்கள் போகரின் மாணவர் என்றும் சொல்கின்றனர்.

வீரராகவ ஐயரவர்கள் தமது கட்டுரையிலே போகர் தமிழ் நாட்டுக்கு வந்த காலத்தைத் துணிய முற்படுகிறார்.

> போகர் தமிழிற் பல வைத்திய நூல்களும் இரசவாத நூல்களும் எழுதினார். சீனத்தவரான அவர் கி.பி. மூன்றாம் நூற்றாண்டில் இந்தியாவுக்கு வந்தாரென்பர். முதலில் பாட்னா, கயா முதலிய இடங்களுக்குச் சென்றபின், தென்னிந்தியாவுக்கு வந்து தமிழ்ச் சித்தரிடம் இரசவாதமும் வைத்தியமும் கற்றார். அவரும் இத்துறைகளைத் தமிழருக்குப் போதித்தார். தென்னிந்தியாவிலிருந்து அராபியாவுக்குச் சென்று அங்கிருந்து தாயகம் திரும்பினார் என்பது ஐதீகம். அவருடன் சீனத்துக்குச் சென்ற தமிழ்ச் சீடர்கள் சிலர் பொறியியற் கலைகள் பயின்றுவந்து தமிழ் நாட்டிற் புகழெய்தினர். புலிப்பாணி என்பவர் போகருடன் வந்து தமிழ்நாட்டில் தங்கியிருந்தவர். அவரும் தந்திரம், இரசவாதம், வைத்தியம் முதலியனபற்றிப் பல நூல்களை எழுதியுள்ளார்.

வீரராகவ ஐயரும் சாமி சிதம்பரனாரும் தமிழ்நாட்டிலே பரம்பரை பரம்பரையாக நிலவிவரும் செய்திகளையே தொகுத்துக் கூறுகின்றனர். பல நூற்றாண்டுகளாக நிலைத்து வந்த இவ்வாய்மொழிச் செய்திகள் பெரும்பாலும் உண்மையானவையே. அவற்றை மறுப்பதற்கு வேண்டிய ஆதாரங்கள் இல்லை. இவ்வாறு தமிழ் நாட்டுச் சித்தருக்கும் சீனத் தாவோயிகளுக்கும் வரலாற்றுத் தொடர்புகள் இருந்துவந்தாலும் இரு சாராரில் ஒரு பகுதியினரிடமிருந்து மறு சாரார் இத்தத்துவங்களைப் பெற்றுக்கொண்டனர் என்று கொள்ள வேண்டியதில்லை. அவ்வாறு கொள்வது அநாவசியமான பிரச்சினைகளில் எம்மை இழுத்து வீழ்த்துவது மட்டுமன்றிச் சமூகவியற் கருத்துக்களுக்கு முரணாகவும் இருக்கும். வேறொரு சந்தர்ப்பத்திலே பேராசிரியர் நீதாம் கூறுவது இங்கும் பொருத்தமாகக் காணப்படுகிறது.

> கருத்துக்கள் ஓரிடத்திலேயிருந்து மற்றைய இடத்துக்குச் சென்று பரவின என்பதை நான் ஏற்றுக்கொள்ள மாட்டேன். ஒரே தன்மையான பிரச்சினைகளை ஆயும் ஒரே தன்மைத்தான உள்ளங்கள் ஒரே விதமான முடிவுக்கு வரும் என எதிர்பார்க்கலாம்.

ஒப்பியல் ஆய்வு பயனுள்ளதாக அமைய வேண்டின் இத்தகைய 'ஒருபாற்கோடா' மனநிலை அத்தியாவசியமாகும். சமய சம்பந்தமான சிந்தனைகள் புடை பெயர்வது பற்றி உன்னிக்க வேண்டிய கருத்தொன்றைப் பேராசிரியர் தொம்சன் *ஈஸகிலசும் அதென்சும்* என்னும் நூலிற் குறிப்பிட்டுள்ளார்.

புராதன எகிப்துக்கும் கிரேக்கத்துக்கும் உள்ள தொடர்பைத் தெளிவுறுத்தும்போது பின்வருமாறு எழுதுகிறார்:

> சமயக் கருத்துக்கள் வணிகக் காற்றில் வெகு தூரங்களுக்கெல்லாம் மிதந்து செல்கின்றன என்பதுண்மையே. ஆயினும், தம்மைத் தாங்கத் தயாராயுள்ள மண்ணிலேயே அவை வேரூன்றி நிலைக்கின்றன. அவற்றின் பிற்பட்ட வளர்ச்சியை ஆங்குள்ள சுற்றுச்சூழ்நிலைகளே பிரதானமாக நிர்ணயிக்கின்றன. இரு அமைப்புக்களுக்கும் பொதுவாக உள்ள அம்சங்களின் முக்கியத்துவத்தை மதிப்பிடுவதற்கு, இரு நாட்டுக் கமத்தொழிலின் பொதுவான வரலாற்றுப் பின்னணியில் இரண்டையும் வைத்து நோக்கி, இரு அமைப்புக்களிலும் காணும் வேறுபாடுகளை அவ்வப் பிரதேசத்தின் சிறப்பான வரலாற்றுப் பண்புகளினடிப்படையில் விளக்க வேண்டும். இதனைத் திருப்திகரமாகச் செய்து முடித்தாலன்றிப் பரவலைத் தனித்தவொரு காரணியாக நாம் ஆராய்தல் இயலாது.

அருமந்த இவ்வெச்சரிக்கையை மனத்திருத்தி சித்தருக்கும் தாவோயிகளுக்குமுள்ள ஒற்றுமை வேற்றுமைகளைச் சுருக்கமாக ஆராய்வோம். இரு சாராருக்கும் தொடர்பு இருந்தது வரலாற்றுண்மை. அதன் இயல்பும் பயனுமே சிறப்பாக நோக்கத் தக்கன.

முதலிலே தாவோயிகளைப் பற்றிச் சிறிது கூறுவோம். பண்டைக் காலத்திற் சீனாவிற் பெருவழக்காயிருந்த சமயங்கள் இரண்டு; கொன்பூசியஸ் மதமும் பௌத்தமுமே அவ்விரண்டும். இவற்றைவிட நாட்டிற் பிரபலமாயிருந்த நெறிகளுள் தாவோ மார்க்கமும் ஒன்றாகும். தாவோ நெறியினை மதம் எனல் பொருந்தாது. பௌத்தத்தைப் போலவோ கொன்பூசியஸ் மதத்தைப் போலவோ அது நாட்டின் அரச மதமாக விளங்கியது இல்லை. தாவோ மார்க்கத்தைப் பொறுத்த வரையில் அதன் கூறுகள் பல, சீனாவின் புராதன வரலாற்றுக் காலத்திலிருந்து வழிவழி வருகிறதெனச் சில அறிஞர் சுட்டிக் காட்டுவர். இந்தியாவிலே தோன்றிய தரிசனங்களுள் சாங்கியம் தொன்றுதொட்டே நிலவி வருவதுபோல் தாவோ கருத்துக்களும் மிகப் பழங்காலந் தொட்டே சீனாவில் இருந்து வந்தவை. ஆயினும், தாவோயிகள் பெரும்பான்மையினராக இருக்கவில்லை. பௌத்தம், கொன்பூசியஸ் மதம் முதலியன நிறுவன வடிவமும் அரசாங்க ஆதரவும் பெற்றுத் திகழ்ந்தமையால், அவற்றைப்

பின்பற்றுவது எளிதாகவும் பயனுள்ளதாகவும் இருந்தது. மதங்கள் மக்கட் சமுதாயத்திலே கூட்டு மனப்பான்மையின் அடிப்படையிற் செழித்து வளர்வன. சிற்சில நியமங்களை யாவரும் ஏற்றுக்கொள்வதே மதத்தின் மூலவேராகும். கொன்பூசியஸ் மதம் அவ்வாறே தழைத்து வளர்ந்தது.

உதாரணமாக, கொன்பூசியஸ் மோட்சம் என ஒன்றிருப்பதாக ஏற்றுக்கொண்டு, மனிதன் நல்ல முறையில் வாழ்ந்து, இறுதியில் அதனை அடைதல் வேண்டும் என்று போதித்தார். வையத்தில் வாழ்வாங்கு வாழும் முறையையே கொன்பூசியஸ் மதம் அழுத்திக் கூறியது. ஒரு வகையில் கொன்பூசியஸ் வள்ளுவரைப் போன்றவர்; இன்னொரு வகையில் முற்று முழுதான சமயவாதி. தமது காலத்துத் தந்தைவழிச் சமுதாயத்தை முழு நிறைவானதாகக் கொண்ட கொன்பூசியஸ், மனிதன் குரவரைப் போற்றி வாழவேண்டுமெனப் போதித்தார்; கடமைகளையும் சடங்குகளையும் மனிதர் வழுவாது செய்ய வேண்டுமென வற்புறுத்தினார். கொள்கையளவில் இவ்வுபதேசங்கள் உயர்ந்தவையா யிருப்பினும் குடும்பம், அரசாங்கம் முதலிய நிறுவனங்கள் மனிதரைக் கட்டுப்படுத்துவனவா யமைந்தன. சடங்குகளும் சம்பிரதாயங்களும் மலிவதைத் தடுக்குஞ் சக்தியற்றிருந்தன. கொன்பூசியஸ் அன்பையும் நடுவு நிலையையும் எடுத்துரைத்தபோதும் நடைமுறையில் அடக்குமுறைக்கு எதிராக மக்கள் எழாமற் பார்த்துக்கொள்ளும் தத்துவமாகவே அவரது போதனை செயற்பட்டது.

இதற்கு மறுப்பாகத் தோன்றிய மார்க்கங்களில் தலையானது தாவோ நெறி எனலாம். தாவோயிகள் தெய்வத்தின் உண்மையை மறுத்தார்கள் அல்லர். ஆனால் சடங்கு – சம்பிரதாயங்களை வெறுத்தொதுக்கினர். *சீன மெய்யியலின் உள்ளியல்பு* என்னும் நூலில் பேராசிரியர் ஃபுங்-யூ–லான் பின்வருமாறு கூறுகிறார்:

> தாவோயிஸம் தனித்து வாழ்ந்தோராலும் ஆண்டிகளாலும் வளர்க்கப்பட்டது. 'உலகத்தை வெறுத்தொதுக்கியவர்கள்' எனத் தம்மைத் தாமே கூறிக்கொண்டவர்களே அதனைப் பேணிப் போற்றினர்.

கொன்பூசியஸ் தாவோயிகள் சிலரைச் சந்தித்தைப் பற்றிய செய்திகள் *லுன்யூ* என்ற நூலிற் கூறப்பட்டுள்ளன. உலகைக் காக்கும் நோக்கங்கொண்டிருந்த கொன்பூசியஸ், தம்மால் அது ஆகாது எனத் தெரிந்தும் அதனைச் செய்ய முனைகிறார் என்று அத் தாவோயிகள் கூறினராம்.

> நிறுத்து! நிறுத்து! ஆட்சியிற் பங்கெடுப்பவரை ஆபத்து எதிர்நோக்குகிறது. உலகமெங்கும் கலக்கமும் குழப்பமும் நிரம்பி உள்ளன. அவற்றை எம்மால் மாற்ற முடியுமோ? நாம் எம்மையே காப்பாற்றிக் கொள்வோம். பொருள்களைப் புறக்கணிப்போம்; வாழ்க்கையைப் பேணுவோம்.

தாவோயிகள் சிலரது கூற்றாகக் கூறுப்படும் முற்கூறிய வாக்கியங்கள் அவர்களின் பொதுவான வாழ்க்கைத் தத்துவத்தைத் திரட்டிக் கூறுகின்றன எனலாம்.

குழப்பமும் கலக்கமும் நிறைந்த உலக வாழ்க்கையை வெறுத்தொதுக்கிய தாவோயிகள் உலகிலே மாற்றமற்ற நிலையான பொருள் ஒன்று உண்டென்பதை ஏற்க வேண்டியவராயினர். அதுவே தாவோ. அதுவே ஒன்றாகியும் பலவாகியும் தோன்றுகிறது. இவ்வாறு சிந்தித்த தாவோயிகள் தவிர்க்க முடியாதபடி பிரபஞ்சத்தைப் பற்றியும் இயற்கையைப் பற்றியும் ஆழமாக உன்னித்தனர். இயற்கை மாற்றங்களைப் பற்றிச் சில நியதிகளைக் கண்டறிந்தனர். அவற்றை ஒருவன் உணர்ந்து கொண்டால் துன்பமின்றித் தனது வாழ்க்கையை அமைத்துக்கொள்ளலாம் என எண்ணினர். சுருங்கக்கூறின், மனித உடலையும் உயிரையும் கண்ணுங் கருத்துமாகப் பேணினர் தாவோயிகள். இயற்கையை ஊடுருவி உன்னித்த அவர்கள் “உயிரே பிரதானம்” என்றனர். இவ்வாறு கொள்ளவும், உடம்பைப் பேணுவதற்கு உகந்த மூலிகைகள், ஒளடதங்கள், மந்திரதந்திரங்கள் முதலியவற்றைத் தேடுவது இயல்பாயிற்று. பிற்காலத்தில் சில தாவோயிகள் கருத்து முதல் வாதத்தின் அதீத செல்வாக்குக் காரணமாகக் காயத்தை பொய்யென்றும், அதிலிருந்து விடுதலை பெறுவதே வாழ்க்கையில் இலட்சியம் என்றும் போதித்தனர். ஆயினும் தாவோயியத்தின் அடிப்படை தேகவாதம், சடவாதம் என்பனவே. சக்தி (ஆற்றல்), இயற்கை விதி முதலியவற்றை ஓரளவு நுணுக்கமாக ஆராய்ந்த தாவோயிகள் பரம்பொருள் ஒன்றனை ஏற்றுக்கொண்டபோதும் பிரபஞ்சத்தைச் சடவாத அடிப்படையிலேயே விளக்கினர். ஏனெனில் உடலுழைப்பை ஆதாரமாகக் கொண்ட பரிசீலனைகளைச் செய்தவர்கள் தாவோயிகள். அப்பரிசீலனைகள் வெளித் தோற்றத்திற்கு மாயவித்தைகள் போலக் காணப்பட்டபொழுதிலும் உண்மையில் விஞ்ஞான விருத்திக்கும் பொருள்வாதத்திற்கும் நெருங்கிய தொடர்புடையன. இதுகுறித்துப் பேராசிரியர் நீதாம், *சீனாவில் விஞ்ஞானமும் நாகரிகமும்* என்ற நூலில் (இரண்டாம் தொகுதி, பக். 34) கூறுவன அறிவு கொளுத்துவனவாயுள்ளன.

விஞ்ஞானமும் மாயவித்தையும் அவற்றின் தொடக்க நிலைகளில் வேறுபடுத்திப் பார்க்க முடியாதன. இயற்கையை அழுத்திக் கூறிய தாவோயிகள் காலக்கிரமத்திலே தவிர்க்கமுடியாதபடி தனியே அவதானிக்கும் படியிலிருந்து பரிசீலனை முறைக்குச் சென்றனர். இரசவாதம் தாவோயிகள் கண்டறிந்த மூலப்படிவ விஞ்ஞானமே யாகும். மருந்தாக்க இயலும் மருத்துவத் துறையும் தாவோயிகளுடன் நெருங்கிய தொடர்புடையனவே. தாவோயிகள் வெறும் அவதானிப்பிலிருந்து பரிசீலனைக்கு முக்கியமளித்ததன் பயனாக அன்றைய கல்வி முறையில் மகத்தானவொரு மாற்றத்தை உண்டாக்கினர். பரிசீலனை என்பது சூழ்நிலையை மாற்றியமைத்து ஒரு நிகழ்வை அவதானிப்பதுடன் நின்று விடவில்லை. நிலமானிய முறையில் வாழ்ந்த உயர்குடிப் பிறப்பாளர் மத்தியிலே உலாவிய சிறு கூட்டத்தினராகிய தத்துவவாதிகள் கையிலிருந்தும் அரசவை சார்ந்த கலை இலக்கியக்காரரிடமிருந்தும் விலகி, உடலுழைப்பாலும் கைவினைகளாலும் உண்மைகளைக் கண்டறியும் மார்க்கத்தைப் புகுத்தியது. இதனால் தாவோயிகளது கருத்துக்களைச் சிறப்பாகக் கூறும் வாய்ப்பில்லாது போயிற்று. மரணமற்ற வாழ்க்கையை அளிக்கவல்ல குளிகையைச் செய்யும்பொருட்டு உலைக்களத்தில் தீப்பேணிக் கொண்டிருக்கும் இரசவாதியும், ஐம்பெரும் பூதங்களையும் ஆண் பெண் தத்துவத்தையும் எண்ணி அவை பற்றிய விளக்கத்தால் மன அமைதிபெறும் ஞானியும், பேய்பிசாசுகளை ஓட்டுவதற்காக யந்திரத் தகடுகள் வார்த்து மந்திர உச்சாடனஞ் செய்து மறைவினைகள் புரியும் தாவோயிய மாயவித்தைக்காரனும் அடிப்படையில் ஒரு நிகரானவரே. கைவினைகளால் இயற்கையை வென்றடக்கி ஆளலாம் என்னும் நம்பிக்கை ஆதிகால மாயவித்தைக்காரனுக்கும் விஞ்ஞானிக்கும் பொதுவானது. இரகசிய மறைவினைச் செயல்களில் நம்பிக்கை கொண்டோரும் இவற்றை நம்பாத பகுத்தறிவாளரும் என இரு திறத்தார் உலகில் இருந்தனர்.

நீதாம் அவர்களின் இறுதிவசனம் நுனித்து நோக்கத்தக்கது. கொன்பூசியஸ் மதம் பகுத்தறிவின் பேரில் கடமை, கண்ணியம்,

கட்டுப்பாடு முதலியவற்றை வற்புறுத்தியது. மன்னர்கள் ஞானியராக இருக்க வேண்டும் எனவும் இலட்சியவாதம் பேசிற்று. ஆனால் நடைமுறையில் பலாத்காரமும் இலாப நோக்கும் ஈவிரக்கமற்ற சுரண்டலுமே நிலவின. எனவே, கொள்கைக்கும் செயலுக்கும், சித்தாந்தத்துக்கும் செயல்முறைக்கும் பெரும்பிளவிருந்தது. ஆஷாடபூதித்தனமும் போலியுபசாரங்களும் மலிந்தன. இவற்றையே வெறுத்தொதுக்கினர் தாவோயிகள். இப்பண்பு எமது சித்தரிடத்தும் சிறப்பாகக் காணப்பட்டதன்றோ? உலகத்தையும் உலக நிறுவனங்களையும் புறக்கணித்த தாவோயிகள், தமது உள்ளுணர்வையே அளவுகோலாகக் கொண்டு வாழ்ந்தனர். உள்ளொளியிற் கண்டவற்றை உரைத்தனர். தருக்கரீதியாகவன்றி அநுபூதி நெறி நின்று தமது உள்ளத்துணர்வுகளைக் கூறினர். இது வெளித் தோற்றத்திற்குப் பகுத்தறிவிற்கு முரணானதாயும் பிற்போக்கானதாயும் இருத்தல் கூடும். ஆனால் அது கண்டு நாம் ஏமாறக் கூடாது. பேராசிரயிர் நீதாம் கூறுகிறார்:

> அநுபூதி நெறியும் பகுத்தறிவு வாதமும் எத்தகைய சூழ்நிலையிலே முற்போக்குச் சக்திகளாக விளங்குகின்றன என்றொருவர் கேட்கக்கூடும். பகுத்தறிவு வாதம் மூடநம்பிக்கைகளையும் அறிவுக்குப் பொருந்தாதனவற்றையும் எதிர்த்துப் போராடும் முற்போக்குச் சக்தியென்றும், அறியாமை காரணமாகச் சமுதாயத்திலே சிலர் பெற்றுவரும் தனிச் சலுகைகளை எதிர்க்கும் ஆயுதம் என்றும் பொதுவாக நாம் கருதுவதுண்டு. ஆனால் பகுத்தறிவின் அடிப்படையிலே எழுந்த சில சிந்தனைகள் வழக்காறற்ற பழமைப்பட்ட வன்கடுமைச் சமுதாய அமைப்புடன் இணைந்து மக்களைக் கட்டுப் படுத்தி அமுக்கும் நிலையை அடையும்போது அநுபூதி நெறி புரட்சிகரமானதாக அமைதல் கூடும். அதன் வாயிலாக எதிர்ப்புக் குரல் எழக்கூடும். (பக். 97)

பகுத்தறிவு வாதமான கொன்பூசியஸ் மதம் புரையோடிப் போன சீனச் சமுதாயத்தின் அடக்குமுறைகள் அத்தனையும் ஆமோதிக்கும் அரச மதமாக மாறியபோது மறைமுகமாகவும் அநுபூதி நெறியிலும் கூறப்பட்ட தாவோயிஸ போதனைகள் சமுதாயச் செய்திகளை வேறு வடிவத்திற் கூறின. தாவோயிகளின் தத்துவார்த்தப் பாடல்கள் ஒருபுறமிருக்க, அவர்கள் அக்காலச் சமுதாய அமைப்பை எதிர்த்தவர்கள் என்பது பொதுவாக வற்புறுத்தப்படாத செய்தியாகும். நீதாம் கூறுகிறார் (பக். 100):

கொன்பூசியஸ் மதத்தை மட்டுமன்றி நிலமானிய அமைப்புமுறை முழுவதையும் தாவோயிகள் வெறுத்தமை போதியளவு தெளிவுறுத்தப் படாதிருப்பது வியப்புக்குரிய தொன்றே. 'கீழைத் தேய ஞானத்தை எடுத்துக்கூறும் அப்பாவித் துறவிகள்' என்ற தோரணையில் அவர்களை வருணிப்பவர்கள், தாவோயிகள் கையாண்ட வன்சொற்களை ஒரு கணம் சிந்தித்துப் பார்த்தல் தகும்.

சித்தர்களின் ஞான வாக்குகளைப் படித்தோர் பேராசிரியர் நீதாமின் கூற்று முற்றிலும் உண்மையே என்பதை ஒப்புக்கொள்ளத் தயங்கமாட்டார்.

பொய்ம் மதங்கள் போதனை செய் பொய்குருக்கள்

என்றும்,

பூரணத்தை அறியா மூடர் நாய்போலே குரைத்தலைவார்

என்றும்,

வாசிதனை அறியாத சண்டி மாக்கள்
வார்த்தையினால் மருட்டி வைப்பார்

என்றும் சித்தர்கள் பாடுவதைக் கேட்ட நாம் தாவோயிகள் குரலை விளங்கிக்கொள்வது கடினமன்று.

சித்தருக்கும் தாவோயிகளுக்கும் நெருங்கிய ஒற்றுமை காணப்படும் அம்சம் ஒன்றைக் குறிப்பிடலாம். தமது காலத்துச் சமுதாய அமைப்பையும் விதிமுறைகளையும் எதிர்த்தனராயினும் அவ்வெதிர்ப்பைச் செயல் வடிவமாக்கினார் அல்லர். தமது ஆத்ம சாந்திக்கு வழி கண்டனரேயன்றிச் சமுதாயத்தை மாற்ற முனையவில்லை. இது அவர்களது முற்போக்கினைக் குறைபாடுடையதாக்கியது. ஃபுங்–யூ–லான் எழுதுகிறார்:

உலகிலிருந்து விலகிக்கொண்டமையால் (தாவோயிகள்) தம்மையே பேணுபவராயினர். இதன் விளைவாகச் சமுதாயத்தைப் பொறுத்தளவில் ஆக்கபூர்வமான நோக்குநிலை அவர்களிடத்துக் காணப்படவில்லை. தமது ஒழுகலாற்றுக்குச் சமாதானமும் விளக்கமும் கூறுவதிற் கைதேர்ந்தவ ராயிருந்தனர். இவ்வாறு பார்க்கும்பொழுது அவர்கள் சுயநலமிகளே.

தன்னையறிந்து ஒழுகுவோர் தன்னை மறைப்பார்
தன்னையறி யாதவரே தன்னைக் காட்டுவார்

பின்னையொரு கடவுளைப் பேண நினையார்
பேரொளியைப் பேணுவார் என்று ஆடு பாம்பே!

இது பாம்பாட்டிச் சித்தர் பாடல். இதனை ஒரு தாவோயியும் பாடியிருக்கலாம். ஆன்றவிந்து அடங்குவதே சித்தர் கொள்கை; அதுவே தாவோயிகளின் குறிக்கோளுமாம். தம்மை மறைப்பவர் சமுதாயச் சீர்திருத்தவாதிகளாகவோ சமூகப் புனருத்தாரணஞ் செய்பவர்களாகவோ இருக்கவியலாது. ஆனால், தாவோயிகளிடத்தும் சித்தர்களிடத்தும் காணப்பட்ட இப்பலவீனத்தையும் குறைபாட்டையும் நாம் அளவுக்கு மீறிப் பெரிதுபடுத்தலாகாது. அன்றைய நிலையில் அவர்கள் காட்டிய எதிர்ப்பே பாராட்டத்தக்கது. சமுதாய மாற்றத்தினால் ஏற்படக் கூடிய புதிய வாழ்க்கையை எண்ணிப் பார்க்கும் இயக்கவியலறிவு அவர்களிடம் இருக்கவில்லை. எனவே, மாசுமறுவற்ற புராதன கூட்டுச் சமுதாய வாழ்க்கையையே மீண்டும் காண விழைந்தனர். ஹ¬–வை–லூ *சீன மெய்யியற் சுருக்கம்* என்னும் நூலில் குறிப்பிடுவது போல "அவர்கள் புராதன சமுதாய வாழ்க்கையை மீட்டும் அமைக்க விழைந்தனர். அவர்கள் காலத்தில் பரவலாகக் காணப்பட்ட சமூக முரண்பாட்டையும் போராட்டங்களையும் குறைப்பதற்கு அதுவே சிறந்த மார்க்கமாகத் தோன்றியது. இதனடிப்படையிலேயே அவர்களது சாத்விக எதிர்ப்பும் எழுந்தது."

நமக்குப் பிடிக்காத சபையிலிருந்து நாம் எழுந்து போய்விடுவது போல் தமக்குப் பிடிக்காத நிலமானியச் சமூகத்திலிருந்து ஒதுங்கித் தனி வாழ்வு நடத்தினர் தாவோயிகள். நீதாம் கூறுவது போல, "அவர்கள் அவ்வாறு விலகிக் கொண்டதே ஆட்சேபத்தைத் தெரிவித்ததற்குச் சமானமாகும்."

சமுதாயத்திலே பாரதூரமான எழுச்சியையோ மாற்றத்தையோ உண்டுபண்ணாவிட்டாலும் தாவோயிகளின் போதனைகள் தமிழ் நாட்டிலே சித்தர் பாடல்களைப் போல் பாமர மக்களிடையே குறிப்பிடத்தக்களவு வழங்கி வந்துள்ளன. சீன வரலாற்றைப் படிக்கும்பொழுது தாவோ மார்க்கத்தைப் பேணிய மக்கள் தாழ்ந்த நிலையிலிருந்து உழைக்கும் மக்களாகவும் இருந்து வந்தமை புலப்படும். மருத்துவம், மருந்தாக்க இயல் முதலியன மந்திர தந்திரங்களுடன் பிணைந்து காணப்படினும் வாழ்க்கையோடு தொடர்பு உடையனவே. அவை அன்று தொட்டுச் சமுதாயத்தின் கீழ்மட்டத்தில் உள்ள மக்களிடையே பெருஞ் செல்வாக்குடன் விளங்கி வந்துள்ளன.

இரசவாதம், மாந்திரீகம், மருத்துவம், மருந்தாக்கம் முதலிய செயன்முறைகளை அடிப்படையாகக் கொண்டியங்கியமையால்,

ஓரளவிற்கேனும் இகலோக சிந்தையுடையது சித்தர் தத்துவம். தமிழ்நாட்டிற் பல்வேறு காரணங்களினால் சித்தர்களது விஞ்ஞான நோக்கும் போக்கும் தொடர்ச்சியாக வளரவில்லை. வளராதது மாத்திரமன்றி வெகு விரைவிலேயே சுற்று முற்றும் செல்வாக்குடன் விளங்கிய மாயாவாதத்திற்கும் கருத்து முதல் வாதத்துக்கும் எதிர் நிற்க மாட்டாது அவற்றுட் கலக்கலாயிற்று. ஆனால், சீனாவிலோ தாவோ மார்க்கம் அடக்கியொடுக்கப்பட்ட மக்களுக்கு நம்பிக்கையூட்டிய நெறியாக மாத்திரமன்றிப் பல்வேறு துறைகளிலே விஞ்ஞான அபிவிருத்திக்கும் ஏதுவாக விருந்தது. அதன் தருக்க ரீதியான விளைவுகளும் முக்கியமானவையே.

தமிழ் நாட்டைப் பொறுத்தவரையில் சித்தர் தத்துவத்திற் பொதிந்துள்ள விஞ்ஞான நோக்கிலும் சமுதாய உணர்வே உயிராற்றலுடன் விளங்கி வந்திருக்கிறது எனலாம். சமயத்துறையிலே உயர் வைதிக நெறிகள் சித்தர் தத்துவத்தைப் "பஞ்சம" நிலையில் வைத்தபோதும் வீறும் தன்னம்பிக்கையும் கருத்துறுதியும் பொருந்திய சித்தர் வாக்குகள் உணர்ச்சி பூர்வமாகச் சமுதாயச் சீர்திருத்தத்தை மேற்கொள்ள விரும்புபவர்க்கு உறுதுணையாக இருந்துள்ளன. சென்ற நூற்றாண்டிலே இராமலிங்கரும் இந்நூற்றாண்டிலே பாரதியாரும் சித்தர் மரபைப் பேணியவரேயாவர். வள்ளலாரிடத்துக் காணப்பட்ட சமரச நோக்குச் சித்தர் வழி வருவதே. திரு.வி. கலியாணசுந்தரனாரிடத்தும் இம்மரபுணர்ச்சி ஒரோவழி தென்படுகிறது. இவை யாவும் சித்தர் தத்துவத்தின் உள்ளார்ந்த சமூக உணர்வுக்கும் முற்போக்குக்கும் கட்டியங் கூறுகின்றன. இவ்விடத்திலே இராமலிங்கர் சம்பந்தமாக ஒன்று கூறத் தோன்றுகிறது. அவருக்கும் அவர் காலத்தில் வாழ்ந்த சில சைவசித்தாந்திகளுக்கும் மூண்ட பகைமைக்கு ஒரு காரணம், அவர் தம்மையொரு சித்தர் எனக் கூறிக்கொண்டமையு மாகும்.

தூணைச் சிறு துரும்பாகத் தோன்றிடச் செய்வோம்
துரும்பைப் பெருந் தூணாகத் தோற்றச் செய்வோம்
ஆணைப்பெண்ணும் பெண்ணை ஆணும் ஆகச் செய்குவோம்
ஆரவாரித்து எதிராய் நின்று ஆடு பாம்பே!

என்று சித்தர் வல்லபம் பாடிய பாம்பாட்டிச் சித்தர் முதலியோர் பாஷையிலேயே இராமலிங்கரும் தமது சித்திகளைப் பற்றிக் குறிப்பிட்டிருக்கிறார்; தமது மரணமிலாப் பெருவாழ்வு பற்றிச் சொல்லியிருக்கிறார். இதனை அவரது எதிரிகள் எவ்வாறு நோக்கினர் என்பதற்கு எடுத்துக்காட்டாக, நாவலர் அவர்களின் சீடராகிய கனகரத்தின உபாத்தியாயர் கூற்றைக் கேட்போம்; *ஆறுமுக நாவலர் சரித்திரத்தில்* பின்வருமாறு அவர் எழுதியுள்ளார்:

கருங்குழி இராமலிங்க பிள்ளை யென்னுமொருவர் தாஞ் சிவானுபூதி பெற்றவரென்றும் ஓதாதுணர்ந்தவ ரென்றும்... அம்மட்டில் நில்லாது, செத்தவர்களை உயிர்ப்பிப்போமென்றும், புத்திரரில்லாதவர்களுக்குப் புத்திர பாக்கியங் கொடுப்போமென்றும், குருடர் செவிடர் முதலானவர்களுடைய குறைவுபாடுகளை நீக்குவோமென்றும், பசித்தவர்களெல்லாருக்கும் அன்னங் கொடுப்போமென்றும், தண்ணீரால் விளக்கெரித்தோமென்றும், அம்மட்டில் நில்லாது மாணிக்கவாசக சுவாமிகள் சிதம்பரத்திலே சபாநாயகருடன் கலந்தது போலத் தாமுங் கலப்போமென்றும், இன்னும் இவைபோலப் பல பிரயோசனமற்ற வார்த்தைகளைச் சொல்லிக் கொண்டு திரிவாராயினர்.

பாரதி இராமலிங்கரைப் பாராட்டியபோதும் தம்மைச் சித்தராகப் பாவித்தாரேயன்றி உண்மையில் தம்மைச் சித்தராகக் கொள்ளவில்லை. பாரதி சித்தரிடமிருந்து பெற்றது கவி வளமாகும். எவ்வாறாயினும் இது சித்தர் பாக்களின் காலங்கடந்த சிறப்பியல்பைக் காட்டுகின்றது. சித்தர் பாடல்களை விரிவாக ஆராய்ந்தால், எத்தனையோ அரிய செய்திகள் கிடைக்கும். அவற்றைத் தனியாகவும் ஒப்பு நோக்கியும் ஆராய்தல் இன்றியமையாதது.

9

சிந்துக்குத் தந்தை

இருபதாம் நூற்றாண்டுத் தமிழ்க் கவிதை யுலகின் தலைமகன் பாரதி. புதுமைக் கவி, புரட்சிக் கவி, தேசிய கவி, மறுமலர்ச்சிக் கவி, மக்கள் கவி என்றெல்லாம் பாராட்டப்பெறும் அவன் நவயுகத்தை நாவாரக் கூவியழைத்தான். பாரதியுடன் இருபதாம் நூற்றாண்டு எமது இலக்கியத்திற் புகுகின்றது. எனினும் பாரதியின் புதுமையைப் பலவாறு எடுத்துக்காட்டும் இரசிகரும், இலக்கிய வரலாற்றாசிரியரும் அவனுக்கு முன்னோடிகளாக இருந்து கவிவளமூட்டிய இலக்கியக் கர்த்தாக்களை எடுத்துக்காட்டுவது குறைவு. பழமையைப் பழமையாகவும், புதுமையைப் புதுமையாகவும் காணும் எமது இலக்கிய வரலாற்றாசிரியர் ஏற்படுத்தி யுள்ள வரலாற்றுக் குருட்டுணர்வின் பிரதிபலிப்பு இதுவெனலாம். பாரதியின் புதுமைப் பண்பின் ஆழத்தையும் இயல்பையும் அறிந்துகொள்வதற்கு அவரது சகபாடிகளையும் முன்னோடிகளையும் சேர்த்துத் தெரிந்துகொள்ளல் அத்தியாவசியம்.

முதலிலே பாரதியார் காலத்துச் சமுதாய சூழலையும் இலக்கியக் கர்த்தாக்களின் மனோ நிலையையும் சிறிது நோக்குதல் வேண்டும். 1882இல் எட்டயபுரத்திலே பாரதி பிறந்த வேளையில், இந்தியாவின் பிரதான நகரங்களில் மத்தியதர வர்க்கத்தினர் குறிப்பிடத்தக்களவு முதிர்ச்சி பெற்றிருந்தனர். பத்தொன்பதாம் நூற்றாண்டின் நடுப்பகுதியிலிருந்து ஆங்கிலேயே அரசாங்கமே திட்டமிட்டு ஆங்கிலக் கல்வியையும் கல்வி முறையையும் பரப்பத் தொடங்கியது. பன்னெடுங்

காலமாகத் தேங்கிக் கிடந்த ஹிந்து சமுதாயம் – முகலாயப் படையெடுப்பு, பிற ஆக்கிரமிப்புகள் முதலியவற்றால் அதிகம் பாதிக்கப்படாதிருந்த ஹிந்து சமுதாயம் – ஆங்கிலேயராட்சியில் முற்று முழுதான மாற்றம் பெறத் தொடங்கியிருந்தது. இருவகையில் ஆங்கிலேயராட்சி 'புதியதொரு' சமூகம் தோன்றக்கூடிய வாய்ப்பை ஏற்படுத்தியது. ஒன்று: ஆங்கிலக் கல்வியின் பயனாய் உடலுழைப்பற்ற மதிப்பான துரைத்தன உத்தியோகம் பெற்று வசதியுடன் வாழும் வழி சில இந்தியருக்குக் கிட்டியது. இரண்டாவது: ஆங்கிலேயரது பொருளாதாரச் 'சுரண்டல்' முறையைப் பின்பற்றிச் சில இந்தியர்கள் "முற்றிலும் புதிய வகையான உழைப்புக்குத் தம்மைத் தகுதியாக்கியும், தேவையான பொறியியல் அறிவைப் பெற்றும்" கைத்தொழில் முறையில் முன்னேறும் வாய்ப்பைக் கண்டனர். இவ்விரண்டு வகைப் போக்கின் தருக்கரீதியான வளர்ச்சியே இந்திய புத்திசீவிகளும் இந்திய பூர்ஷ்வாக்களுமாவர். பாரதிக்குப் பருவந் தெரிந்த காலத்திலிருந்தே இவ்விரு போக்குகளும் அவனை எதிர்நோக்கி வந்துள்ளன. தொடக்கத்தில் இரண்டையும் பாரதி வெறுத்தான். இது ஆழ்ந்து கவனிக்க வேண்டியது. ஏனெனில், பாரதியைப் பிற சமகாலப் புலவரின்றும் வேறுபடுத்தும் அடிப்படைக் காரணங்களில் இதுவும் ஒன்று. துரைத்தன உத்தியோகத்தர்களை "தாதர்கள்," "சேவகர்" என்று அலட்சியமாகக் குறிப்பிட்டான். தொழில் முறையால் முன்னுக்கு வர விழைபவர்கள் படக்கூடிய பாட்டைப் பாரதி தனது தந்தையின் வாழ்க்கைச் சோதனையிலிருந்து நன்கறிந்தவன். முதலாண்மைக் கொள்கையின் இயக்கப்பாட்டை அறியமாட்டாத பாரதியின் தந்தை சின்னசாமி அய்யர், அப்பாவித்தனமாக உள்ளூரில் மூலதனம் திரட்டிக் கைத்தொழில் துறையில் இறங்கினார்; 1890இல் எட்டயபுரத்திலே பஞ்சாலை ஒன்றை நிறுவினார்; முடிவு நாசம்தான். பாரதி இந்நிகழ்ச்சியைத் தனக்கேயுரிய முறையில் *சுயசரிதை*யிற் குறிப்பிடுகின்றான்:

ஈங்கி தறகிடை யெந்தை பெருந்துயர்
    எய்தி நின்றனன், தீய வறுமையான்;
ஓங்கி நின்ற பெருஞ்செல்வம் யாவையும்
    ஊணர் செய்த சதியில் இழந்தனன்,
பாங்கின் நின்று புகழ்ச்சிகள் பேசிய
    பண்டை நண்பர்கள் கைநெகிழ்த் தேகினர்;
வாங்கி யுய்ந்த கிளைஞரும் தாதரும்
    வாழ்வு தேய்ந்தபின் யாது மதிப்பரோ ?

இப்பாட்டில் ***ஊணர்*** என்றது விதேசிய ஆங்கிலேயரை. வ.உ. சிதம்பரம் பிள்ளை கப்பலோட்ட முயன்றகாலை பல்வேறு சூழ்ச்சிகளினால் அச் சுதேசிய முயற்சியை வெள்ளைக்காரக்

கம்பெனிகள் முறியடித்தது போலவே பாரதியாரின் தந்தையும் முதலாளித்துவ பொருளாதார அமைப்பின் இயக்க விதியான மத்ஸ நியாயத்துக்கு (சின்ன மீனைப் பெரிய மீன் விழுங்குதல்) பலியாகிறார் என்பது தெளிவு. இத்தகைய நேர்வுகள் பாரதியைத் தொடக்கத்திலிருந்தே ஆங்கிலேயர் விரோதியாக்கிவிட்டிருந்தன. துன்பமும் துயரமும் வாட்டப் பாரதியாரின் தந்தை மரணமடைந்தபோது கவிஞருக்கு வயது பதினாறு.

மேற்கூறிய நிகழ்ச்சிகளின் பயனாகவும் தொடர்பாகவுமே அக்கால ஆங்கிலக் கல்வி முறையைப் பாரதி வெறுத்தான் என்று கருத இடமுண்டு. பாரதி காலத்துப் புகழ்பூத்த எழுத்தாளரும் இலக்கிய ஆசிரியர்களும் முற்கூறிய துரைத்தன மனோபாவமும் ஆங்கிலரைப் பின்பற்றி முன்னேற வேண்டும் என்ற நம்பிக்கையும் உடையராயிருந்தனர். ஆங்கிலக் கல்வி இத்தகைய மனப்போக்கு உடையவர்களை உருவாக்கும் என்று மக்காலே, எல்பின்ஸ்டன் முதலிய பிரபல ஆட்சியாளர் எதிர்பார்த்திருந்தனர். இந்திய தேசிய மறுமலர்ச்சியின் உடனிகழ்ச்சியாகத் தோன்றிய “புதிய” இலக்கியங்களைப் படைத்தோரிற் பெரும்பாலானவர்கள் ஆங்கிலக் கல்வி கற்ற மத்தியதர வர்க்கத்தினரே. அதாவது தமது ஆங்கிலக் கல்வித் தகுதியால் புத்திசீவிகளாக வாழ்ந்தவர்கள். தமது வர்க்க இயல்பு காரணமாக இவர்கள் பலவிதமான போலிச் சடங்குகள், ஆசாரங்களில் அதிகம் பக்தி சிரத்தையற்றவராய், பிரச்சினைகளை வாழ்க்கையின் தேவை கருதி நோக்கினர். அந்த வகையில் அவர்கள் வெளிப்படையான பயனீட்டுக் கொள்கையாளர் எனலாம்.

தாம் கற்ற ஆங்கில மொழி – இலக்கியத்தில் மட்டுமன்றி, உலகமெங்கனும் நவீன வாழ்க்கை, உரைநடையையே சிறப்பிக்கிறது என இவர்கள் கண்டனர். தமது வாழ்க்கை நிலையோடொட்டிய அதற்கு இன்றியமையாத புதிய எண்ணங்களும் இலட்சியங்களும் கருத்துப் படிவங்களும் எளிய தெளிவான உரைநடை மூலமாகவே நடமாடுகின்றன என்றறிந்தனர். சென்ற நூற்றாண்டின் நடுப்பகுதியிலே சமயத்துறையிலும் சமூகத்துறையிலும் இலட்சிய வேகத்துடன் முன்னின்றுழைத்த ஆறுமுக நாவலர் போன்றவர்கள் உரைநடையின் முக்கியத்துவத்தை நன்றாக உணர்ந்திருந்தனர். நாவலர் தமது யுகத்துக்கும் அதற்கேற்ற சாதனத்துக்கும் உள்ள தொடர்பைப் பூரணமாக உணர்ந்திருந்தார். ஈழநாட்டுப் புலவர் சோமசுந்தரனார் பாடியுள்ளதுபோல், செய்யுள் நடையிலேயே பயின்று வந்த தமிழணங்கிற்கு,

வன்னநடை வழங்குநடை வசனநடை
யெனப்பயிற்றி வைத்த ஆசான்

நல்லை நகர் நாவலர், அக்காரணத்தினாலேயே "வசன நடை கைவந்த வல்லாளர்" ஆனார். 'வழங்கும் வசன நடை'க்கு ஆதர்ஷமாக விளங்கும் நாவலர், செய்யுள் இயற்ற முனைந்தபோது சம்பிரதாய முறைப்படி *"சீர் பூத்த கருவி நூல் . . ."* என்று தொடங்குவது போன்ற பழைய நடையில் அமைந்தவற்றையே பாடினார். கதிரை முருகன் மேல் சில கீர்த்தனங்கள் பாடியுள்ளா ரெனினும், பொதுவாக அவர் செய்யுட்கள் அக்காலத்தில் கவி பாடிய மகாவித்துவான் மீனாட்சிசுந்தரம் பிள்ளை, வித்துவான் தியாகராச செட்டியார் முதலியோர் செய்யுட்களைப் போலச் செய்யப்பட்டவையே.

பாரதி காலத்தில் வாழ்ந்த மிகப் பெரும் வித்துவான்கள் மாத்திரமன்றி முற்கூறிய ஆங்கிலக் கல்வி பயின்ற நவீனர்களும் பழைய பந்தாக் கவிகளையே பாடுபவராயிருந்தனர். உதாரணமாக, பாரதியின் இளமைத் தோழனாக இருந்த நாவலர் சோமசுந்தர பாரதியார் நிரம்பிய ஆங்கிலப் புலமை பெற்றவர்; நவீன வாழ்வியல் தெரிந்தவர்; பல்லாண்டுகள் வழக்கறிஞராகத் தொழில் பார்த்தவர். தற்காலத் தமிழில் புதுக்கவிதைகள் அரிதாயுள்ளன என்றுணர்ந்து இந்த நூற்றாண்டின் தொடக்கத்திலிருந்தே உரையும் செய்யுளும் எழுதி வந்தவர். புதுக்கவிகளாக அன்னார் படைத்தவற்றுள் 'மாரி வாயில்,' 'மங்கலக் குறிச்சிப் பொங்கல் நிகழ்ச்சி' என்பன வித்துவான்களும் வியந்து பாராட்டியவை. ஆனால் காய்தல் உவத்தலின்றிப் பார்க்கும் ஒருவர் அவற்றைப் பழந்தமிழ்ச் செய்யுட்கள் எனக் கருதினால் வியப்பிருக்காது. இப்பனுவல்களில் சோமசுந்தர பாரதியாரது ஆழ்ந்த தமிழ்ப் புலமை சுடர்விடுகிறது. ஆனால் அவை தற்காலத் தமிழால் ஆனவையல்ல. 'பொங்கல் நிகழ்ச்சிப் பாடலை' *1909*ஆம் ஆண்டில் எழுதத் தொடங்கினார். அதுபற்றி முன்னுரையில் *(1947)* கூறப் படுவதாவது:

> முன் எழுதியவற்றுட் சிலவற்றைப் பொருத்தம் நோக்கித் திருத்தியும் அமைத்தது இத்தாழிசைக் கொச்சகச் செய்யுள். இப்பாக்களை வண்ண வகை எனக் கொள்ளினும் இழுக்கில்லை . . . இது அகத்திணைச் செய்யுளாதலின், இதில் 'சுட்டி ஒருவர் பெயர் கொளப் பெறார்' ஆயினர். இச்செய்யுள் அகப்பகுதியில், 'நிகழ்ந்தது கூறி நிலையல்' எனும் துறையின் தலைவி கூற்றாகும். இது தொல்காப்பியர் கூறும் 'சேரி மொழியாற் செவ்விதிற் கிளந்து, ஓதல் வேண்டாது குறித்தது தோன்றும்' புலன்வகையாகும். 'விருந்து' வகை எனினும் பொருந்தும்.

சான்றோர் செய்யுட்களுக்கு, நச்சினார்க்கினியர், பேராசிரியர் முதலிய இடைக்கால உரையாசிரியர் விளக்கங் கூறுவதுபோல, தமது புதுமைக் கவிக்கு இத்துணை விளக்கம் அவசியமெனக் கருதுகிறார் கணக்காயர். நூலுக்கு முகவுரை வழங்கிய கரந்தைத் தமிழ்ச் சங்கப் புலவர் நீ. கந்தசாமிப் பிள்ளை கூறுவதுபோல, "இப்பாக்களில் சொல்லில் நொய்மையும் பொருள் எளிமையும் காணவில்லை." ஒரு பானைச் சோற்றுக்கு ஒரு அவிழ் பதம் என்பதுபோல் கணக்காயர் போன்று "தமிழிலும் ஆங்கிலத்திலும் பல அரிய அறிவினிக்கும் நூல்கள் இயற்றியோர்" இத்தகைய பழைய நடையையே போற்றினர் என்பதற்கு இப்பனுவல் சிறந்த சான்று. ஆயினும் இன்னுமோர் உதாரணம் பார்ப்போம். வெள்ளகால் சுப்பிரமணிய முதலியார் *(1857–1947)* உயர்தர வேலையிலிருந்தவர்; பழுத்த ஆங்கிலப் புலமை பெற்றிருந்தவர்; ஹேபர்ட் ஸ்பென்ஸர் ஆங்கிலத்தில் கல்வியைப் பற்றி எழுதிய கட்டுரையை மொழிபெயர்த்தவர். ஆயினும் அவர் பாடிய *கோம்பி விருத்தம், நெல்லைச் சிலேடை வெண்பா* என்பன மரபுவழி வித்துவான்கள் வியந்தவை. கணிதநூற் பேராசிரியராயும் விஞ்ஞானத் துறையில் ஈடுபாடுடையவராயும் விளங்கிய பூண்டி அரங்கநாத முதலியார் *கச்சிக் கலம்பகம்* பாடி அரங்கேற்றினார்.

இவ்வுதாரணங்கள் ஒரு பெரும் உண்மையை எமக்குணர்த்து கின்றன. *தமிழ் நாவல் இலக்கியம்* என்ற நூலில் நான் வேறொரு தொடர்பிற் கூறியிருப்பது இங்குப் பொருத்தமாகத் தோன்றுகிறது:

> புதுமையான கருத்துக்களை வசனமாக எழுத முனைந்த அறிஞர் பலர் தமிழ்க் கவிதை எழுதிய போதிலும் பல்லுடைக்கும் கடின நடையிலே மரபு வழிவந்த பாடல்களையே பாடினர். அதுவரை எடுப்பார் கைப்பிள்ளையாக இருந்துவந்த வசனத்தை இவர்கள் தன்னம்பிக்கையுடன் கையாண்டனர்; அதன் எஜமானராயினர். கவிதையோ பாரம்பரியச் சிறப்புடையதாகலின், அதனைப் பயபக்தியுடன் அணுகினர். கவிதை இவர்களை அடிமை கொண்டது. இவர்களிற் பெரும்பாலோர் கவிதையை ஓர் அளவுகோல் கொண்டும் உரைநடையைப் பிறிதோர் அளவுகோல் கொண்டும் மதிப்பிட்டனர். இவ்வீரடிநிலை இன்றுவரை காணப்படுகிறதெனலாம். பழந்தமிழ்க் கவிதைப்பற்று உள்ளவராகவும், தேவை யேற்படின் தாமும் அந்தாதி, கலம்பகம் முதலிய பிரபந்தங்கள் பாடும் ஆற்றல் பெற்றவராகவும் இருந்த இவர்களது

முக்கியமான படைப்புக்கள் கவிதையாகவன்றி உரைநடையிலமைந்தமை கவனிக்கற்பாலது.

மேற்கூறியவர்களுக்குக் கவிதை சொகுசாகவும் இன்பப் பொருளாகவும் இருந்தது. அதே சமயத்தில் இவர்களிற் பெரும்பாலானோர் பழந்தமிழ்க் கவிதைகளை அவற்றிற் காணப்படும் அறவியற் கருத்துக்களுக்காகவே போற்றினர் என்று எண்ணத் தோன்றுகிறது. அந்நிய ஆதிக்கத்தின் விளைவாக ஏற்பட்டுக்கொண்டிருந்த பாரதூரமான சமுதாய மாற்றங்கள் மக்களது ஒழுகலாறுகளைப் பாதிக்கத் தொடங்கியிருந்தன. ஈரடி நிலையிருந்த இக்கல்விமான்கள் பண்டைய நீதி நூல்களைத் துணையாகவும் புகலிடமாகவும் கொண்டனர். மாதவையா எழுதிய *பத்மாவதி சரித்திரம்* போன்ற நாவலில் இதனைக் கண்டு தெளியலாம்.

இனி, வேறு சிலர் ஆங்கிலக் கவிதைகளைப்போலத் தமிழிலும் இயற்றிப் 'புதுமை' காண விழைந்தனர். இவர்களுக்கு எடுத்துக்காட்டாகப் பரிதிமாற் கலைஞர் எனத் தமது பெயரை மாற்றியமைத்துக் கொண்ட வி.கோ. சூரியநாராயண சாஸ்திரியாரைக் கொள்ளலாம். இத்தாலிய இலக்கியத்தினின்று பதினாறாம் நூற்றாண்டில் ஆங்கிலத்துக்கு இடம் பெயர்ந்த 'சொனெற்' *(sonnet)* என்னும் செய்யுள் வடிவத்தை அவர் தமிழிற்கு அறிமுகப்படுத்த முனைந்தார். *தனிப் பாசுரத் தொகை* என்ற தொகுதி வெளிவந்தது. டாக்டர் போப்பையரின் பாராட்டுரை அதற்குக் கிடைத்தது. ஆனால் 11.7.1901இல் போப்பையர் எழுதிய அணிந்துரை பொருளாழம் மிகுந்த கேள்விகளைக் கொண்டதாயிருந்தது. பரிதிமாற் கலைஞர் இப்பாசுரங்களைப் படைத்துக்கொண்டிருக்கும்போது பாரதிக்குப் பதினாறாம் பிராயம் தாண்டியிருந்தது. கவியுலகிற் சஞ்சரிக்கத் தொடங்கிவிட்டார். முதலில் போப்பையரின் கருத்தைப் பார்ப்போம். பாராட்டுரை ஆங்கிலத்திலுள்ளது.

> ... இத்தொகுதியில் மறுபிரசுரம் செய்யப்பெற்றுள்ள நாற்பத்தொரு குறுந் தமிழ்ச் செய்யுட்கள் பொதுவாக இசைநயமும் கலைமெருகும் உடையன; இவற்றிற் கூறப்படும் உணர்வு சுவையும் கட்டுரை வன்மையும் பெற்றுத் திகழ்கின்றது . . .
>
> ஆங்கில இலக்கியம் குறிப்பாக ஆங்கிலக் கவிதை காலந்தோறும் எல்லாப் படிநிலைகளிலுமுள்ள மக்களை ஈர்த்து அவர்தம் உள்ளங்களைப் பிணித்திருக்கும் தன்மையை நோக்குங்கால், தமிழ்க் கவிதை தனக்குரிய மிகப் புனிதமான கடமையில்

அநாவசியமாகத் தவறியுள்ளது என்றே எண்ணத் துணிகின்றோம். அதன் நலம் பாராட்டுவோர் மிகச் சிலரே; தமிழ்கூறு நல்லுலகத்தின் பெருந்தொகையான பொதுமக்களது நெஞ்சைத் தமிழ்க் கவிதை என்றும் கவர்ந்துள்ளதா? இன்று கவர்கின்றதா? இனியும் கவருமா? ஒப்புநோக்குமிடத்துக் காணப்படும் இக் கேள்விக்குக் காரணங்கள் பல கூறக் கூடும்; நாம் அந்நியர் என்ற வகையில் பணிவுடனேயே இக் கருத்தைத் தெரிவிக்க முனைகிறோம். அதாவது, ஒப்பற்ற தனிச் சிறப்பியல்புகளும் நேர்த்தியுமிருந்தும் பொதுமக்கள் தேவைக்கு இயைந்த எளிமையும் பொருள் தெளிவும் அதனிடத்துப் பொதுவாகக் குறைவே.

இத்தொடர்பில் தமிழ்க் கவிதை அரசி தந்த கடைசிப் பெரும் படையலான *நீதிநெறி விளக்கம்* என்னும் நூலை நோக்குங்கள். பொதுமக்களுக்கு விஷயங்களைக் கூற முன்வந்து முயன்றால் தமிழில் சாதிக்கக் கூடியவற்றை அந்நூலிலுள்ள பல செய்யுட்கள் காட்டுகின்றன.

மேனாட்டுத் தமிழறிஞருள் தலைசிறந்து விளங்கிய போப்பையரை மொழிநூற் புலவராகவும் மொழி பெயர்ப்பாசிரியராகவுமே பெரும்பாலானோர் அறிந்திருக் கின்றனர். இவ்வணிந்துரை மூலம் நுணித்தாராயும் இலக்கியத் திறனாய்வாளராகவும் அவர் எமக்குக் காட்சியளிக்கின்றார். கிறித்துவ வேதாகமத்தைத் திறம்படத் தமிழ் மக்களிடையே பரப்புவதற்காகத் தொடக்கத்திலே தமிழைக் கற்ற போப் அவர்கள் தமிழ்க் காதலரானார் என்பது விஷயமறிந்தவர்க்குப் புதிய தகவலன்று. தமிழ்க் கவிதை மேலுள்ள காதல்பற்றிச் சில "கசப்பான" உண்மைகளை அணிந்துரையிற் குறிப்பிட்டுள்ளார். எளிமையும், பொருட்டெளிவும், பொதுமக்களும் சுவைக்கவல்ல தன்மையும் வரலாற்றுச் சிறப்பு மிக்க தமிழ்க் கவிதையிற் காணப்படவில்லை என்பதும், குமரகுருபரசுவாமிகள் இயற்றிய *நீதிநெறி விளக்கம்* போன்ற நூல்கள் முற்கூறிய அம்சங்களைக் கொண்டு விளங்குவன என்பதும் போப்பையரது கருத்து. அவர் இவ்வாறு எழுதிய காலத்தில் உயர்ந்த நிலையிலிருந்த தமிழர் எவராவது இவ்வாறு கூறியிருப்பர் என்று கூற முடியவில்லை. நாம் ஏலவே பார்த்தது போல அவர்கள் 'யமகம் திரிபு அந்தாதி' பாடிக்கொண்டிருந்தவரே. போப்பையர் கூறிய கருத்துக்களுக்குத் தலையசைத்து அவற்றையே ஆணித்தரமாகக் கூறுவது போல இருக்கிறது பாரதியின் பின்வரும் கூற்று. யாவருக்கும் நன்கு பழக்கமான மேற்கோள்தான்:

எளிய பதங்கள், எளிய நடை, எளிதில் அறிந்து கொள்ளக்கூடிய சந்தம், பொது ஜனங்கள் விரும்பும் மெட்டு இவற்றினையுடைய காவியம் ஒன்று தற்காலத்தில் செய்து தருவோன் நமது தாய் மொழிக்குப் புதிய உயிர் தருவோனாகின்றான்.

'ஆலையில்லா ஊருக்கு இலுப்பைப் பூ சர்க்கரை' என்பதற் கிணங்க, கிடைத்தவற்றுட் சிறந்ததான *தனிப் பாசுரத் தொகையைப்* பாராட்டினார் போப். ஆயினும், 'சொனெற்' பாவகையைப் பின்பற்றி எழுத முயன்ற சாஸ்திரியார் விரும்பத்தக்களவு வெற்றிபெறவில்லை என்பதை ஒளிவுமறைவின்றிக் கூறினார். 'சொனெற்' என்ற பதினான்கடிப் பாடல் சிறிய அளவினதாயினும், ஐரோப்பிய இலக்கிய மேதைகள் பலராற் கையாளப்பெற்றுப் பண் கனிந்து இனிய பாடலாக அமைந்தது; இறுக்கமும் செறிவும் பரிபூரணமாக உள்ளதாய்த் திகழ்வது. பெரும்பாலான சொனெற் பாக்களிலே முதல் எட்டு அடிகளில் பாடற் பொருள் அறிமுகம் செய்யப்பட்டுத் தடையோ, கேள்வியோ, ஐயமோ, பிரச்சினையோ எழுப்பப்படுகின்றன. இறுதி ஆறடிகள் விடை பகர்ந்து, கருத்தமைதி கண்டு முடிவடைகின்றன. இப்பண்பினையே மனத்திருத்திப் போப்பையர் சாஸ்திரியாரது பாசுரங்களைப் பற்றிப் பின்வருமாறு கூறியுள்ளார்: " . . . அதுமட்டுமன்றிக் கவிப் பொருளுக்கும் இறுதியில் அழுத்தம் பெறும் கருத்துக்கும் இருக்க வேண்டிய ஒருமைப்பாடு குறைபட்டுள்ளது என்றே கூறவேண்டும். இவ்விடர்ப்பாட்டை இன்றைய நிலையில் முற்றாக நீக்க முடியுமோ என்பது சந்தேகமே."

இன்னுமொன்று, ஐரோப்பிய மொழிகளிலே 'சொனெற்' சிறப்பாகக் காதற் கவியாகவே வளர்ந்தது. *முத்தொள்ளாயிரம், நந்திக்கலம்பகம்* முதலிய நூல்களிலும் *நற்றிணை, நெடுந்தொகை* முதலிய தொகை நூல்களிலும் உள்ள அகத்திணைப் பாக்கள் போன்றன அவை. ஆங்கிலக் கவிஞன் மில்டன் (1603–1674) அவ்வடிவத்தைத் தான் கூறிய அரசியல், அறவியற் கருத்துப் படிவங்களுக்கு வாகனமாகப் பயன்படுத்தினா னெனினும், அது அடிப்படையில் தனிநிலை உணர்ச்சிப் பாடலே. ஆனால் எமது கலைஞரோ அதனைப் புறத்திணைக் காஞ்சிப் பொருளுக்குப் பயன்படுத்தினர். அறிவின் துணைகொண்டு வசனங்களை யாப்பமைதிக்குள் அடுக்கியது போல இருக்கிறது அவரது பாசுரம். செயற்கையும் படாடோபமும் போலியுணர்ச்சியும் வெளிப்படையாகவே தோன்றுகின்றன. ஒருதாரணம்:

பரிதியே! நாடொறும் பண்பி னிளங்கதிர்
அருநில மகட்கண் டண்ணல்புன் னகையென
எங்கணும் வீசுபு பொங்குகளி செய்வோய்!

நண்பகல் வெம்மை நனிகொடி தெனினுங்
காலைமா லையுநின் கதிர்நலம் புகழ்வர்
உலகின் கண்ணே! உறுமண்டே வரசே!
உன்னரு ளின்றற மாதிய வியலா;
பண்டை யிரவின் பாழ்த்தனி யாட்சியில்
வானம் வறக்கும்; தீனஞ் சிறக்கும்;
ஞான மிறக்கும்; மானம் பறக்கும்;
உயிர்க ளுயங்கும்; பயிர்க டியங்கும்.
தினந்தொழி னின்மகார் செயப்பணி தலைவா!
என்கொல்? நின்கருணை யென்கொல்?
நன்குற வாற்று நாத! விண் மணியே.

சூரியனைப் பற்றிச் சில பொதுச் செய்திகளைக் கடின நடையிற் கூறியுள்ளாரேயன்றி அவர் உள்ளத்தின் வெள்ளப்பெருக்கு கவிதையாக அமையவில்லை என்பது விளக்க வேண்டாத் தெளிபொருள். சூரியனைப் பற்றிய இக்கட்டுரையோடு பாரதியாரின் சில அடிகளை ஒப்புநோக்கினால் விஷயம் தானாகவே தெளிவாகும். தமது பாத்திரம் ஒன்றன் வாயிலாகச் சூரியனை வருணிக்கிறார்:

அடிவானத் தேஅங்கு பரிதிக் கோளம்
    அளப்பரிய விரைவினொடு சுழலக் காண்பாய்;
இடிவானத் தொளிமின்னல் பத்துக் கோடி
    எடுத்தவற்றை ஒன்றுபட உருக்கு வார்த்து,
முடிவான வட்டத்தைக் காளி ஆங்கே,
    மொய்குழலாய் சுற்றுவதன் மொய்ம்பு காணாய்,
வடிவான தொன்றாகத் தகடி ரண்டு
    வட்டமுறச் சுழலுவதை வளைந்து காண்பாய்.

பாரதியின் தனித்தன்மையும் மேதாவிலாசமும் அடிதோறும் துள்ளிக் குதிக்கின்றன. இவ்விரு பாடல்களையும் அருகருகே வைத்துப் பார்த்தால் முந்தியது பல நூற்றாண்டுகளுக்கு முன்னர் இயற்றப்பட்டதாகத் தோன்றும். ஆனால் உண்மையில் இரண்டிற்கும் இடையே சுமார் பன்னிரண்டு ஆண்டுகள்தாம் உள்ளன. பாரதியார் *பாஞ்சாலி சபதத்தை* 1912இல் பாடினார்.

ஆனாலும் இவ்விஷயத்தில் நாம் சாஸ்திரியார் மீது அளவுக்கு மீறிக் கண்டிப்பாக இருக்கத் தேவையில்லை. ஏனெனில், தமிழில் மாத்திரமன்றிப் பிற இந்திய மொழிகளிலும் முதன் முயற்சியாளர்கள் ஆங்கிலம், பிரெஞ்சு முதலிய மொழிகளிலிருந்து இலக்கிய உருவங்களை எடுத்துப் பரிசீலனை செய்து பார்த்திருக்கின்றனர். உதாரணமாக, நவீன வங்க இலக்கியத்தின் முன்னோடிகளில் ஒருவரான மைக்கேல் மதுசூதன தத்தர் (1824–1873) கல்கத்தா இந்துக் கல்லூரியில் மாணவனாக இருந்த காலத்தில் ஆங்கிலத்திலே 'சொனெற்' பாக்கள் எழுதியவர். அவர் இயற்றி வெளியிட்ட இறுதி

நூலும் நூற்று இரண்டு (102) சொனெற் பாக்களைக் கொண்ட தொகையே. *சதுர் தஸ்பதீ கவிதாவலீ* (பதினான்கு அடிப்பாக்கள்) என்றே அத்தொகைக்குப் பெயருமிட்டிருந்தார். வங்காள இலக்கிய விமர்சகர்கள் கூறுவனவற்றைப் பார்க்கும்போது பரிதிமாற் கலைஞரினும் மதுசூதன தத்தர் பேராற்றலுடன் புதிய பாவகையைக் கையாண்டார் போலத் தெரிகிறது.

எட்டயபுரத்திலே கவிதைப் பாலைவனத்தில் வாழ்ந்த பாரதியார் ஷெல்லி முதலிய ஆங்கிலக் கவிகளைப் படித்த வராதலால், பொதுவான இப்போக்கிற்கு விலக்கின்றிச் 'சொனெற்' பாவுடனே பத்திரிகை உலகை எட்டிப் பார்த்திருக்கிறார். மதுரையிலிருந்து வெளிவந்த *விவேகபாநு* பத்திரிகையின் 1904 ஜூலை மாத இதழில் *தனிமையிரக்கம்* என்ற பாடல் (சொனெற்) கடின நடையில் வெளிவந்தது. கடின நடையாயிருப்பினும் சாஸ்திரியாரது பாடலினும் உணர்ச்சி மிகுந்ததாகவே உள்ளது.

குயிலினாய்! நின்னொடு குலவியின் கலவி
பயில்வதிற் கழித்த பன்னாள் நினைந்துபின்
இன்றெனக் கிடையே எண்ணில் யோசனைப்படும்
குன்றமும் வனமும் கொழிதிரைப் புனலும்
மேவிடப் புரிந்த விதியையும் நினைந்தால்
பாவியேன் நெஞ்சம் பகீரெனல் அரிதோ ?
கலங்கரை விளக்கொரு காவதம் கோடியா
மலங்குமோர் சிறிய மரக்கலம் போன்றேன்
முடம்படு தினங்காள்! முன்னர்யான் அவளுடன்
உடம்பொடும் உயிரென உற்றுவாழ் நாட்களில்
வளியென பறந்தநீர் மற்றியான் எனாது
கிளியினைப் பிரிந்துழிக் கிரியெனக் கிடக்கும்
செயலையென் இயம்புவல் சிவனே
மயலையிற் றென்றெவர் வகுப்பரங் கவட்கே.

புலவர் கந்தசாமிக் கவிராயர் நடாத்திய பத்திரிகைக்கு அனுப்பிய இக் கன்னி முயற்சியைக் கடினமான பண்டித நடையில் எழுதியிருப்பது உண்மையே. ஆனாலும், பிற்காலத்தில் அவர் எழுதிய *குயில் பாட்டு, சுயசரிதை* முதலிய பாடல்களின் தோற்றத்தை இதிற் சந்தேகத்திற்கு இடமின்றிக் காணக்கூடியதாக இருக்கிறது. அதற்கும் மேலாக, கவிஞனது உள்ளத்தைக் காண்கிறோம். பாரதி தன்னுணர்ச்சிக் கவி என்பது இதில் நிரூபணமாகிறது. குயில், விதி, நெஞ்சம், பாவியேன், குலவி முதலிய சொற்கள் பிற்காலக் கவிதைகளில் பாரதியாரால் வழங்கப் பட்டிருக்கும் வேகத்தை அறிபவருக்கு இப்பாடல் இனிக்கும்.

மேற்கூறிய பாடலை மட்டுமன்றி **யான், சந்திரிகை** முதலிய கவிதைகளையும் 'சொனெற்' பாக்களாக எழுதியுள்ளார் பாரதி. அவை பற்றியும் வெகு விரைவிலேயே அத்தகைய

முயற்சிகளிலிருந்து அவர் 'விடுதலை' பெற்றது பற்றியும் சற்றுப் பின்னர் கவனிப்போம். இவ்விடத்தில் நாம் மனங்கொள்ள வேண்டியது ஒன்றுதான். பாரதியாரது சமகாலப் புலவரிடத்துக் காணப்படும் இரு பண்புகளாம் பழந்தமிழ் நடையும், ஆங்கில வாடையும் தொடக்கத்தில் தவிர்க்க முடியாதபடி பாரதியிடத்துங் காணப்படுகின்றன. ஆனால் மற்றையோர் தொடர்ந்து அப் பண்புகளுக்கு உருவங்கொடுத்துக்கொண்டிருக்க, பாரதியோ மின்னல் வேகத்தில் புதுப் பிறவி பெற்றவன் போல் தனிப் பாதை யொன்றை வகுத்துக்கொள்கிறான். இதிலேதான் அவன் தனது சகபாடிகளிலிருந்து விலகி, முன்னோடிகள் சிலரைச் சார்ந்து கொள்கின்றான்.

இம்மாற்றம் நூற்றுக்கு நூறு வீதம் திடுமெனத் தோன்றியது அல்ல; முற்று முழுதான படிமுறை வளர்ச்சியுமல்ல; இரண்டும் கலந்த தனிச்சிறப்பான நிலையெனலாம். நாம் ஏலவே பார்த்ததுபோல, தனது தந்தைக்கு நிகழ்ந்த பேரிடியும் அதற்கு முழுக் காரணமாக இருந்த அந்நியப் பொருளாதார அமுக்கமும் பாரதியைப் பதினைந்தாம் பதினாறாம் வயதிலேயே 'வெள்ளைக்கார விரோதி' ஆக்கியிருந்தன. நண்பர் சிதம்பர ரகுநாதன் குறிப்பிட்டுள்ளது போல், "பாரதியின் தேசபக்திக்கான அடிப்படை அவனது 15ஆவது வயதிலேயே இதயத்தில் பதிந்து விட்டது என்று நாம் திட்டவட்டமாகக் கொள்ளலாம். எனினும் இதயத்தின் அடியாழத்தில் பதிந்த அந்த அடிப்படைமீது அவனது உள்ளத்தில் தேசபக்தி ... சுபகிருது ஆண்டில், 1902ஆம் ஆண்டில் அல்லது 1903 தொடக்கத்தில், ஆழமாகக் குடிகொள்ளத் தொடங்கியது ..." ('பாரதி: தேசபக்தியின் தோற்றம்,' *தாமரை*, செப். 1967).

இத் தேசபக்தியைத் தத்துவ தரிசனம் போலத் தனக்கேயுரிய பாணியில் பாரதி எழுதியுள்ளான். 1909இல் வெளிவந்த *ஜன்மபூமி* என்ற நூலுக்கு (*ஸ்வதேச கீதங்கள் – இரண்டாம் பாகம்*) புதுவையிலிருந்து எழுதிய முகவுரையில் பின்னோக்கிப் பார்க்கிறான்:

> சூரியன் உதித்தவுடனே சேதனப் பிரகிருதி மட்டுமேயன்றி அசேதனப் பிரகிருதியும் புதிய ஜீவனையும் உற்சாகத்தையும் பெற்றுத் திகழ்கின்றன. இவற்றினையொப்பவே, நாட்டில் ஓர் புதிய ஆதர்சம் – ஓர் கிளர்ச்சி – ஓர் மார்க்கம் தோன்றுமேயானால் மேன்மக்களின் நெஞ்சமனைத்தும் இரவியை நோக்கித் திரும்பும் சூரியகாந்த மலர்போல அவ்வாதர்சத்தை நோக்கித் திரும்புகின்றன. சென்ற சுபகிருது

> வருஷத்திலே பாரத நாட்டில் சர்வ சுபங்களுக்கும் மூலாதாரமாகிய "தேசபக்தி" என்ற நவீன மார்க்கம் தோன்றியது. நல்லோர்களின் சிந்தையெல்லாம் உடனே புளகிதமாயின. நல்லோருடைய குணங் களிலே குறையுடையவனாகிய யானும் தேவியினது கிருபையால் அப்புதிய சுடரினிடத்து அன்பு பூண்டேன்... மாதாவும் அதனை அங்கீகாரம் செய்து கொண்டாள்.

இவ்வரிகள் நூலுக்கு முகவுரையாக மாத்திரமல்லாது கவிஞனது பிரகடனமாகவும் அமைந்துள்ளன. 1902ஆம் ஆண்டிற்கும் 1905ஆம் ஆண்டில் நிவேதிதா அம்மையாரைச் சந்தித்த நிகழ்ச்சிகளும் இடையில் பாரதி வெகு துரிதமாக நவீன மார்க்கத்தால் – தேசபக்தியால் – ஆகர்ஷிக்கப்பட்டு விட்டான். இதுவே கவிதையிற் காணும் புரட்சிக்குக் காரணம். இது ஆழ்ந்து கவனிக்க வேண்டியது. கவிதா வாழ்வின் ஆரம்பத்தில் எல்லோரையும் போலவே ஆங்கில சொனெற் முறையைப் பின்பற்றியும், 'சங்க' யாப்பான அகவற்பாவைக் கருவியாகக் கொண்டும் சொந்த விவகாரங்களைச் சம்பிரதாயமான முறையில் பாடுகிறான். அக்காலப் பாடல் தலைப்புகளே இவ்வுண்மையை எடுத்துக்காட்டுகின்றன. *சந்திரிகை, யான், தனிமையிரக்கம்* முதலியன தனது மன உளைவுகளைக் கவிப்பொருளாகக் கவிஞர் கொண்டாடுவதைக் காட்டி நிற்கின்றன. ஆனால் நவீன மார்க்கத்தைத் தழுவியவுடனேயே "தன்னை" மறந்து, தனக்கு அப்பாற்பட்டு விரிந்து பரந்த புறஉலகுடன் தன்னைப் பிரிக்க முடியாதபடி பிணைத்துக்கொள்கிறான். இறை பக்தியைப் பாடிய மாணிக்கவாசகர்,

> அற்புத மான அமுத தாரைகள்
> எற்புத் துளைதொறும் ஏற்றினன் . . . . . .

என்றார். பாரதியாருக்குத் தேசபக்தி அவ்வாறே இருந்தது. நாவுக்கரசர் பாடினார்:

> தன்னை மறந்தாள் தன் நாமம் கெட்டாள்;
> தலைப்பட்டாள் நங்கை தலைவன் தாளே

என்று. அதுபோலப் பாரதியாரும் தனிமை இரக்கங்களையெல்லாம் உதறித் தள்ளிவிட்டுத் தன்னையும் தனது கவிமலர்களையும் தலைவிக்குச் சமர்ப்பித்தார். அந்தக் கணத்திலேயே அகவல், சொனெற் முதலிய யாப்பு எல்லைகள் மறைந்து புதிய உத்வேக கீதங்கள் உருப்பெறத் தொடங்கிவிட்டன. பழைய இறை பக்தர்களின் குதூகல உணர்ச்சியும், "நாமார்க்குங் குடியல்லோம்; நமனை அஞ்சோம்" என்ற ஆன்ம வீரமும் அவரது வார்த்தைகளில்

பொதுளத் தொடங்கின. தனிமையிலிருந்து நெஞ்சொடு புலம்பிய நிலைபோய் உள்ளக் களிப்பையும் உறுதியையும் உலகை நோக்கி உரத்துக் கூவும் உளப்பாங்கு தோன்றியது. அந்நிலையில் தாயுமானவர் ‘ஆனந்தக் களிப்பு’ மெட்டில் அதுகாலவரை கேட்காத புதுயுகக் குரல் ஒலித்தது. “வந்தே மாதர மென்போம்” என்ற கீதத்தை அறியாதவர் இலர். இப்பொழுது அச்சிலுள்ள பாரதி கவிதைத் தொகுதிகளில் இடம் பெறாத பா ஒன்றை மட்டும் உதாரணங் காட்டுவோம்; **‘வந்தே மாதரம்’** கீதத்தின் ஆறாவது சரணம் அது.

தேவிநம் பாரதபூமி – எங்கள்
    தீமைகள் யாவையுந் தீர்த்தருள் செய்வாள்
ஆவியுடல் பொருள் மூன்றும் – அந்த
    அன்னை பொற் றாளினுக் காப்பிதமாக்கி.

நவீன மார்க்கத்தைக் கடைப்பிடித்த பின், பாரதி பாட்டுக்கள் பாடினான்; அவனது சகபாடிகள் செய்யுட்கள் எழுதினர். “வந்தே மாதர கீதத்”தைப் பாடுவதற்கு முன்பே, 1905 செப்டம்பர் 14ஆம் தேதி சென்னைக் கடற்கரையில் நடந்த சுதேசிய மாணவர் பொதுக்கூட்டத்தில் பாரதி “வங்கமே வாழிய” என்ற தலைப்பில் சில கீதங்கள் பாடியிருக்கிறான். பாரதியார் பாடி வெளிவந்த முதலாவது தேசாவேசப் பாடல் இதுவேயாகும். இவை யாவற்றையும் சேர்த்துப் பார்க்கும்போது ஒருண்மை புலப்படுகிறது. நவீன மார்க்கத்தை ஏற்றுக்கொண்ட பாரதி, கவிதையை மக்களோடு தொடர்புகொண்டு, உரையாடி உறவாடும் சாதனமாகப் பயன்படுத்தினான். படுத்தவும், அதன் பண்பும் பணியும் பயனும் மாறின. தனது சகபாடிகளினின்றும் வெகுதூரம் பிரிந்து சென்றுவிட்டான். ஆகவே இறுதி ஆய்வில் இலக்கியத்தின் உள்ளடக்கமே உருவத்தை நிர்ணயிக்கிறது என்னும் கூற்றுக்குப் பாரதியின் பரிணாமம் மறுக்கவொண்ணாச் சான்று பகர்கிறது.

ஆயினும், இந்தச் சந்தர்ப்பத்தில் சிக்கல் நிறைந்த தாக்கப்பட்டுள்ள அப்பிரச்சினைக்குள் நாம் இறங்க வேண்டிய தில்லை. பரிதிமாற் கலைஞர், சோமசுந்தர பாரதியார், சுப்பிரமணிய முதலியார், இராகவையங்கார் முதலியோர் தொல்காப்பியரின் கட்டளையையும் ஷேக்ஸ்பியரின் மேதமையையும் எண்ணிப் பெரும்பாடுபட்டுத் தமிழகத்து அறிஞரும், வெள்ளைக்காரப் பேராசிரியர்களும் ஒருங்கே பாராட்டக்கூடிய செய்யுட்களை எழுத முயன்றுகொண்டிருந்தபோது கூழுக்குப் பாடிய தமிழ்க் கிழவியைப் போல முன்னின்று கேட்போருக்குப் பாடிப் பரவசமடைந்தான் பாரதி. இதனால் கவிதைக்குரிய புராதனப் பண்பு ஒன்றை மீட்டும் எமக்கு உணர்த்தினான்

✪ 178 ✪ க. கைலாசபதி

பாரதி. நான் பிறிதோரிடத்திலே கூறியுள்ளதைப் போல், *(நெடும் பகல்: முருகையன் கவிதைகள், 1967)* "காகிதத்தில் எழுதியோ, அச்சடித்தோ மனத்திற்குள் ஒருவர் முணுமுணுப்பதல்ல கவிதை. பாடப்பட வேண்டும்; அதுதான் பாட்டு. பாட்டென்றால் இசை தழுவியுமிருக்கும்; தழுவாமலுமிருக்கலாம். ஆனால் ஓசை நயமிருக்கும். சாதாரண மனிதர், உரைநடையைக் கொண்டு தமது கருத்துக்களையும் உணர்வுகளையும் புலப்படுத்துவது போலக் கவிஞன் செய்யுளைத் துணை கொண்டு பிறருடன் உரையாடுகிறான். உயர் கவிகளுக்குரிய ஓர் இலக்கணம் அது. பாரதியார் செய்த அதி முக்கியமான புதுமைகளிலொன்று, கவிதை மூலம் தனது சமூக மக்களுடன் உறவாடியதே."

கடந்த பதினைந்து இருபது வருடங்களாக – குறிப்பாக 1947க்குப் பின்னர் வீர வணக்கம் காரணமாகத் தமிழகத்தில் பாரதி பாடல்கள் நாடகங்களிலும் திரைப்படங்களிலும் வெவ்வேறு இசை வடிவங்களைப் பெற்றிருப்பதையும் நான் முன்னர்க் கூறியதையும் ஒன்றாகக் கொள்ள முடியாது; இசைக் கலைஞர்கள் கர்நாடக இராகங்களில் பாரதி பாடல்களைப் பாடுவதும் இத்தகையதே. பாரதி முதலிற் கவிஞன்; இரண்டாவதாகவே சாகித்திய கர்த்தா. இரண்டின் முறையையும் மாற்றிவிடக்கூடாது. பாரதி தனது பாடல்களை உரத்துப் பாடிச் சொற்கள் ஒவ்வொன்றினதும் உள்ளார்ந்த ஆற்றலை வெளிப்படுத்தியதையே நான் இங்குக் கருதுகிறேன்; பாரதியின் சங்கீதத் திறமையை அன்று.

பாரதியைக் கண்டு கேட்டவரும், அவர்களைக் கண்டோரும் ஒருமுகமாகக் கூறுவது இதுதான்: மந்திரச் சொல் இன்பம் பொங்கப் பாடுவார் கவிஞர். பாரதி புதுவையில் இருந்த காலத்தில் அவரது அன்புக்குப் பாத்திரமான சிறுமி யதுகிரியிலிருந்து பேராசிரியர் வையாபுரிப் பிள்ளை வரை பலரும் கவிஞரது குரலையும் உணர்ச்சி ததும்பப் பாடும் முறையையும் வருணித்துள்ளனர். இது பாரதியின் பெருமை சம்பந்தமானது மட்டுமன்று. அவரை அவரது சகபாடிகள் பெரும்பாலானோரிலிருந்து வேறுபடுத்திக் காட்ட உதவுவதோடு, அவரது கவி ஊற்றுக்களை ஒருவாறு கண்டறியவும் குறிகாட்டுவதாயுமுள்ளது.

யதுகிரி அம்மாள் எழுதுகிறார்:

> மூவரும் பாட்டின் ஓசை வந்த திக்கை நோக்கிச் சென்றோம். அங்கே ஒரு கட்டுமரத்தின் மேல் பாரதியார் அமர்ந்திருந்தார். கறுப்புச் சொக்காய்; கச்சை போட்ட வேஷ்டி; கூப்பிய கரங்கள்; கடலில் உதயமாகும் பாலசூரியனை நோக்கியபடி பாடிக்கொண்டிருந்தார் அவர். வெளிச்சம்

நன்றாகப் பரவவில்லை; மங்கலாக இருந்தது. கம்பீரமான பாட்டு, உள்ளத்தைக் கவரும் ராகம், பாட்டின் உந்நதமான பொருள் எல்லாம் சேர்ந்து உண்மையில் தெய்வத்தை எதிரில் காண்பது போல் மயிர்க்கூச்செறியச் செய்தன. உள்ளம் குளிர்ந்தது.

பாரதியைப் பற்றி எழுதிய சில ஆசிரியர்கள் இத்தகைய சம்பவங்களை அவரது விசித்திரமான சுபாவத்துக்கு எடுத்துக்காட்டாகக் கூறுவர். கவிஞனை அல்லது கலைஞனை கற்பனைலோகத்திற் சஞ்சரிக்கும் அபூர்வப் பிறவியாகக் கொள்ளும் கனவுலக இலக்கியக் கோட்பாட்டின் விளைவு அது. ஆனால் பாரதியாரைப் பொறுத்தவரையில் கவிதை வாழ்வோ இரண்டறக் கலந்திருந்தது. கவிதை, நிறைந்த புலமையின் வெளிப்பாடு மட்டுமல்ல, வாழ்க்கைக்கு உணவுமாகும். வேறோர் இடத்திலே யதுகிரி அம்மாள் எழுதுகிறார்:

ஸ்ரீ பாரதியாருக்குச் சங்கீதக் கச்சேரிகளைக் காட்டிலும் பாம்பாட்டி, வண்ணான், நெல்குத்தும் பெண்கள், செம்படவர்கள், உழவர் இவர்களுடைய நாடோடிப் பாட்டுக்கள் என்றால் மிகவும் இஷ்டம். ஒரு நாள் மாலை ... செம்படவர்கள் மீன்களை நிரப்பிக்கொண்டு, சந்தோஷமாகப் பாடியபடி தோணியைக் கரையேற்றிக்கொண்டிருந்தார்கள். எங்களோடு பேசிக்கொண்டிருந்த பாரதியார் அவர்களுடைய பாட்டுக்கு 'சபாஷ்' சொல்ல ஆரம்பித்தார். நான், 'இது என்ன வேடிக்கை! அவர்கள் அர்த்தம் ராகம் ஒன்றும் இல்லாமல் பாடும் பாட்டை நீர் இவ்வளவு மெச்சுகிறீரே! எங்களுக்கு ஒன்றும் புரிகிறதில்லை' என்றேன்.

யதுகிரி அம்மாள் சிறுவயது நினைவுகளைச் சொல்கிறார்; பாரதியைப் பெரியவராகக் கருதி வாழ்ந்தவர். ஓரளவு முதிர்ச்சி பெற்ற தமிழறிஞர் எஸ். வையாபுரிப் பிள்ளை கூறுவதைப் பார்ப்போம்:

அவருடைய பாடல்களை அவர் பாடிக் கேட்க வேண்டுமென்ற ஆவல் எனக்கு அதிகமாயிருந்தது. அந்த ஆவலை நிறைவேற்றிக்கொள்ள இது தக்க சமயமென்று எண்ணினேன். 'சின்னஞ் சிறுகிளியே' என்று தொடங்கும் பாடல்களைப் பாடும்படி கேட்டுக்கொண்டேன். பாரதியார் கண்கள் ஒரு நிமிஷம் மூடுண்டன. முகத்திலே புதியதொரு

பொலிவு. அன்பு ததும்பும் சாரீரத்தில் பாடத் தொடங்கி எங்களைப் பரவசமாக்கினார்.

இவ்வாறு வாய்விட்டுப் பாடும் பண்பினைப் பாரதியார் தனது முன்னோடிகள் சிலரிடமிருந்து பெற்றார் என்பதனைச் சிறிது பின்னால் கவனிப்போம். இங்கு மனங்கொள்ள வேண்டியது யாதெனில், வாழ்க்கையையே கவிதைப் பொருளாக்கியமையால் தனது வாழ்க்கை யனுபவங்களையும் தன்னைச் சார்ந்தோர் வாழ்க்கை நிகழ்வுகளையும் நாட்டு நடப்புகளையும் பாட்டாக்கினார். அது பொருள்; வடிவமும் அநுபவத்தாற் பெற்றதுதான். பல்வேறு உழைப்பாளிகளின் நாட்டுப் பாடல்களை மட்டுமன்றிப் பிச்சைக்காரர் பாட்டுக்களையும் தனதாக்கினார். புதுவை அலுத்துப்போய்த் திடீரெனப் பிரிட்டிஷ் இந்தியாவுக்கு மாறுவேடத்தில் போன சமயம் *(1918)* ரெயிலில் பிச்சைக்காரப் பெண்ணொருத்தி பாடிய ஹிந்துஸ்தானிப் பாடலின் மெட்டில் "பாருக்குள்ளே நல்ல நாடு" என்ற கீதத்தைக் கவனஞ் செய்தாராம். இவையெல்லாம் சாதாரண மக்களோடு தொடர்பு கொண்டு சந்தர்ப்பத்துக்கேற்றவாறு நவநவமாகப் பாரதியார் பாடியதைக் காட்டுகின்றன. பாடும் பாடல் "கொச்சக ஒருபோகா அல்லது வண்ண ஒத்தாழிசைக் கலியா அல்லது கழிநெடிலாசிரிய விருத்தமா" என்று அவர் சகபாடிகள் தமது ஓய்வு நேரங்களில் மண்டையைக் குழப்பிக்கொண்டிருக்க, பாரதியார் தமது அநுபவத்தையே ஆதாரமாகக் கொண்டு சாதாரணக் கற்களை வைரமணிகள் ஆக்கிக்கொண்டிருந்தார். ஒரு சமயம் பாரதியார் வீட்டில் சக்தி பூஜைக்குப் பிறகு 'வந்தே மாதரம்' பாடிவிட்டு, தாம் செய்த புதிய பாடலாகிய 'பெண்மை வாழ்கென்று' என்பதை "இங்கிலீஷ் நோட் மெட்டில்" பாடினாராம். *(பாரதி நினைவுகள், பக். 115)*

சுருங்கக் கூறுவதாயின், பாரதியின் சமகாலப் படிப்பாளிகள் தாம் தமிழிலும் ஆங்கிலத்திலும் கற்றுத் தேர்ந்த உயர்தனிச் செந்நெறி இலக்கியங்களின் வழி நின்று தகைசான்ற – மாண்புள்ள – இலக்கியம் படைக்க விரும்பினர். இடைக்காலத்திலே தமிழ் மரபு சிதைவுற்றிருந்தது உண்மையே. இலக்கியப் படைப்பு ஏறத்தாழ நின்றுபோயிருந்தது. எனவே, பழைய பெருமைக்கு எத்தகைய இழுக்கும் ஏற்படாத விதத்தில் சான்றோர் செந்நெறியைத் தம்மாலியன்றளவு புதுப்பிக்க முனைந்தனர். பரிதிமாற் கலைஞர், சோமசுந்தர பாரதியார் அத்தகையோரே. அவர்கள் அந்த வகையில் நவசெந்நெறியாளர்கள் *(Neo-classicists)*. ஆனால், அவர்கள் தமிழ் இலக்கிய வரலாற்றைத் தவறாக விளங்கிக் கொண்டிருந்தார்கள். செந்நெறி எவ்வளவுதான் பெருமை படைத்ததாயிருப்பினும், அதனை மீட்டும் நிலைநாட்ட முடியாது.

தனது பழைய 'தூய்மை'யுடன் இயங்க முடியாமலே அது சென்று தேய்ந்திருந்தது. அதன் பயனாகவே இலக்கியம் பிளவுண்டு இருபாற்பட்டு, பொதுமக்கள் (நாடோடி) இலக்கியம் என்றும், உயர்ந்தோர் இலக்கியம் என்றும் ஒன்றையொன்று விலக்கி நின்றது. இயக்கவியலின்படி இம்முரண்பாட்டை அறுத்தாலன்றிப் பிரச்சினை தீராது. எவ்வளவு வன்மையுடன் (நேர்மையுடனும்) அவர்கள் பழைய செந்நெறியை அழுத்தி வற்புத்தினரோ அவ்வளவுக்குக் காலத்திலிருந்தும் வாழ்க்கையினின்றும் விலகியவராயினர். இதனை உதாரண மூலம் விளக்குவோம்.

இராகவையங்காரின் *பாரி காதை,* சோமசுந்தர பாரதியாரின் *மாரிவாயில்,* சுந்தரம் பிள்ளையின் *மனோன்மணீயம்* முதலியவற்றை எடுத்துக்கொண்டால், அவை முந்தையோர் நூற்கருத்துக்களையும், யாப்பமைதிகளையும், உவமை உருவகங்களையும் பொன்னேபோற் பின்பற்றுவதைக் காணலாம். மூலக் கதையொன்றை எடுத்துக் காலத்துக்கேற்றவகையில் நூதன நடையில் அமைப்பது ஒரு முயற்சி. அவற்றைப் படியெடுப்பது ஒரு முயற்சி. பின்னது படியெடுக்கும் திறமையையன்றி வேறெதையும் உணர்த்தவல்லதன்று. 'சங்க'ச் சான்றோர் பாடிய அகத்திணைச் செய்யுட்களையே மூலாதாரமாகக் கொண்டு இல்லது, இனியது, நல்லது என்பனவற்றைப் புகுத்திப் பிற்காலப் புலவோர்கள் கோவை இலக்கியம் பாடினர். மூலம் மூலம்தான்; படி படிதான். இதுகுறித்து டாக்டர் வ.சுப. மாணிக்கம் கூறுவன சுவைபயப்பன:

> சங்க இலக்கியங்கள் நேரடி வாழ்விலிருந்து தோன்றிய மூலப் பிறவிகள். அவை கற்பவர் நெஞ்சுட் புகுந்து வாழ்வை நெறிப்படுத்த வல்லவை. சங்கச் சான்றோர் அகப்பொருளைத் தொடர்புடைய துறைகளாக வைத்துப் பாடவில்லை. அகத்திணைக்குத் தொடர்பற்ற கவிப் பாடல்கள் எழுந்த தொல்காப்பிய நெறியே வாழ்வுக்குப் பொருந்தும். அந்நெறிப்பட்ட பாடல்களே உயிருடைய வாழ்வுப் பாடலாகும்... கோவை என்பது சங்க இலக்கியம் என்னும் பெரிய மாளிகையைக் கண்டு படியெடுத்த ஒரு வரைபடமாகும்; அம்மாளிகைக்குள் செல்லப் பயன்படும் வழிகாட்டியாகும்; இலக்கியம் தோற்றிய இலக்கியமாகும். *(சிற்றிலக்கியச் சொற்பொழிவுகள், நான்காவது மாநாடு, தலைமையுரை.)*

இம் மேற்கோளிற் கோவையாசிரியர் பற்றிக் கூறியது விளக்க உதாரணமேயன்றிப் பாரதியின் சமகாலப் புலவர்க்குப் பொருந்துவதன்று. அவர்கள் செய்தவை வழிநூல்களுக்கு

வழிநூல்கள். அதாவது நிழலின் நிழல் போல! தொல்காப்பியர் ஆணைக்கு அத்துணை மதிப்புக் கொடுத்த இப்புலவர் பெருமக்களிற் பலர் தொல்காப்பியர் நெகிழ்ந்து கொடுக்கும் திறன் படைத்தவர் என்பதை மறந்தனர். தொல்காப்பியம் செய்யுளியலில்,

> மரபேதானும்
> நாற் சொல் லியலான் யாப்புவழிப் பட்டன்று

என்னுஞ் சூத்திரத்துக்குப் பேராசிரியர் கூறியுள்ள உரைப் பகுதி இன்றும் சிலருக்குப் போதம் அளிக்க வல்லது.

> எனவே, சொல்லும் பொருளும் அவ்வக்காலத்தார் வழங்கு மாற்றானே செய்யுள் செய்க என்பதாயிற்று. இதனது பயன் ஒரு காலத்து வழங்கப்பட்ட சொல் ஒரு காலத்து இலவாகலும் பொருள் வேறுபடுதலும் உடைய. அதோளி, இதோளி, உதோளி எனவுங் குயின் எனவும் நின்ற இவை ஒரு காலத்துளவாகி இக்காலத்திலவாயின. இவை முற்காலத்த வென்பதே கொண்டு வீழ்ந்த காலத்துஞ் செய்யுள் செய்யப்படா. இனிப் பாட்டினுந் தொகையினும் உள்ளன சொல்லே மீட்டொரு காலத்துக்கு உரித்தன்றிப் போயின், முற்காலத்துளவென்பதே கொண்டு பிற்காலத்து நாட்டிச் செய்யுள் செய்யப்பெறா என்பது. இனிப் பொருளும் இவ்வாறே காலத்தானும் இடத்தானும் வேறுபடுதலுடைய.

சுந்தரம் பிள்ளை, மறைமலையடிகள், பரிதிமாற் கலைஞர் முதலியோர் நூல்களைப் படிக்கும்போது அவர்கள் பேராசிரியரது மேற்கோளைக் கற்றும் வழி நில்லாமை புலப்படும். பாரதி *தொல்காப்பியம்* படித்தானோ தெரியாது. ஆனால் *புனர்ஜென்மம்* என்ற கட்டுரையிலே பின்வருமாறு எழுதினான்:

> நெடுங் காலத்துக்கு முன்னே எழுதப்பட்ட நூல்கள் அக்காலத்துப் பாஷையைத் தழுவினவை. காலம் மாறமாற பாஷை மாறிக்கொண்டு போகிறது. பழைய பதங்கள் மாறிப் புதிய பதங்கள் உண்டாகின்றன. புலவர் அந்தக் காலத்து ஜனங்களுக்குத் தெளிவாகத் தெரியக்கூடிய பதங்களையே வழங்க வேண்டும். அருமையான உள்ளக் காட்சிகளை எளிமை கொண்ட நடையிலே எழுதுவது நல்ல கவிதை...நமது கவிதையிலே ஆனந்தம் குறையத் தொடங்கிற்று; ருசி குறைந்தது; கரடுமுரடான கல்லும் கள்ளிமுள்ளும் போன்ற பாதை நமது கவிகளுக்கு நல்ல பாதையாகத்

> தோன்றலாயிற்று. கவிராயர் 'கண்' என்பதை 'சக்கு' என்று சொல்லத் தொடங்கினார்; ரஸம் குறைந்தது; சக்கை அகப்பட்டது. உண்மை குறைந்தது; பின்னல் திறமைகள் அதிகப்பட்டன.

இந்தப் போக்கை முறியடித்து வெற்றி காண்பது இலகுவான காரியமன்று. அதனைச் செய்து முடிப்பது தனி மனிதன் ஒருவனால் ஆகுவதுமன்று. பாரதியார், வரலாற்றைப் பின்னோக்கிப் பார்த்தார்; சமணம் முதலாய பரசமயக் கோட்பாடுகளையும் அவற்றிற்கு ஆதாரமாயிருந்த மக்கள் பிரிவையும் எதிர்த்துக் கிளர்ச்சி செய்து பாட்டுத் திறத்தாலே சமுதாயத்தைப் பாலித்த சைவ நாயன்மார், வைணவ ஆழ்வார்கள், போலிச் சடங்குகளையும் வரட்டு வேதாந்தத்தையும் கிண்டல் செய்து சம்பிரதாயத்துக்கு எதிராகக் குரல் எழுப்பிய சித்தர்கள், அரசவைகளையும் ஆதீனங்களையும் அணுகாது பொதுமக்களை நம்பி அவர்கள் விரும்பும் மெட்டில் பாடிய சமூக சீர்திருத்த உணர்வு பெற்றிருந்த கோபாலகிருஷ்ண பாரதியார், இராமலிங்க சுவாமிகள் முதலியோரைப் பக்கபலமாகக் கொண்டார். அதே சமயத்தில் அவர்களுக்கு அப்பாலும் போனார். இதனைத் தெளிந்துகொள்வதற்குப் பாரதியின் முன்னோடிகள் சிலரை அறிதல் வேண்டும். கம்பன் முதல் இராமலிங்கர் வரை பாரதி பாராட்டிய பண்புகள் "ஒளி, தெளிவு, குளிர்ந்த நடை" ஆகிய மூன்றுமாம்.

இளங்கோ, வள்ளுவர், கம்பர் முதலிய கவிஞரைப் பாரதி பாராட்டியுள்ளார்; ஆழ்வாராதியோர் பாடல்களிலே அவர் ஊறித் திளைத்திருந்தார் என்பதனை அகச்சான்றுகளால் அறிகின்றோம்; சித்தர் வாக்குகளினாலும் அவர் கவரப்பட்டிருந்தார். இவை இடைக்காலம் வரை வளர்ந்துவந்த கவிமரபிலிருந்து பாரதி பெற்றவை. ஆயினும் பாரதியின் கவிதையைப் பல வழிகளில் ஆழமாகப் பாதித்த கவிஞர்கள் அவனுக்கு முன் ஒரு நூற்றாண்டுக் காலத்திற்குள் பிறந்தவர்கள். பொதுவாகப் "பெருங் கவிஞர்" எனப் போற்றப்படுவர் அல்லர். ஆயினும் இவரே பாரதியை வழி நடத்திச்சென்றுள்ளனர்.

பதினெட்டாம் நூற்றாண்டிருந்து தமிழிலக்கியத்திலே பொதுமக்கள் சார்ந்த இலக்கிய வடிவங்கள் சில தோன்றலாயின. நாடகப் பண்பும் இசைப் பாங்கும் கொண்ட இவ்விலக்கியங்கள், வித்துவக் காய்ச்சலும் வீண் அலங்காரமும் பகட்டும் படாடோபமும் மலிந்த இலக்கிய நெறிக்கு எதிர் விளைவாகத் தோன்றின. இருபதாம் நூற்றாண்டு இலக்கியத்திற்கு முன்னறிவிப்புக் கொடுத்து நின்றன. ஆதீனங்களும் மடங்களும்

ஆதரித்த மீனாட்சிசுந்தரம் பிள்ளை போன்ற மகாவித்துவான்கள் கல்வியுலகில் கம்பீர நடைபோட்டுத் திரிந்த சூழ்நிலையிலே, ‘தெருப்பாடக’ராகப் புற எல்லையில் நின்றவர்களே இப்புதிய இலக்கிய வடிவங்களைப் படைத்தளித்தனர். *நந்தன் சரித்திரக் கீர்த்தனை* என்னும் நூலுக்கு மீனாட்சிசுந்தரம் பிள்ளையிடம் முன்னுரை ஒன்று வாங்குவதற்காகக் கோபாலகிருஷ்ண பாரதியார் பலகாலந் ‘தவங்கிடந்தமை’ பற்றிச் சாமிநாதையர் அவர் சரித்திரத்திற் குறிப்பிட்டுள்ளார். காலவெள்ளத்தில் முன்னவர் அடிப்பட்டுப் போகப் பின்னவர் நிலைத்திருப்பது விசித்திரமான செய்திதான். கோபாலகிருஷ்ண பாரதியார் போன்ற பொதுமக்கள் சார்ந்த கர்த்தாக்களையே சுப்பிரமணிய பாரதியார் தமது உண்மையான வழிகாட்டிகளாகக் கொண்டார். இதில் வியப்பெதுவுமில்லை. இனம் இனத்தை நாடும்.

அறிவுபூர்வமாக மேற்கூறிய கவிவாணரைப் பின்பற்று முன்பதாகவே இசைத்தமிழ் சார்ந்த இலக்கியங்களிலே பாரதிக்கு உணர்ச்சி பூர்வமான பிடிப்பு இருந்தது என்பது நெஞ்சில் நிலைநிறுத்த வேண்டிய செய்தியாகும். தேசபக்தி என்னும் பேரலை வீசத் தொடங்கியபோது, அதனுள் மூழ்கி நீராடப் பாரதி ஏலவே தயாராகியிருந்ததைப் போல, இதிலும் அவனது இளமைக்கால வாழ்க்கை பிற்கால மலர்ச்சிக்கு மிகப் பொருத்தமான எருக்களமாக அமைந்தது. பாரதியின் இளமைக்கால வாழ்க்கையைப் பற்றி எழுதியுள்ள யாவரும் அவனிடத்து ஆழப் பதிந்திருந்த இசை ஞானத்தையும் சமய இலக்கிய ஈடுபாட்டினையும் சிறப்பாகக் குறிப்பிட்டுள்ளனர். பாரதி காலத்தில் வாழ்ந்த கல்வி சிரேஷ்டர்கள் பலருக்கு இத்தகைய வாய்ப்பு இருந்தது. ஆனால் நாம் மேலே காட்டியது போல இலக்கியத்தில் ஏற்பட்டிருந்த தரப் பிரிவு காரணமாகப் ‘பழகுதமிழில்’ பாமரரும் படித்தின்புற்ற இசைத் தமிழை அவர்கள் புறநிலையில் வைத்து ஆய்ந்திருப்பினும், “செந்நெறி” இலக்கிய ஆக்கத்திற்குப் பயன்படுத்த ஒப்பவில்லை. ‘சேரி மொழியைச்’ செந்தமிழோடு கலக்க விரும்பவில்லை. இது விஷயத்தில் பாரதி கம்பனைத் தனக்கு இலட்சிய புருஷனாகக் கொண்டான். **புனர்ஜன்மம்** என்ற கட்டுரையில் கம்பன் மதமே தனக்குச் சம்மதம் என்கிறான்.

இவ்விடத்தில் கம்பர் வரலாற்றிற் காணப்படும் கதையொன்று பொருத்தமாகத் தோன்றுகிறது. கம்பர் ஒரு சமயம் ‘தூமி’ என்ற சொல்லைப் பாடலில் அமைத்துப் பாடியபோது கவிராஜரும் சோழனது பேரவைப் புலவருமான ஒட்டக்கூத்தர் “தூமி” என்ற வார்த்தை தமிழ் நூல்களிற் காணப்படாதது என்று ஆட்சேபித்தாராம். கம்பரோ அது உலக வழக்கில் உண்டென

வாதிட்டாராம். வாக்குவாதம் மூண்டு சோழனும் சம்பந்தப்பட்டுக் கம்பரைத் தனது கூற்றை நிரூபிக்குமாறு கேட்கவும், மூவரும் தெருவழியே போயினர். சிறிது நேரத்துக்குப் பின் ஆயர் சேரியில் தயிர் கடையும் பெண்ணொருத்தி பக்கத்தில் நெருங்கி நின்று விளையாடிய குழந்தைகளைப் பார்த்து "பிள்ளைகளே, தூரப் போய் விடுங்கள். உங்கள் மீது தூமி தெறிக்கும்" என்றாள். இந்நிகழ்ச்சி கம்பர் பற்றிய கட்டுக்கதைகளில் ஒன்றாகவும் இருத்தல் கூடும். ஆனால் கம்பனது மக்கட் சார்பை ஆணித்தரமாக எடுத்துக் காட்டுகிறது. கம்பன் என்றொரு மானிடன் வாழ்ந்தமையைச் சிறப்பித்துப் பாடும் பாரதி கம்பனைப் போல நாடோடிப் பாடல்கள், பக்திப் பாடல்கள் என்பனவற்றில் நெஞ்சைப் பறிகொடுத்தவனே.

தேவாரம், திருவாசகம், திவ்யப் பிரபந்தம், திருப்புகழ், கந்தரலங்காரம், திருவருட்பா முதலிய பனுவல்கள் பெரும்பாலான தமிழ் மக்களால் பொருளறிந்தும் பொருளறியாமலும் சடங்கு முறையிற் பாடப்பெறுவன. பாரதி அவற்றை முன்மாதிரியாகக் கொண்டு காலத்திற்கேற்ற வகையில் பொருள் மாற்றஞ் செய்து உருவ ஒருமைப்பாடு கண்டான்; தேசபக்தியைத் தெய்வ பக்தியாக உருமாற்றஞ் செய்த புலவன் பழைய இசைத் தமிழிலக்கிய வடிவங்களைப் புதிய பொருளைப் பாடப் பயன்படுத்தினான். ஒரு உதாரணம் போதுமானது. மணிவாசகர் திருப்பெருந்துறையில் விடியற்காலத்தே இறைவனைத் துயில் எழுப்புவதாகத் திருப்பள்ளியெழுச்சி பாடினார். அன்னை பராசக்தியை இஷ்ட தெய்வமாகக் கொண்டு பாடிய பாரதி சாக்த வழிபாட்டின் மூலம் தேசபக்தியைத் தெய்வ பக்தியாக மாற்றும் இரஸவாதத்தைச் செய்தான். இதனை *இரு மகா கவிகள்* என்ற நூலில் விளக்கியுள்ளேன். இப் பொருள் குறித்துப் பேராசிரியர் துர்ஜதி பிரசாத் முகர்ஜி கூறுவன உன்னிக்கத் தக்கவை:

> இலௌகிக உலகில் அன்றைய சக்தியானது தேசிய உணர்ச்சியாக இருந்தது. இத்தேசிய உணர்ச்சியை ஒரு சமயமாக ஏற்றுக்கொள்ள மக்கள் ஆயத்தமாக இருந்தனரென்றால், அது அன்றிருந்த சமயவாழ்வின் தரக்குறைவையே காட்டுகிறது. தாம் இழந்த ஆன்மிகப் பொருளுக்கு ஈடுசெய்யு முகமாகத் தேசிய உணர்ச்சியைத் தழுவினர் மக்கள். இழந்த தெய்வீக வாழ்க்கைக்குப் பதிலாகத் தேசபக்தியை அதற்கீடாக்கிய எமது தேசியத்தின் இந்த அம்சத்தை நாம் அலட்சியஞ் செய்யலாகாது.

பழைய சமய இலக்கியங்களை – சிறப்பாகப் பக்திப் பாடல்களைப் – பாரதி எவ்வாறு அணுகினான் என்பதனையும் அதன் அடிப்படையையும் இது தருக்கரீதியாக உணர்த்துகிறது. இவை யாவற்றிற்கும் முதல் தேவையாகப் பாரதியின் இளம்பிராயச் சூழலை நாம் சிறிது ஆராய வேண்டும். ஐந்தில் வளைந்ததுதான் ஐம்பதிலும் வளையுமல்லவா? பாரதி பிறந்த எட்டயபுரம் சிறிய சுதேச சமஸ்தானம். சென்னை முதலிய பட்டினங்களைப் போலன்றி 'நாகரிகம்' ஊடுருவாத பிரதேசம். பாண்டி நாட்டின் பழம் பெருமையின் மிச்ச சொச்சங்களாக இப்பகுதிகளில் தமிழிலக்கிய மரபு குற்றுயிராகவேனும் ஊசலாடிக்கொண்டிருந்தது. 18ஆம் நூற்றாண்டுத் தொடக்கம் மெல்ல மெல்ல அரும்பிவந்த 'பழம் தமிழ்' இலக்கியங்கள் எட்டயபுரம் பகுதியிலும் குறிப்பிடத்தக்களவு உயிர்த் துடிப்புடன் விளங்கின. திருநெல்வேலி அன்றும் இன்றும் தமிழ் மணம் கமழும் பிரதேசமாகவே திகழ்கிறது. மாவட்ட ரீதியில் அதன் பெருமை தமிழோடு கலந்ததாயுள்ளது. எட்டயபுரம் பாரதிக்குப் பிடிக்கவில்லையாயினும் பாலோடும் உணவோடும் பைந்தமிழை அவர் கற்றது அங்கேதான். பாரதிக்குமுன் புலவர் மரபு அங்கு இருந்தது. எட்டயபுரம் அரண்மனைப் புலவராக விளங்கியவர் கடிகைமுத்துப் புலவர்; அவரியற்றிய நூல்களுள் *காமரச மஞ்சரி* ஒன்று. மற்றொரு அவைப் புலவர் முத்துவீரப்பக் கவிராயர்; எட்டயபுரம் கடிகை முத்துசாமிப் புலவரின் மாணவர். சேவற்குளம் கந்தசாமிப் புலவர் முத்துவீரப்பக் கவிராயரின் புதல்வர்; கீர்த்தனங்களும் சுரகிருதிகளும் பாயடிவர். எட்டயபுரம் கடிகை நமச்சிவாயப் புலவர் கழுகுமலை முருகன்மீது பாடிய *வல்லீபரதம்* இசைத் தமிழ்ச் செல்வமாகும். இத்தகைய பகைப்புலத்திலேயே பாரதி பிறந்து, தன்னையறியாமலே வேடிக்கையாகவும் விளையாட்டாகவும் இந்நூல்களையெல்லாம் பாடிப் பதம் பார்த்திருந்தான். வையாபுரிப் பிள்ளை கூறுவதுபோல, "இக்கவிதைகளெல்லாம் பழைய நெறிகளையே பின்பற்றியவை. காதல், மடல் முதலிய சிருங்காரப் பாடல்களே பெரும்பாலும் சமஸ்தானத்தில் வேண்டியவையாய் இருந்தன." பாரதி இவற்றில் சிற்சில நல்லம்சங்களைக் கிரகித்துக்கொண்டான்.

ஆயினும் சமஸ்தானக் கவிஞரைவிட, தனியாள்களாக இருந்த கோபால கிருஷ்ண பாரதியார், அண்ணாமலை ரெட்டியார், இராமலிங்கர் முதலியோரையே பாரதி கூடியளவு உட்கொண்டான். கோபால கிருஷ்ண பாரதியாரைக் குறிக்குமிடத்து உ.வே. சாமிநாதையர் இவ்வாறு கூறுகிறார்: "தமிழிசைப் பாரம்பரியத்தின் முதல்வர்களில் ஒருவரும், சுப்பிரமணிய பாரதியாருக்குப் பல வழிகளில் ஆதரவு

புருஷராக இருந்தவருமான கோபாலகிருஷ்ண பாரதியார் நந்தன் சரித்திரக் கீர்த்தனைகளை இயற்றியிருந்தார்." சுப்பிரமணிய பாரதியாருக்குச் சின்ன வயதிலேயே நந்தன் சரித்திரக் கீர்த்தனைகள் உணர்ச்சியூட்டுவனவாக இருந்தன. காசியிலிருந்த சமயம் நிகழ்ந்த ஒரு நிகழ்ச்சி இதனைச் சித்திரிக்கும். திருவாதிரை உற்சவக் கொண்டாட்டத்தின்போது ஒருமுறை ஓதுவார் வரத் தாமதமாகிவிட்டது. பாரதியின் அத்தையின் யோசனைப்படி பாரதியாரைப் பாடுமாறு பணித்தார் கிருஷ்ணசிவன். முறைப்படி திருவெம்பாவையைப் பாரதியார் பாட, தீபாராதனை முடிந்தது. பின்பு பாரதியாரும், அவர் உறவினரான மூதாட்டி ஒருவரும் சேர்ந்து,

பார்க்கப் பார்க்கத் திகட்டுமோ–
உந்தன் பாத தரிசனம்

என்ற *நந்தன் சரித்திரக் கீர்த்தனையை* உருக்கமாகப் பாடினர். கூடியிருந்த பக்தர்கள் அனைவரும் உள்ளங்கரைந்து நெக்குருகிப் பரவசம் அடைந்தார்கள் (*தமிழ்ச் சுடர் மணிகள்*, பக். 275).

இவ்விடத்திலே இன்னொன்று நினைவுகூரத்தக்கது. இடைக்கால நாயன்மார் ஆழ்வாராதியோர் நூல்களையும் பாரதி இதே அளவு பரவசத்துடன் பாடுபவன். பொதுமக்கள் பேச்சு வழக்குகளையும் பழமொழிகளையும் நூதனமான சொல்லுருவங்களையும் நாயன்மாரும் ஆழ்வாரும் தமது பாடல்களில் அமைத்துக்கொண்டனர். அது காரணம் பற்றி இலக்கணவாசிரியர்கள் இவற்றைப் புறக்கணித்து வந்தனர். மேல்தட்டு இலக்கிய ஆசிரியரும் அதாவது செந்நெறிப் புலமையாளரும் இவற்றைக் கையாள்வதைத் தவிர்த்தனர். பண்பொற்றுமையைப் பாரதி நன்குணர்ந்திருத்தல் வேண்டும். *பாரதி புதையல்* (இரண்டாம் பாகம்) என்ற தொகுப்பு நூலில் நான்கு பாடல்கள் சேர்க்கப்பட்டிருக்கின்றன. அவற்றில் மூன்று திருப்புகழ் நடையிலும் ஒன்று தேவார நடையிலும் இருக்கின்றன. பாடல்களுக்குத் தலைப்புகள் கிடைக்காமையால் "பாரதி திருப்புகழ்" என்றும், "பாரதி தேவாரம்" என்றும் தொகுப்பாசிரியர் அவற்றிற்குப் பெயர் சூட்டியுள்ளார்.

சிறுவயதில் அழியா நினைவுகளாய்ப் பதிந்த இப்பாடல்களும் பிற சாகித்யங்களும் பிற்காலத்தில் பாரதியார் நட்பு பூண்டிருந்த துறவிகள், யோகிகள், சாமியார் முதலியோரால் மேலும் உறுதியாக்கப்பட்டன. பழைய சமயப் பாடல்களை வெறும் சொற்கோவைகளாக அன்றி மறைபொருளும் தொனிக்கும் ஆன்ம வெளிப்பாடாக உணர்ந்தார் கவிஞர். பாரதியார் எழுதிய கட்டுரையொன்று இத்தொடர்பில் குறிப்பிடத்தக்கது.

கடற்கரையாண்டி என்பது கட்டுரையின் தலைப்பு. முக்கியமான பகுதி வருமாறு:

> "அப்போது, அந்த யோகி மிகவும் உரத்த குரலில், கடலோசை தணியும்படி பின்வரும் பாட்டை ஆச்சரியமான நட ராகத்தில் பாடினார்.
>
> 'சேல்பட் டழிந்தது
> செந்தூர் வயற்பொழில்,
> தேங்கடம்பின்
>
> மால்பட் டழிந்தது
> பூங்கொடி யார்மனம்
> மாமயிலோன்
>
> வேல்பட் டழிந்தது
> வேலையும் சூரனும்
> வெற்புமவன்
>
> கால்பட் டழிந்த திங்
> கென்றலை மேலயன்
> கையெழுத்தே'
>
> *கந்தரலங்காரத்*தில் நான் பலமுறை படித்திருக்கும் மேற்படி பாட்டை அந்த யோகி பாடும்போது எனக்குப் புதிதாக இருந்தது. மேலெல்லாம் புளக முண்டாய்விட்டது. முதலிரண்டடி சாதாரணமாக உட்கார்ந்து சொன்னார். மூன்றாவது பதம் சொல்லுகையில் எழுந்து நின்றுகொண்டார். கண்ணும் முகமும் ஒளிகொண்டு ஆவேசம் ஏறிப் போய்விட்டது. 'வேல் பட்டழிந்தது, வேலை (கடல்)' என்று சொல்லும்போது சுட்டுவிரலால் கடலைக் குறித்துக் காட்டினார். கடல் நடுங்குவதுபோல் என் கண்ணுக்குப் புலப்பட்டது.

வெறுமனே மரபு வழிவந்த சமய நோக்கிற் படிப்போருக்கு மேலேயுள்ள பகுதி அனுபூதி நெறிக்கு எடுத்துக்காட்டாகத் தோன்றும். ஆனால், அவ்வாறு கொள்வது பாரதிக்குப் பொருந்தாது. ஏனெனில், அவன் பழைய அனுபூதிமான்களின் பாஷையில் பாடிய பொருள் புதியது. எனவேதான் பி.ஸ்ரீ. கூறுகிறார்: "இராமலிங்க அடிகள் பழைய இலக்கிய யுகத்தைப் பூர்த்தி செய்தவரே; பாரதியாரோ புதுயுகக் கவி" (*பாரதி: நான் கண்டதும் கேட்டதும்*, பக். 45).

இராம நாடகக் கீர்த்தனை இயற்றிய அருணாசலக் கவிராயர், *காவடிச் சிந்து* பாடிய சென்னிகுளம் அண்ணாமலை ரெட்டியார், தத்துவராய சுவாமிகள், இராமலிங்க சுவாமிகள்,

கோபாலகிருஷ்ண பாரதியார், குற்றாலக் குறவஞ்சி ஆசிரியர் மேலகரம் திரிகூடராசப்பக் கவிராயர் மற்றும் பள்ளு, நொண்டி நாடகம் முதலாய இலக்கிய வடிவங்களின் ஆசிரியர் பலர் ஆகியோரே பாரதியின் பாட்டுத் திறத்தைப் பாதித்துள்ளனர்.

சமீப காலத்திலே மேற்கூறிய புலவர்கள் பாடினவற்றுக்கும் பாரதி பாடல்களுக்கும் உள்ள ஒற்றுமைகள் சிலரால் ஆங்காங்கு எடுத்துக்காட்டப்பட்டு வருகின்றன. உதாரணமாக, ம.பொ. சிவஞானம் *வள்ளலாரும் பாரதியும்* என்னும் நூலில் இரு புலவர்க்கும் பொதுவான சிந்தனைகளை ஓரளவு சுட்டிக் காட்டி யுள்ளார். வள்ளலாரின் அவதாரமாகவே பாரதியாரை அவர் வருணிக்கிறார். அஃதெவ்வாறாயினும் பாரதி வள்ளலாரை 'மஹான்' என்று வருணித்திருப்பது உண்மை. சிவஞானம் இருவருக்கும் பொதுவான கருத்துப் படிவங்களையே விதந்து காட்டு கின்றார். இலக்கியத் திறனாய்வு நோக்கில் ஒப்பாராய்ச்சி செய்தல் இன்றியமையாதது. ஆனால் பாரதிக்கும் வள்ளலாருக்கு முள்ள ஒருமைப்பாட்டை அழுத்திக் கூறும் ஆசிரியர் முக்கிய மான வேறுபாடுகளைக் காட்டவில்லை. அவையும் அத்தியா வசியமன்றோ? மேலே காட்டிய பி.ஸ்ரீ.யின் மேற்கோள் மனங் கொள்ளத்தக்கது.

கோபாலகிருஷ்ண பாரதியார், இராமலிங்கர் மட்டுமன்றி அருணாசலக் கவிராயர், முத்துத்தாண்டவர், திரிகூடராசப்பக் கவிராயர் என்போரும் பாரதியோடு ஒப்புநோக்கி ஆராயப்பட வேண்டியவரே. தனக்கு முன்னிருந்த புலவரைப் பின்பற்றினான் பாரதி என்று கூறி மரபமைதி நிலைநாட்ட வேண்டிய நிர்ப்பந்தம் எமக்கு இன்று இல்லை. அவ்வாறு நூல்களை ஆய்வதே முற்கால – தேங்கிநின்ற சமுதாயத்தின் நெறியாயிருந்தது. பாரதியோ முழுப் பிரக்ஞையோடு புதுமையைப் போற்றியவர். ஆகவே வள்ளலார் போன்றாரோடு கவிஞர்பிரானை ஒப்பிடும்போது ஒருமைப்பாட்டின் பகைப்புலத்தில் தற்புதுமையான பண்புகளைக் கண்டு காட்டுவதே வேண்டப்படுவது. பாரதியின் சமூக சீர்திருத்த உணர்வைச் சிலர் வள்ளலாருடன் ஒப்பிடுவர். வள்ளலார் மட்டுமன்றி வேறு சிலரும் குறிப்பிடப்பட வேண்டியவர்கள் என எண்ணுகிறேன். உதாரணமாக, சமுதாய உணர்வு சென்ற நூற்றாண்டின் பிற்பகுதியில் மெல்லமெல்ல உருவாகி வந்ததைக் காணலாம். தாது வருஷம் (1877) பாண்டி நாட்டிற் பெரும் பஞ்சம் தோன்றிப் பலகாலம் நீடித்து மக்களை வாட்டியது. வேதநாயகம் பிள்ளை அதுபற்றிச் சில தனிப்பாடல்கள் பாடினார்; அழகிய சொக்கநாத பிள்ளை *காந்திமதி அந்தாதி* பாடினார்; வில்லியப் பிள்ளை *பஞ்சலட்சணத் திருமுக விலாசம்* என்ற 'கலியுகப் பெருங்காவியத்'தைப் பாடினார். இவற்றைவிட

மக்கள் இலக்கியமாம் நாட்டுப் பாடல்களும் அக்கொடிய பஞ்சத்தை வருணித்துள்ளன.

பஞ்சமோ பஞ்சம் என்றே – நிதம்
பரிதவித்தே உயிர்துடி துடித்தே
துஞ்சி மடிகின்றாரே – இவர்
துயர்களைத் தீர்க்கவோர் வழியில்லையே!

என்று நெஞ்சு பொறுக்காமற் பாடிய பாரதி தனது மாவட்டத்தின் கலைப் பொக்கிஷங்களான முற்கூறிய சமுதாயப் பாடல்களை நிச்சயம் அறிந்திருப்பான் என எதிர்பார்க்கலாம். ஏனெனில், ரகுநாதன் குறிப்பிடுவதுபோல் "தாதுவருஷப் பஞ்சம் என்ற சொல்லாட்சியே தமிழ் நாட்டு மக்களிடையே கொடிய வறட்சியைச் சுட்டிக் காட்டும் குறியீடாக நிலவிவிட்டது" (*சமுதாய இலக்கியம்*, பக். 174). சென்ற தலைமுறைக் காலத்திற்கூட முதியவர்கள் தாதுவருஷப் பஞ்சம் பற்றிச் செவிவழிச் செய்திகளைக் கூறிவந்துள்ளனர். தற்காலத் தமிழிற்குக் கவிப் பெருக்குப் பாய்ச்சிய பாரதி வறண்ட பூமியாம் கோவில்பட்டி வட்டாரத்தைச் சேர்ந்த சிற்றூரிற் பிறந்தவனே. பஞ்சம் அவன் பார்த்தறிந்த கொடுமையாகவும் இருக்கக் கூடும். பாரதி ஒரு யுகக் கவிஞன் என்று அடிக்கடி பலர் கூறுவர். தனது யுகத்தின் பண்புகள் சிலவற்றை மேற்கூறிய கவிஞர் தொட்டுக் காட்டியுள்ளனர் என்பதைப் பாரதி நன்குணர்ந்தமையே பாரதியின் கால உணர்வுக்குச் சிறந்த சான்று பகர்கின்றது. வெகுகாலத்திற்கு முன்னர்த் தோன்றிய நூல்கள் பற்றி ஒருவர் கருத்துத் தெரிவிப்பது மிகவும் எளிது. காலம் நூல்களைக் கணித்துத் தரம் பிரித்துத் தருகின்றது. ஆயின், சமகால நூல்களுள் உயிர்த் துடிப்புள்ளவற்றைக் கண்டு கொள்ளுவது அத்துணை எளிதன்று. இலக்கியத்தின் இயக்கவியலை உள்ளுணர்வாகவே தெரிந்துகொள்ளும் படைப்பாளியும் திறனாய்வாளனுமே இவ்வாறு தனது காலத்து நூல்களைச் சரியாக எடை போட முடியும். பாரதி இவ்வுணர்வைப் பெருமளவிற் பெற்றிருந் தான். அவனது வெற்றியின் இரகசியமும் அதுவே. தனது அருட்பாக்களைத் "தெருப்பாடல்" என்று அடக்கமாக அழைத்துக் கொண்ட இராமலிங்கர் போன்றவரின் நோக்கும் வாக்குமே தனது யுகத்திற்கு உகந்தவை என்றுணர்ந்து, அவற்றை ஆதாரமாகக் கொண்டு உழைத்தான் பாரதி. "பொதுமக்களுக்கு உவப்பான பல்வேறு கவிஞர்களையும் இவர் பின்பற்றியுள்ளார்" என்று கூறுகிறார் எஸ். வையாபுரிப் பிள்ளை.

இப்பாடல் வகைகள் எத்தகையவை? இலக்கியத்தின் பிரிக்க முடியாத பகுதியாக உள்ள இவற்றைப் பொதுவாக இசைப் பாக்கள் என்பர். சிந்து முதலிய ஒன்பது வகை இசைப் பாக்கள் வழங்கி

வருவதைப் பலரும் அறிவர். இசைத் தமிழ்ப் பிரிவு பன்னெடுங் காலமாக இருந்துவருவதொன்று எனினும், மேற்கூறிய சிந்து முதலாய இசைப் பாக்கள் பதினெட்டாம் நூற்றாண்டிற்கு முன் இருந்ததில்லை என்பர். இவ்விசைப் பாக்களைச் "சாகித்தியம்" என்றும் வழங்குவர். இலக்கிய வழி வந்த சந்தப் பாக்கள், வரிப் பாடல்கள் ஆகியவற்றின் பின்னணியிலே, நாட்டுப் பாடல்களை அடிப்படையாகக் கொண்டு முகிழ்த்தனவே இவ்விசைப் பாடல் வகைகள். சமயச் சார்புள்ளனவாகத் தோன்றிய இவ்விசைப் பாக்களைச் சமயச் சார்பு குறைவாகவும் அரசியற் சமூகச் சார்பு கூடுதலாகவும் அமைந்த புதுப் பாடல்களுக்கு அடிப்படையாக அமைத்ததிலேதான் பாரதியின் வெற்றியிற் பெரும் பகுதி தங்கியுள்ளது. அழகுக்கு அழகு செய்தான் அவன்.

தனது முன்னோடிகள் தொடக்கிவைத்த புதிய செய்யுள் வகைகளைப் "பாரதி அபூர்வத் திறமையுடன் நூதன வேகத்துடன் ஆட்சியில் கொண்டு வந்தனர்" என்று வையாபுரிப் பிள்ளை குறிப்பிடுவது மனங்கொளத்தக்கதே. பாரதி திறமையுடனும் வேகத்துடனும் கையாண்ட பாவகைகளிற் **சிந்து** சிறப்பான தொன்று. பழைய யாப்பிலக்கண நூல்களிலே இதற்கு இலக்கணங் கூறப்படவில்லை. கிளிக்கண்ணி, கீர்த்தனம், கும்மி, தெம்மாங்கு, விலாசம் போன்ற பிற்காலச் செய்யுள் வகைகளைச் சேர்ந்தது சிந்து; இதனடிப்படை நாட்டுப் பாடல் என்றால் தவறாகாது. சிந்தின் இயல்புபற்றிக் கல்குளம் குப்புசாமி முதலியார் பின்வருமாறு கூறியுள்ளார்; 1902ஆம் ஆண்டிலே அவர் பதிப்பித்த *காவடிச் சிந்து* நூலின் முகவுரையில் காணப்படுவது:

> சிந்து இசைத் தமிழின் பாகுபாடுகளில் ஒன்று. அது ஐந்துறுப்புக்களாலாயதோர் யாப்பு விசேடம். அவ்வுறுப்புக்களாவன – பல்லவி, அநுபல்லவி, மூன்று கண்ணிகள் அடங்கிய சரணம். இப்பெயரை வகித்துப் பல்லவியும் அநுபல்லவியும் இன்றிச் சரணங்கட்குரிய கண்ணிகளை மாத்திரம் பெற்று நடைபெறுவன சிலவகைச் சிந்துகள். சிந்து என்பது கும்மி, குறம், வழிநடைப்பதம் என்பனவற்றின் நடையையே பெரும்பான்மையும் தழுவிச் செல்லும்.

பல்லவியும் அநுபல்லவியும் தவிர்த்துச் சரணங்கட்குரிய கண்ணிகளைக் கொண்டு நடைபெறுவனவே பாரதியார் இயற்றிய சிந்துகளிற் பெரும்பாலானவை. நொண்டிச் சிந்து, காவடிச் சிந்து மெட்டுகளிலே பலபொருள் குறித்த பாடல்களைத் தாங் கையாளும் யாப்புகளின் உயிர்நிலையை யறிந்து அவற்றின் சக்தியைப் பூரணமாக வெளிக்கொணர்வர். சம்பந்தரும் கம்பனும்

விருத்தத்தையும், புகழேந்தி வெண்பாவையும் ஏவல்கொண்டு எண்ணரிய விந்தைகள் புரிந்ததை மறக்க முடியுமோ? தாழிசையைக் கருவியாகக் கொண்டு சயங்கொண்டார் சப்த ஜாலங்கள் செய்ததை நினைவினின்று அகற்ற முடியுமோ? மேற்கூறிய யாப்பமைதிகள் இலக்கண நூல்களிற் காணப்படுவன. இலக்கண நூல்களின் அங்கீகாரம் பெறாத யாப்பு ஒன்றினை எடுத்துக் கொண்டு அதனைப் "பழைய முறையில் ஆண்டதே யன்றிப் புதுப்புது வடிவங்கள் கொடுத்தும்" பாடினான் பாரதி. சிந்து பாரதிக்கு முந்திய சில கவிஞராற் கையாளப்பட்டதெனினும் அவனது ஆட்சிக்குப் பின்னரே இலக்கியத் தகுதியும் மதிப்பும் பெற்றது.

சிந்து என்ற இசைப் பாடலின் வரலாற்றை நோக்கும்பொழுது சித்தர் பாடல்களுக்குச் சென்று விடுகிறோம். பாம்பாட்டிச் சித்தர், அகப்பேய்ச் சித்தர், இடைக்காட்டுச் சித்தர் முதலாயினோர் இவ்விசைச் செய்யுளைத் தாராளமாகப் பயன்படுத்தியுள்ளனர். தம்மளவிற் சமயப் புரட்சியாளரான சித்தர்கள் தமது நெஞ்சிற்குச் சொல்வனவும் பிறருக்குச் சொல்வனவுமாகப் பல உண்மைகளை எடுத்துரைத்தனர்; சில வேளைகளில் இடித்துரைத்தனர். இசைப் பண்பு நிரம்ப இருந்தபோதிலும் பாடல்களில் மறைபொருள் மிகுந்தமையால் அவை பெருவழக்குப் பெறாவாயின.

> எனக்கு முன்னே சித்தர்பலர் இருந்தாரப்பா
> யானும் வந்தேன் ஒரு சித்தன் இந்த நாட்டில்

என்று பாடும் பாரதி, சித்தர் பாடல்களை ஈடுபாட்டுடன் படித்தான் என்பதற்கு அகச்சான்றுகள் அநேகம் உண்டு. சித்தர் பாடல்களில் சிந்து முக்கியத்துவம் பெறவில்லை. ஆனால் சித்தர்கள் கையாண்ட சிந்துவைக் கையாண்டபொழுது செய்யுள் வகையை மாத்திரம் பாரதி பெற்றுக்கொள்ளவில்லை; பொருள், தொனி, உணர்வு ஆகியவற்றிலும் சிறிதளவு கூடவே முகந்து கொண்டான்.

> ஊருக்கு நல்லது சொல்வேன் – எனக்
> குண்மை தெரிந்தது சொல்வேன்
> சீருக்கெல் லாமுத லாகும் – ஒரு
> தெய்வந் துணைசெய்ய வேண்டும்

என்ற முச்சீரிரட்டைச் சமநிலைச் சிந்து, பாரதி பழைய சித்தர் குரலிற் பேசுவதைக் காட்டுகிறது. பதினெட்டாம் நூற்றாண்டின் சிறப்பு மிக்க கவிஞரில் ஒருவரான மேலகரம் திரிகூடராசப்பக் கவிராயர் பாடிய *குற்றாலக் குறவஞ்சியில்* பல ஓசை வேறுபாடுள்ள சிந்துகள் வருகின்றன. சிருங்கார ரஸத்தைச் சிந்து மூலம் சிந்திவிடுகிறார் கவிராயர்; சிங்கன்,

சிங்கி வாக்குவாதமும் சிந்துவில் அமைந்ததே. ஆயினும் சிந்துச் செய்யுளைப் பத்தொடு பதினொன்றாகவே பயன்படுத்தினார் திரிகூடராசப்பர். அதுமட்டுமன்று, நூலின் நாடகப் பண்பில் சிந்து மறைந்து விடுகிறது எனவும் கொள்ளலாம். இத்தகைய வளர்ச்சியின் விளைவாகச் சிந்துகள் விரிவடைந்தன. வழிநடைச் சிந்து, காவடிச் சிந்து, நொண்டிச் சிந்து, தங்கச் சிந்து எனப் பலவாம். சிந்துவின் வரலாற்றில் அண்ணாமலை ரெட்டியாரின் *காவடிச் சிந்து* தனியிடம் வகிக்கிறது. அண்ணாமலை ரெட்டியார் (1861–1890) முருகன் கோயில்களுக்குக் காவடி எடுத்துச் செல்லும் அடியார்களுடைய ஆசையை நிறைவேற்றுமாறு பல்வேறு சந்தங்களிற் பாடியவையே காவடிச் சிந்துப் பாடல்கள். சமயம், சிருங்காரம் ஆகிய இரு பொருள்களுக்கு வாகனமாக இருந்து வந்த சிந்து, ரெட்டியார் நாவில் மிக உயரிய நிலையைத் தொட்டதெனலாம். சிந்து என்றால் அண்ணாமலை ரெட்டியார் என்றிருந்தது. எட்டயபுரம் சமஸ்தானத்தில் பாரதி இருந்த காலத்தில் யாரோ விட்ட சவாலை ஏற்று, "இன்று மாலைக்குள் ஒரு சிந்துடன் வருகிறேன்" என்று கூறியபடியே ஒரு காவடிச் சிந்தை மன்னர் முன்னிலையில் அரங்கேற்றினாராம். அதன் ஒரு சிறு பகுதி மட்டுமே எமக்குக் கிடைத்துளது. பள்ளிக்கூடத்திற் படிக்கும் பிராயத்தில் இவ்வளவு துணிச்சலுடன் காவடிச் சிந்து ஒன்றை இயற்றியமை வியப்புக்குரியதாயினும், அப்பாடலில் ரெட்டியாரின் செல்வாக்கைச் சந்தேகமின்றிக் காணலாம்.

> பச்சைத் திருமயில் வீரன்
> அலங்காரன் கௌமாரன் – ஒளிர்
> பன்னிரு திண்புயப் பாரன் – அடி
> பணி சுப்பிரமணியர்க் கருள்
> அணி மிக்குயர் தமிழைத்தரு
> பக்தர்க் கெளியசிங் காரன் – எழில்
> பண்ணு மருணாசலத் தூரன்.

அண்ணாமலை ரெட்டியாரையும் அருணகிரியையும் இவ்வடிகளில் நாம் காணலாம். இப்படியே தொடர்ந்து பாடியிருந்தால் பாரதி கேவலம் திறமை மிக்க இரண்டாம்படிக் கவிஞனாகப் பரிணமித்திருப்பான். ஆனால் நாம் முன்னர்க் கண்டதுபோல் பழைய வடிவங்களைத் தனதாக்கிப் புதிய புதிய பொருள்களைச் சுமத்தினான்.

அண்ணாமலை ரெட்டியாரால் காவடிச் சிந்து பிரபல்ய மடைந்ததாயினும் இலக்கிய அந்தஸ்தைப் பெறத் தவறியது. தெய்வங்களைப் பாடியபோதும் நாட்டுப் பாடலாகக் கற்றோராற் கருதப்பட்டது. "பாரதியார்" என்ற கட்டுரையில் சோமசுந்தர பாரதியார் கூறியிருப்பது பின்வருமாறு:

> அப்போது நமது பாரதியாரின் சிந்து படிக்கப்பட்டது. அது அச்சாகாததால், அநேகர் அதனைக் கேட்டிருக்க மாட்டார்கள். அந்தச் சிந்தைப் படிக்கக் கேட்டவர்கள் ஒரே அபிப்பிராயம்தான் சொன்னார்கள். ரெட்டியார் காவடிச் சிந்து பாமரர் பாட்டுத்தான். ஆனால், பாரதியார் சிந்தோ அதன் சுவைகள் ஒன்றும் குறையாமல், மிக மேன்மையான ஒரு தமிழ்ப் புலவரின் பாட்டு என்று எல்லோரும் நமது பாரதியாரை மெச்சி வாயாரப் புகழ்ந்தார்கள்.

எட்டயபுரம் அரண்மனையில் நிகழ்ந்த சம்பவம் ஒன்றை விவரிக்கும்பொழுது சோமசுந்தர பாரதியார் இவ்வாறு கூறியிருக்கிறார். முற்பட்ட சிந்துகளிலிருந்து பாரதியாரின் சிந்துகள் வேறுபட்ட தன்மையை இது குறிக்கிறது. தென்னிந்தியாவில் மட்டுமல்லாது இலங்கையிலும் சில பிரதேசங்களிற் சிந்து பெருவழக்காயிருந்தது. திரிகூடராசப்பக் கவிராயர் அங்க வருணனைக்குப் பயன்படுத்தியதைப்போல மிருகங்கள், பட்சிகள் முதலியவற்றால் உண்டாகும் அழிவுகளை வருணிக்கச் சிந்து உபயோகமானது. முல்லைத்தீவு, வன்னிப் பகுதிகளில் *கொக்குச் சிந்து, குருவிச் சிந்து* என்பன வழங்கியதாகத் தெரிகிறது. ஈழத்திற் பிரபலமாயிருந்த *அம்மன் சிந்து* குறிப்பிடத்தக்கதே. சிலப்பதிகாரக் கதையினின்றும் நுணுக்க விவரங்களில் வேறுபடும் இப்பாடல் பத்தினி வழிபாட்டைப் பற்றியது. மகாபாரதக் கதை கூறும் *ஐவர் சிந்து* மற்றொன்று. இவையெல்லாம் கற்றோர் நோக்கில் 'விழுமிய' பொருளைக் கூறுவனவல்ல; நன்னடையைப் பெற்றனவு மல்ல.

> காலமாம் வனத்திலண்டக் கோலமா மரத்தின்மீது

என்று தொடங்கும் காவடிச் சிந்து முன் காணாத பொருட் சிறப்பும் உணர்வு மேம்பாடும் கொண்டது. 'காவடிப்' பண்பு மறைந்து சிந்து, கருத்தைக் காவும் தண்டாக மாறியது. கண்ணன் பாட்டில் சிந்துகள் தத்துவக் கொடுமுடிகளைத் தொட்டன. ஆடலுக்கும் பாடலுக்கும் என்றிருந்த தங்கச் சிந்து முதலியன அரும்பொருள் உணர்த்தும் செய்யுளாக அற்புத உருமாற்றம் பெற்றன. சுருங்கக் கூறின், அநாதையாக இருந்த சிந்து என்ற பாவகையை இலக்கிய அரியாசனமேற்றியவன் பாரதி. கம்பன் வாயிலே விருத்தம் பெற்ற மகிமையைப் பாரதி வாக்கிலே சிந்து பெற்றது. இவ்வுண்மையை உணர்த்துவது போலப் பாடியுள்ளார் பாரதிதாசன்.

> பைந்தமிழ்த் தேர்ப்பாகன்; அவனொரு செந்தமிழ்த் தேனீ;
> சிந்துக்குத் தந்தை, குவிக்கும் கவிதைக் குயில் . . .

பழைய பாக்களையும் பாவினங்களையும் பாரதி ஆங்காங்குக் கையாண்டான். ஆயினும், சிந்து முதலாய புதிய இசைப் பாக்களையும் தனது உணர்ச்சி வெளிப்பாட்டிற்குரிய முக்கிய சாதனமாகக் கொண்டான் என்பதில் ஐயமெதுவுமில்லை. பாரதிக்குப் பின்வந்த கவிஞர் பலரும் இத்துறையிற் பாரதியையே பின்பற்றியுள்ளனர்.

சிந்து என்ற பாவகையைப் பாரதி கையாண்டதிலே குறிப்பிடத்தக்க அமிசம் ஒன்று உண்டு. கானவிசாரதா எம்.எஸ். இராமசாமி ஐயர் கூற்றுப்படி சாகித்தியங்கள் இரு வகையின. உரையியல் சாகித்தியங்கள், இசையியல் சாகித்தியங்கள் என்பன அவை. முன்னதில் உரைநடை மிகுந்தும், சங்கீத நடை சுருங்கியும் காணப்படும். பின்னதில் சங்கீத நடை மிகுந்தும் உரைநடை சுருங்கியும் காணப்படும். சிந்து இயல்பாகவே இரண்டாவது பிரிவைச் சேர்ந்தது. கு. அழகிரிசாமி கூறுவதுபோல, "இசையின்பமும், சொல்லழகும், தாளக்கட்டும், பிராச லக்ஷணமும், எளிய நடையுமே சிந்துக்கு அழகும் உயிரும் கொடுப்பவை. இதில் பிரமாதமான தத்துவக் கருத்துக்களோ, சமயக் கருத்துக்களோ கவிதை அழகோ நிறைந்திருக்க வேண்டும் என்ற அவசியமில்லை." உண்மைதான். கோபாலகிருஷ்ண பாரதியார், அண்ணாமலை ரெட்டியார் முதலியோர் கையாண்ட முறையில் சொற்களும், அவற்றின் பொருளாழமும் முக்கியத்துவம் பெற்றன எனக் கூறுதல் இயலாது; இசைப்பண்பே தலைதூக்கிநின்றது. பாரதியோ, சாமானிய புலவன் அல்லன். தன்னுணர்வுடன் வேண்டுவன அறிந்து பாடியவன் அவன்.

சுவை புதிது, பொருள் புதிது, வளம் புதிது
சொற்பு திது சோதி மிக்க
நவ கவிதை எந்நாளும் அழியாத
மகா கவிதை . . . . . .

என்று தனது கவியைச் சிலராவது பாராட்டக் கேட்டவன். இதற்கு ஆதாரமாகச் சொல்லழகில் மட்டுமன்றிச் சொற்பொருளிலும் ஆழம்பார்த்தவன் அவன் என்பதை நினைத்துப் பார்த்தல் வேண்டும். நவநவமான தத்துவத்தையெல்லாம் சொல்லில் வடித்தவன் அவன். எனவே, இசைப் பண்பினை அளவுடன் நிறுத்திக்கொண்டு பொருள்வளமும் சேர்த்தான். அந்த வகையில் முன்னோரை மிஞ்சினான். தன்னளவில் புதுமையின் முதலும் முடிவுமானான். தான் கையாண்ட யாப்பிலும் உருவ அமைதியிலும் இவ்வாறு காலத்திற்கேற்ற புதுமை செய்யத் தூண்டுகோலாய் இருந்தது பாரதியின் கவிதாநோக்கு என்றே கூறல் வேண்டும். எனினும், இனிமையிலும் பாரதிக்குப் பலவழிகளிலே முன்னோடிகளாக விளங்கிய கவிஞர்களும்

ക. கைலாசபதி

சமயத்தின் வழி நின்று இலக்கியம் படைத்தவர்களே. தெய்வ பக்தியிலே பாரதி அவருக்கு எவ்விதத்திலும் சளைத்தவன் அல்லன். ஆயினும் அவன் சமூகத்தின் வழி நின்று இலக்கியம் படைத்தனன்.

சுவை
நண்ணும் பாட்டினொடு தாளம் – மிக
நன்றா வுளத்தழுந்தல் வேண்டும் – பல
பண்ணிற் கோடிவகை இன்பம் – நான்
பாடத் திறனடைதல் வேண்டும்.

என்று வீரை சக்தியிடம் வரம் கேட்டான். எதற்காக?

என்றன்
பாட்டுத் திறத்தாலே– இவ்வையத்தைப்
பாலித்திட வேணும்.

ஏனெனில்,

நமக்குத் தொழில் கவிதை நாட்டிற் குழைத்தல்
இமைப் பொழுதுஞ் சோராதிருத்தல்

என்பது பாரதி வாக்கு. இத்தகைய மாபெருஞ் சமூக நோக்கு இருந்தமையாலேயே பழகும் தமிழ் மரபில் வந்த எளிமையையும் இனிமையையும் கையேற்றதோடு, அவற்றுடன் புதுமையையும் பொருளாழத்தையும் கலந்து கவிதைகளைக் கொட்டித் தந்தான். உருவத்திற்கும் உள்ளடக்கத்திற்கும் உள்ள நுண்ணிய பிணைப்பை யறிந்துகொள்ளப் பாரதியைவிட வேறு சிறந்த உதாரணக் கவிஞன் வேண்டுமோ?

10

பாரதியும் சுந்தரம் பிள்ளையும்

தமிழ்க் கவிதை வரலாற்றிலே புதியதொரு சகாப்தத்தைத் தொடக்கி வைத்தவர் மகாகவி பாரதி என்பது பொதுவாக யாவரும் ஏற்கும் உண்மையாகும். புதுமைக் கவிஞன் பாரதியாருக்குச் சிறிது முன்னதாகப் பிறந்த கோபாலகிருஷ்ண பாரதியார், அண்ணாமலை ரெட்டியார், இராமலிங்க சுவாமிகள், சூரியநாராயண சாஸ்திரியார், சுந்தரம் பிள்ளை முதலாயினோர் சிற்சில துறைகளிலே பாரதியாருக்கு முன்னோடிகளாக விளங்கினரென்பது இப்பொழுது மெல்ல மெல்ல உணரப்பட்டு வருகிறது. இவருள் *மனோன்மணீயம்* ஆசிரியர் பெ. சுந்தரம் பிள்ளை *(1855–1897)* குறிப்பிடத்தக்கவர். சுந்தரம் பிள்ளையையும் பாரதியையும் ஒப்புநோக்கி ஆராய்வது இருவரையுமே நன்கு தெரிந்துகொள்ள உதவும் முயற்சியாக இருக்கும். அதே சமயத்தில் பாரதியின் தனிச்சிறப்பைக் கண்டுகொள்ளவும் வாய்ப்பு ஏற்படும்.

சுந்தரம் பிள்ளைக்கு இருபத்தேழு வயது நிரம்பிய, காலத்திலே *(1882)* தமிழ்நாட்டின் ஒரு மூலையிலே பாரதியார் பிறந்தார். பாரதிக்குப் பதினைந்தாம் வயது நடக்கும்பொழுது சுந்தரம் பிள்ளை இறந்துவிடுகிறார். அந்த வகையில் சுந்தரம் பிள்ளை பாரதியின் முன்னோடி என்பதிலும், மூத்த சகபாடி என்பது பொருத்தமாகும். இருவருக்குமிடையில் முக்கியமான ஒற்றுமையொன்றுண்டு. சுந்தரம்

பிள்ளை தனது 42ஆவது வயதிற் காலமானார். பாரதியாருக்கு இறக்கும்பொழுது வயது 39. இருவருமே தம்மால் இயன்றளவு தமது மொழிக்கும் சமுதாயத்துக்கும் உழைத்தனர். 1896இல் சுந்தரம் பிள்ளையவர்கள், பதிப்பாசிரியர் உ.வே. சாமிநாதையருக்கு எழுதிய கடிதமொன்றிலே பின்வருமாறு குறிப்பிட்டார்:

> நம்மனையார் தேகநிலையைக் கருதும்போது 'இருதலைக் கொள்ளியினுள் எறும்பு' என்றே யுண்மையாய், எண்ண வேண்டியதாயிருக்கிறது. உழைத்தால் சரீர உபாதி துணிபாக நிற்கிறது. உழைக்காவிட்டால் சரீரமிருந்தென்ன பயனென்ற சோகமும் அப்படியே. ஏது செய்ய? கடவுள் இச்சைபோல நடக்கட்டும்.

கடன் தொல்லைகள் முதலியவற்றோடு உடல்நலக் குறைவும் பாரதியை வாட்டி வந்ததென்பதை அவர் வரலாறுகள் கூறுகின்றன. இத்தகைய மனோ நிலையிலேயே,

> சொல்லடி சிவசக்தி – எனைச்
> சுடர்மிகும் அறிவுடன் படைத்துவிட்டாய்
> வல்லமை தாராயோ – இந்த
> மாநிலம் பயனுற வாழ்வதற்கே

என்றும்,

> விசையுறு பந்தினைப்போல் – உள்ளம்
> வேண்டியபடி செல்லும் உடல்கேட்டேன்

என்றும் காளியிடம் வேண்டுகிறார் பாரதியார்.

சுந்தரம் பிள்ளை சென்ற நூற்றாண்டிலே வாழ்ந்த தலையாய தமிழ்ப் பெருமக்களில் ஒருவர். பிரித்தானிய ஆதிக்கத்தின் விளைவாகச் சென்ற நூற்றாண்டின் இறுதிக்காலப் பகுதியில் ஆங்கில மொழி, நாகரிகம் முதலியவற்றின் தாக்கமும் அவற்றிற்கு ஆதாரமாக இருந்த மத்தியதர வர்க்கமும், அதற்கு அடிநிலையாகக் கைத்தொழிற் பெருக்கமும் காணப்பட்டன. இத்தகைய சூழ்நிலையிலேயே ஆங்கிலக் கல்வியும் அதனுடன் பின்னிப் பிணைந்த விளைவுகளும் இந்திய உப கண்டத்தில் ஏற்படலாயின. ஆங்கிலேயரது செல்வாக்கு அதிகமாகக் காணப்பட்ட மாகாணங்களில் இவ்விளைவுகள் துலக்கமாகின. ஆங்கில அறிவும் அதனாற் பெறப்பட்ட சமூக உயர்வும் சிலரை ஒன்றுசேர்த்தன. மத்தியதர வர்க்கத்தின் அடிப்படை இது எனலாம். சென்னை, வங்காளம், பம்பாய் இராசதானிகளிலே இம் மத்தியதர வர்க்கத்தினரின் கலை இலக்கிய வெளிப்பாடுகள் பத்திரிகை வாயிலாகவும் நூல் வடிவிலும் மலரத் தொடங்கின.

ஆங்கில வரலாற்று நாவலாசிரியர் 'வால்டர் ஸ்கொற்'றைப் பின்பற்றி எழுதிய பங்கிம் சந்திரரும், மில்டனைப் பின்பற்றிக் காவியம் படைக்க முனைந்த மைக்கேல் மதுசூதன தத்தரும், ஐரோப்பிய இலக்கிய ஆசிரியரைப் பின்பற்றி நாடகங்கள் எழுத முற்பட்ட துவிஜேந்திரலால் ராயரும், ஆங்கிலப் பாடல் வகையில் ஒன்றான சொனற் (sonnet) அமைப்பைப் பின்பற்றிப் புதுப் பாசுரங்கள் படைத்துப் பரிசீலனை நடாத்திய பரிதிமாற் கலைஞரும் அனைத்திந்தியப் போக்கொன்றின் பிரதிநிதிகளாகவே அமைந்தனர். இவர்களின் பட்டியலில் சேர்ந்தவரே பேராசிரியர் சுந்தரம் பிள்ளை.

சுந்தரம் பிள்ளையும் அவர் போன்றோரும் தமது தாய் நாட்டின் பழஞ்சிறப்பையும், தாய்மொழியின் தொல் வளத்தையும் உணர்ந்திருந்தனர். அதே சமயத்தில் மேனாட்டின் நவீனகாலச் சிறப்பையும் பெருமையையும் கண்டறிந்தனர். தமது படைப்புக்கள் இவ்விரு தகைமைகளுக்கும் ஏற்ப இருத்தல் அவசியம் என்று கருதினர். சுருக்கமாகவும் எளிமையாகவும் கூறுவதாயின் செந்தமிழின் நலமும், நவீன ஆங்கில இலக்கியத்தின் பொருளமைதியும் எமது இலக்கியத்தில் அமைவதை இலட்சியமாகக் கொண்டனரெனலாம். இன்னொரு வகையாகச் சொன்னால் மரபு வழி வந்த தமிழறிஞரும் ஆங்கில இலக்கிய அறிவுடையோரும் ஒருங்கே போற்றக்கூடிய இலக்கியங்களைப் படைக்க விழைந்தனர். இக்காலந் தொட்டே புதுத்தமிழ்ப் பனுவல்களுக்கு ஆங்கிலத்தில் நீண்ட முன்னுரை எழுதும் வழக்கம் ஏற்படலாயிற்று. சுந்தரம் பிள்ளை, பரிதிமாற் கலைஞர், வெள்ளகால் சுப்பிரமணிய முதலியார், சோமசுந்தர பாரதியார், மறைமலையடிகள் முதலியோரெல்லாம் தத்தம் படைப்பிலக்கிய நூல்களுக்கு நீண்ட ஆங்கில முன்னுரை எழுதியது நோக்கத்தக்கது. யாரை மனத்திற்கொண்டு இவர்கள் நூலாக்கஞ் செய்தனரென்பதை இது ஒருவாறு புலப்படுத்தும். சுந்தரம் பிள்ளை தமது முகவுரையில் பின்வருமாறு கூறியுள்ளார்:

கல்வி கேள்வியால் நிறைந்த இத்தலைமுறைச் சிரேஷ்டர் அங்கீகரித்து எனது இச்சிறு முயற்சியும் தமிழ் மாதாவுக்கு அற்பிதமாகும்படி அருள் புரியா தொழியார் என நம்பிப் பிரகடனஞ் செய்யப்படுகிறது.

நூலாசிரியரின் நம்பிக்கை வீண்போகவில்லை. அக்காலத்திற் சிறந்த சிரேஷ்டராகிய போப் துரையவர்கள், பூண்டி அரங்கநாத முதலியார், சி.வை. தாமோதரம் பிள்ளை, பி.ஆர். ராஜமையர், கே.ஜி. சேஷையர் முதலானவர்கள் தமிழிலும் ஆங்கிலத்திலும் மனோன்மணீயத்தின் அருமை பெருமைகளை வியந்து

பாராட்டினர். உதாரணமாக நூல் வெளிவந்த அடுத்த ஆண்டில் புகழ்பூத்த நாவலாசிரியரும் தத்துவ மாணவருமான பி.ஆர். ராஜமையர் சென்னை கிறித்துவக் கல்லூரிச் சஞ்சிகையில் நூல்பற்றிய திறனாய்வொன்றினை ஆங்கிலத்தி லெழுதினார். *மனோன்மணீயம்* மட்டுமன்றி ஆசிரியரின் பிற நூல்களும் தகுந்த பாராட்டைப் பெற்றன. இலண்டனிலுள்ள வேத்தியல் வரலாற்றுக் கழகமும், வேத்தியல் ஆசியக் கழகமும் அவருக்கு உறுப்புரிமை வழங்கின. சென்னைப் பல்கலைக்கழகம் தனது ஆட்சிக்குழு உறுப்பினராக்கியது. சென்னை அரசாங்கம் 1896இல் ராவ்பகதூர் என்னும் விருதை வழங்கியது. இங்கிலாந்தில் மட்டுமன்றி ஜெர்மனி போன்ற நாடுகளிலும் அவர் புகழ் பரவியிருந்தது. அவர் வாழ்ந்துழைத்த திருவிதாங்கூர் சமஸ்தான அரசர் நன்மதிப்பும் ஆதரவும் கிட்டியிருந்தன.

இவர் வாழ்க்கையுடன் பாரதியின் வாழ்க்கையை ஒப்பிடும்போது வேறுபாடுகள் தெளிவாகும். மன்னரும், வெள்ளைக்கார அரசாங்கங்களும், கல்வித்துறை நிறுவனங்களும் சன்மானித்துப் பெருமைப்படுத்திய சுந்தரம் பிள்ளையின் வாழ்க்கை நெறியும், மன்னரை அலட்சியம் செய்து வெள்ளைக்கார ஆட்சியினரால் விரும்பத்தகாதவராகக் கருதப்பட்டு, புரவலர் எவருமின்றிக் கல்லூரிக் கல்விகூட முறையாகப் பெறாத பாரதியின் வாழ்க்கை நெறியும் இரு துருவங்க ளெனலாம்.

அரசறிய வீற்றிருந்த வாழ்வொன்று; (அந்நிய) அரசுகெட மூச்சுவிட்ட வாழ்வு மற்றொன்று. இவ்வேறுபாடு இருவரின் இலக்கியக் கோட்பாட்டையும் பாதித்தது. "தற்காலத்துள்ள தலைமுறையாருட் கல்வி கேள்வி அறிவு முதலிய யாவற்றுள்ளும் நிறைந்த" பெரியோரைத் தமது நூல்களின் இலட்சிய வாசகராகக் கருதினார் சுந்தரம் பிள்ளை. பாரதியோ, "எளிய பதங்கள், எளிய நடை, எளிதில் அறிந்து கொள்ளக்கூடிய சந்தம், பொது ஜனங்கள் விரும்பும் மெட்டு இவற்றினையுடைய காவியமொன்று தற்காலத்திலே செய்து தருவோன் நமது தாய்மொழிக்குப் புதிய உயிர் தருவோனாகின்றான். ஓரிரண்டு வருஷத்து நூற் பழக்கமுள்ள தமிழ் மக்களெல்லாருக்கும் நன்கு பொருள் விளங்கும்படி எழுதுவதுடன் காவியத்துக்குள்ள நயங்கள் குறைவுபடாமலும் நடாத்துதல் வேண்டும்" என்பதைப் *பாஞ்சாலி சபதம்* என்ற தமது காவியத்திற்கு எழுதிய தமிழ் முகவுரையில் குறிப்பிடுகின்றனர்.

இருவரின் இலக்கியக் கோட்பாடும் வெளிப்படும் முறை உற்றுநோக்கத் தக்கது. கற்றோரை இலக்காகக் கொண்ட சுந்தரம் பிள்ளை, "ஆங்கிலேயம் முதலிய பாஷைகளிலுள்ள நாடக வழக்கிற்கிசையத் தாம் *மனோன்மணீயத்தை* இயற்றும்பொழுதும்,

வாழ்த்து வணக்கத்துடன் தொடங்கி, நன்மணம் புணர்தலை முடிவாகக் கொள்ளும் தமிழ்க் காப்பிய உறுப்புக்களை” நாடகத்தில் வருவித்தார். நாடகத்தின் யாப்பைப் பொறுத்தமட்டில் பழமை போற்றப்பட்டுள்ளது. “ஏறக்குறைய வாசக நடைக்குச் சமமான அகவற்பாவால் இந் நாடகம் பெரும்பாலும்” ஆக்கப்பட்டிருக்கிறது என்று முகவுரையில் கூறியிருக்கிறார். அதே சமயத்தில் நாடகம் ஆங்கிலேய நாடக ரீதியைத் தழுவியெழுதப்பட்டமையால் ஷேக்ஸ்பியர் (1564–1616), கிறிஸ்தோபர் மார்லோ (1564–1593) முதலாய எலிசபெத் கால நாடகாசிரியர் சிறப்புடன் கையாண்ட *blank verse* என்னும் யாப்பமைதியையும் தமிழிற் றழுவ முனைந்து அதற்கு ஏறக்குறைய ஒத்த அகவற்பாவினைக் கையாண்டுளதாகவும் ஆங்கில முகவுரையிற் கூறுகின்றார். நாடகத்திற் பெரும் பகுதி ஆசிரியப்பாவில் அமைந்ததேனும் கலி, வெண்பா, வஞ்சி ஆகிய பழைய பாக்களும் மருட்பாவும் தாழிசை, துறை, விருத்தம் முதலிய பாவினங்களும் ஆங்காங்குக் கையாளப்பட்டுள்ளன. மேற்கூறிய யாப்பமைதிகள் சங்கச் சான்றோராலும் பிற சான்றோராலும் கையாளப்பட்டவை. எனவே புகழ் பூத்த நாடகாசிரியரும், மில்டன் (1608–1674) போன்ற மகாகவிகளும் கையாண்ட யாப்பிற்குச் சமமானதும் தமிழிலுள்ள மிகப் பழைய இலக்கண நூலாம் *தொல்காப்பியத்தின்* விதிகளுக்கு உடன்பாடானதுமான செய்யுள் வகையையே சுந்தரம் பிள்ளை தமது நாடகக் காப்பியத்திற்கு உகந்த பாவாகக் கொண்டார் என்பது தெளிவு. பிள்ளையைப் பின்தொடர்ந்து செய்யுள் நாடகங்கள் இயற்றிய சி.எஸ். முத்துஸ்வாமி அய்யர், வடுவூரார் இருவரும் முறையே தமது *விசுவநாதம்* (1906), *திலோத்தமா* (1921) நாடகங்களில் இந் நெறியினையே மேற்கொண்டமை கருதத்தக்கது.

இது விஷயத்தில் பாரதி நேரெதிரான போக்குள்ளவனாகவே காணப்படுகின்றான். அகவல், வெண்பா முதலிய பாக்களும், கலித்துறை, விருத்தம் முதலிய பாவினங்களும் பாரதி படைப்பிற் சிறுபான்மையே காணப்படும். சிந்து, கண்ணி முதலிய இசைத் தமிழ்ப் பாவகைகளே பெரும்பான்மை. எளிதில் அறிந்து கொள்ளக்கூடிய சந்தம், பொது ஜனங்கள் விரும்பும் மெட்டு எனத் தான் கூறியதற்கேற்பப் பதினெட்டாம் நூற்றாண்டு முதல் பாமர மக்கள் மத்தியில் பிரபல்யமாக இருந்த இசைப் பாக்களையே சிறப்பாகக் கையாண்டான். அதன் விளைவாகவே பழகு தமிழ்ப் பாவலனாகப் போற்றப்படுகிறான். போற்றுதலுக்குத் தகுந்த கோட்பாட்டுத் தெளிவு அவனிடமிருந்தது. ‘புனர் ஜன்மம்’ என்ற கட்டுரையிலே பின்வருமாறு கூறுகிறான்:

நெடுங்காலத்து முன்னே எழுதப்பட்ட நூல்கள் அக்காலத்துப் பாஷையைத் தழுவினவை. காலம் மாற மாற பாஷை மாறிக்கொண்டுபோகிறது. பழைய பதங்கள் மாறிப் புதிய பதங்கள் உண்டாகின்றன. புலவர் அந்தந்தக் காலத்து ஜனங்களுக்குத் தெளிவாகத் தெரியக்கூடிய பதங்களையே வழங்க வேண்டும். அருமையான உள்ளக்காட்சிகளை எளிமை கொண்ட நடையிலே எழுதுவது நல்ல கவிதை.

பழமைக்கும் புதுமைக்கும் உள்ள உறவை இவ்வாறு தெளிந்திருந்தமையாலேயே அவன் கவிதை, வழிகாட்டியாகவும் ஆதர்ஷமாகவும் அமைந்தது. கவிஞர் முருகையன் 'நம் பாரதி' என்னும் பாடலிலுள்ள மேல்வரும் பகுதி மனங்கொள்ளத்தக்கது.

சென்று சென்றொன்றாகித் தேய்ந்த பழைய
தெருவழியே குன்றிக் குலைந்து
தளர்நடையிட்ட தமிழ்க்கவிதை
இன்று தலைநிமிர்ந் திற்றென் பதுண்மை
இவனுடைய வென்றிக்கு மேலும்
புறச்சான்று கூறுதல் வேண்டுவதோ?

இசைப் பண்பும், நாடகப் பண்பும் பொதுளிய தனது பாடல்களைச் சாதாரண மக்கள் வாய்விட்டுப் படிக்க வேண்டுமென்று விரும்பினார் பாரதியார்.

"ஆடுவோமே பள்ளுப் பாடுவோமே" முதலிய அடிகளில் இவ் விருப்பத்தைக் காணலாம். *மனோன்மணீயம்* "கல்வி கேள்விகளிற் சிறந்த கனவான்கள்" படித்தின்புறுதற்கென்று எழுதப்பட்டது. பேராசிரியர் சுந்தரம் பிள்ளையின் இலக்கண, இலக்கிய, சாத்திர நூலறிவு திரண்டு பெற்ற வடிவம் போல நூல் அமைந்துள்ளது. நாடக நூலிற்குப் பின்னிணைப்பாக உள்ள குறிப்புரை, விளக்கச் சிற்றுரை, மேற்கோள் விளக்கம், வரலாற்று விளக்கம் ஆகியன ஆசிரியரது கல்விப் பரப்பை எடுத்து விளம்புவனவாயுள்ளன. ஆயினும் மேடையில் ஆடும் நாடகமாக ஆசிரியர் அதனைக் கருதினரோ என்பது ஐயத்துக்கிடமானதே. தென்னகத்தின் முதுபெரும் நாடகப் பெரியாரான பத்மபூஷண் பம்மல் சம்பந்த முதலியார் தமது *யான் கண்ட புலவர்கள்* என்ற நூலில் ஒரு சம்பவத்தை குறிப்பிடுகிறார். சம்பந்த முதலியாருக்குப் பதினெட்டு ஆண்டு மூத்தவரான பிள்ளையவர்கள், ஒரு சந்தர்ப்பத்தில் *மனோன்மணீயம்* பற்றி முதலியாரின் கருத்தைக் கேட்டார். இளங்கன்று பயமறியாது என்பது போல் முதலியார் சொன்னார்:

நீங்கள் கேட்கவே யான் தைரியமாகச் சொல்கிறேன். ஒரு நாடகமானது முதன்மையாக நடிக்கப்படுவதற்கே

எழுதப்பட்டதாகும். காளிதாசன் எழுதிய *சாகுந்தலம், விக்கிரமோர்வசியம்* முதலியவை முக்கியமாக நடிப்பதற்கே எழுதப்பட்டவைகளாகும். ஆகவே நாடகங்கள் எல்லோரும் பார்த்து நுகரத்தக்கவை யாயிருக்க வேண்டும். உங்கள் *மனோன்மணீயத்தை* அப்படியே மேடையில் ஆடினால் எத்தனை பேருக்குப் பொருளாகும் என்று நீங்களே சொல்லுங்கள்.

நாடகப் பேராசிரியரின் ஒளிவு மறைவற்ற கூற்று சுந்தரம் பிள்ளையினது நாடகத்தின் பலவீனத்தை மட்டுமன்றிக் கவிதையின் பலவீனத்தையும் காட்ட உதவுகிறது. ஷேக்ஸ்பியரும் காளிதாசனும் பிற்காலத்தில் சிறந்த இலக்கியக் கர்த்தாக்களாகக் கருதப்பட்டனர் என்பது உண்மையே. ஆயினும் அவர் தம் வாழ்நாளில் நாடகங்கள் நடிப்பதற்கென்றெழுதிய நடைமுறை நாடகாசிரியராகவே இருந்தனர் என்பதும் நினைவில் நிறுத்த வேண்டிய செய்தியாகும்.

சுந்தரம் பிள்ளையின் நாடகம் பற்றிய மதிப்பீடு எவ்வாறிருந்தபோதும் அதிற் காணப்படும் சில கருத்துக்கள் பாரதியைக் கவர்ந்திருக்கும் என்று கருதத் தோன்றுகிறது. உதாரணமாகப் பிள்ளையின் நாடகநூற் பாயிரத்திற் காணப்படும் தமிழ்த் தெய்வ வணக்கம் தமிழிலக்கியத்திலேயே புதியதொரு கவிப் பொருளைத் தோற்றுவித்தது என்பதில் ஐயமில்லை. பாரதியிடத்தும் பின்வந்த பாரதிதாசன் போன்றோரிடத்தும் வீறுமிக்க தமிழுணர்ச்சி காணப்படுகின்ற தென்றால் மேற்கூறிய பாடலே வழிகாட்டியாயமைந்த தெனலாம். அதுமட்டுமன்று; இந்நூற்றாண்டிலே உரம் பெற்று வளர்ந்த வடமொழி எதிர்ப்பு, பிராமணர் எதிர்ப்பு, தனித்தமிழியக்கம், திராவிட நாட்டுணர்வு ஆகிய அரசியற் சமூகக் கருத்தோட்டங்களுக்கும் தமிழ்த் தெய்வ வணக்கத்திற் காணப்படும் சில பகுதிகள் வித்தாக அமைந்தன எனின் அது மிகையாகாது.

தெக்கணமும் அதிற் சிறந்த திராவிட நற் றிநாடும்

என்றும்,

எத்திசையும் புகழ் மணக்க இருந்த பெருந் தமிழணங்கே

என்றும்,

சதுமறையாரியம் வருமுன் சகமுழுதும் நினதாயின்
முதுமொழி நீ அநாதியென மொழிகுவதும் வியப்பாமே

என்றும் பாடினார் பிள்ளையவர்கள். சதுமறை ஆரியம் வருமுன் சகமுழுதும் நினது என்று அவர் தமிழை வியந்துள்ளதைக் காலாகக் கொண்டே ஞா. தேவநேயப் பாவாணர், கா. அப்பாத்துரைப்

பிள்ளை போன்றோர் தமிழ் 'உலக மொழிகளின் தாய்' என்று தமிழுக்கு வீரவணக்கம் செய்வாராயினர். பிற்காலத்தில் கா. சுப்பிரமணிய பிள்ளை, மறைமலையடிகளென்ற வேதாசலம் பிள்ளை, கே.என். சிவராச பிள்ளை, ரா.பி. சேதுப் பிள்ளை, ஔவை சு. துரைசாமிப் பிள்ளை, டி. சவரிராய பிள்ளை, ஜே.எம். சோமசுந்தரம் பிள்ளை, எஸ். பவானந்தம் பிள்ளை போன்றோர் வெவ்வேறு அளவிலும் வடிவத்திலும், பிராமணத் துவேஷமும் தமிழ்த் தூய்மையும் பேசினர் என்றால் அவர்களுக்கெல்லாம் வழிகாட்டி சுந்தரம் பிள்ளையே. தமிழன்னைக்கு வந்தனஞ் செய்யும் முறை சுந்தரம் பிள்ளையுடனேயே தொடங்கியது.

பாரதியிடத்தும் இப்போக்கினைக் காணலாம்.

யாமறிந்த மொழிகளிலே தமிழ்மொழிபோல்
இனிதாவ தெங்கும் காணோம்

என்றும்,

வானமளந்த தனைத்தும் அளந்திடும்
வன்மொழி வாழியவே

என்றும் தமிழை உயர்த்திப் பாடியுள்ளார். அதே சமயத்தில் அனைத்திந்தியப் பகைப்புலத்தில் பிற மாநில மொழிகளுடன் தமிழையும் ஒன்றாகக் கொண்டு அளவறிந்து போற்றுகிறான். சிந்து நதியிலிருந்து சிங்களத் தீவுவரை அவன் பார்வை விரிந்ததாயுளது. சுந்தரம் பிள்ளை தமிழ் ஆரியத்தினும் மூத்ததென்றும் உயர்ந்த தென்றும் ஏற்றத்தாழ்வு கற்பித்துப் பாடினார். பாரதியோ இந்திய வரலாற்று வளர்ச்சியுணர்வுடன்,

ஆன்ற மொழிகளினுள்ளே – உயர்
ஆரியத்திற்கு நிகரென வாழ்ந்தேன்

என்று தமிழ்த்தாய் மக்களை நோக்கிக் கூறுவதாகப் பாடியுள்ளார். பாரதி கூற்றானது நவீன மொழி வரலாற்றுண்மைக்கு இயைந்ததாக இருப்பது மட்டுமன்றி, பழைய தமிழ் நூல் வழக்கிற்கும் பொருந்துமாறுளது. உதாரணமாகக் *காஞ்சிப் புராண* நூலாரும்,

வடமொழியைப் பாணினிக்கு வகுத்தருளிய தற்கிணையாத்
தொடர்புடைய தென்மொழியை உலகமெலாந் தொழுதேத்தும்
குடமுனிக்கு வலியுறுத்தார் கொல்லேற்றுப் பாகர் . . .

என்று இரு மொழியும் நிகரென்னு முண்மையை எடுத்துக் கூறியுள்ளார்.

பிள்ளையின் தமிழ்த் தெய்வ வணக்கமும் பாரதியின் **தமிழ்த்தாய்** என்ற பாடலும் ஒப்புநோக்கிக் கற்க வேண்டியன. பிள்ளை *திருக்குறளையும்* *மனுநீதி சாத்திரத்தையும்* ஒப்பிட்டும்,

திருவாசகத்தையும் வேதத்தையும் ஒப்பிட்டும் தமிழின் உயர்வு பேசுகிறார்.

இது விஷயத்தில் சுந்தரம் பிள்ளைக்கு வழிகாட்டியாகப் பதினேழாம் நூற்றாண்டில் வாழ்ந்த துறைமங்கலம் சிவப்பிரகாச சுவாமிகளைக் குறிப்பிடலாம். வீர சைவரான இவர் தமது மதப்பிரிவின் போக்கிற்கு இயையப் பிராமண எதிர்பாளராக விருந்தார். வடமொழியிலுள்ள வேதத்தினும் மணிவாசகர் வாக்குச் சிறந்தது என்று பாடியிருக்கிறார். *நால்வர் நான்மணி மாலை* என்ற பிரபந்தத்திலே பின்வரும் நேரிசையாசிரியப்பா இடம் பெற்றுள்ளது.

விளங்கிழை பகிர்ந்த மெய்யுடை முக்கட்
காரண னுரையெனு மாரண மொழியோ
ஆதிசீர் பரவும் வாதவூ ரண்ணல்
மலர்வாய்ப் பிறந்த வாசகத் தேனோ
யாதோ சிறந்த தென்குவீ ராயின்
வேத மோதின் விழிநீர் பெருக்கி
நெஞ்சநெக் குருகி நிற்பவர்க் காண்கிலேம்
திருவா சகமிங் கொருகா லோதிற்
கருங்கன் மனமுங் கரைத்துக் கண்கள்
தொடுமணற் கேணியிற் சுரந்துநீர் பாய
மெய்ம்மயிர் பொடிப்ப விதிர் விதிர்பெய்தி
அன்ப ராகுந ரன்றி
மன்பதை யுலகின் மற்றைய ரிலரே.

நெஞ்சையுருக்குவதில் வேதம் திருவாசகத்துக்குக் கிட்டவும் நிற்கமாட்டாது என்கிறார் சுவாமிகள். சுவாமிகளது நோக்கை முன்னெடுத்துச் சென்றார் சுந்தரம் பிள்ளை என்று கூறலாம்.

ஆரியம் வழக்கொழிந்துபோகத் தமிழ் இளமை மாறா திருப்பதாகக் கூறிச் செல்கிறார். இது பின்னோக்கிப் பார்த்துப் பழமை பேசும் செயலாகும். சென்ற காலத்தின் சிறப்புப் பற்றிய குரல் இது. ஆனால் அதே தமிழ்மொழி தனது காலத்தில் அறிவியற்றுறையில் பின் தங்கியிருப்பதைக் காண்கின்றான் பாரதி. பிள்ளை போன்றோருக்கு நேரடியான பதில் கூறுவது போலக் கூறுகின்றான்:

மறைவாக நமக்குள்ளே பழங்கதைகள்
சொல்வதிலோர் மகிமை யில்லை.

அதுமட்டுமன்று, தமது சுயசரிதத்தில் முக்காலத்தையும் இணைத்துப் பார்க்க வேண்டுமெனக் கூறுகின்றான்:

முன்னாநாடு திகழ்ந்த பெருமையும்
        மூண்டிருக்கு மிந்நாளின் இகழ்ச்சியும்
பின்னர் நாடுறு பெற்றியும் தோகிலார்
        பேடிக் கல்வி பயின்றுழல் பித்தர்கள்.

சுந்தரம் பிள்ளை போன்றோர், மூண்டிருக்கும் இந்நாளின் நிகழ்ச்சியை அறிந்திலர் என்று நாம் கூற வேண்டியதில்லை. நன்கறிந்திருந்தனர். ஆனால் கண்முன் கண்ட நிகழ்ச்சிக்கும் வீழ்ச்சிக்கும் விமோசனம், வழி கூறியதிலேயே பாரதிக்கும் அவருக்கும் அடிப்படையான வேறுபாடு தெரிகிறது. சுந்தரம் பிள்ளை போன்றோர் முன்னர் இருந்த சிறப்பை மீண்டும் காண விழைந்தனர். முந்திய பொற்காலம் மீண்டும் வரவேண்டும் என விரும்பினர். பாரதியோ "புதியதோர் உலகு செய்யத்" துடித்தான். "அறிவீனம், அசுத்தம், வறுமை, சிறுமை, நோய், கொடுமை, பிரிவு, அநீதி, பொய் என்ற இராக்ஷஸக் கூட்டங்களை அழித்து மனித ஜாதிக்கு விடுதலை" தரத் துடித்தான். இது எதிர்காலத்தை முன்னோக்கிப் பார்க்கும் வளர்ச்சிப் பார்வையாகும்.

மனித ஜாதி என்ற பரந்த நோக்கு இருந்தமையாலேயே "சாதிகள் இல்லையடி பாப்பா" என்று அறுதியிட்டுக் கூறினான் பாரதி. தனது பூணூலைக் கழற்றி எறிந்துவிட்டு, "பார்ப்பானை ஐயரென்ற காலமும் போச்சே" என்று பள்ளுப் பாடினான். தன்னையே வென்ற தகைமை பெற்றான். ஆனால், சுந்தரம் பிள்ளையின் ஞானப் புதல்வர்கள் ஒருவர்க்கொரு நீதியுரைக்கும் மனுநீதியை எதிர்த்துக்கொண்டு பிராமணத் துவேஷப் போர்வையில் தமிழகத்தில் தமது சாதியினரின் மேம்பாட்டிற்காகச் செய்ய வேண்டிய எல்லாம் செய்தனர். பிராமண எதிர்ப்பின் உடனிகழ்ச்சியாக வேளாளர் செல்வாக்கு உயர்ந்தது. வேளிர் பற்றிப் பேசிய சிவராச பிள்ளையும், பழந்தமிழர் சமயம் பற்றிப் பேசிய கா. சுப்பிரமணிய பிள்ளையும், வெளிப்படையாகவே வேளாளர் பற்றிப் பேசிய வேதாசலம் பிள்ளையும் (மறைமலையடிகளார்) வெள்ளைக்கார ஆட்சியில் பிராமணரல்லாதாரின் நலன் என்ற போர்வையில் வேளாளர் நலனோங்க அறிவுத்துறையில் பாடுபட்டவர்களே. "அந்நியர் வந்து புகல் என்ன நீதி" என்று தர்மாவேசத்துடன் கேட்டான் பாரதி. சுந்தரம் பிள்ளை, "தமக்கு உதவிபுரிந்த ஆங்கில அறிவு நூற் புலவர் டாக்டர் ஹார்வித் துரையவர்கட்கு நன்றி பாராட்டும் அறிகுறியாகத் தாம் குடியிருந்த மனைத் தோட்டத்திற்கு 'ஹார்விபுரம்' என்று பெயரிட்டு வழங்கினார். இதுவுமன்றித் தாமியற்றிய *மனோன்மணீயத்தைத்* தம் ஆசிரியர் ஹார்வித் துரையவர்கட்கே உரிமைப்படுத்தி வெளியிட்டிருக்கிறார்."

பாரதியோ, "பறங்கியைத் துரையென்ற காலமும் போச்சே" என்று பாடினான். சுந்தரம் பிள்ளையவர்கள்தம் இளமைக் காலத்தில், தமிழ் கற்ற நாகை நாராயணசாமிப் பிள்ளையிடம் தமிழ் கற்றவரான நாகை ஆர்.எஸ். வேதாசலம் பிள்ளை

(மறைமலையடிகள்) பிற்காலத்தில் தனித் தமிழ் இயக்கத்தின் தனிப்பெருந் தலைவராக விளங்கினார். தமது பத்தொன்பதாவது வயதில் (1895) திருவனந்தபுரஞ் சென்று, சுந்தரம் பிள்ளையைக் கண்டு அளவளாவி, பேராசிரியரிடமிருந்து நற்சான்றிதழொன்று பெற்றவர். நீண்டகாலம் வாழ்ந்த மறைமலையடிகள் (1876–1950) தமிழை வடமொழிக் கலப்பின்றி எழுதவேண்டுமென்று இயக்கம் நடாத்தினரேனும், ஆட்சிமொழியாகவும் அனைத்திந்திய மொழியாகவும் ஆங்கிலமே இருத்தல் வேண்டுமென்று உறுதியாக நம்பியவர். அதைப்போலவே வெள்ளையர்கள் விடுதலை வழங்கிய காலத்தில் அவர் மகிழ்ச்சியடையவில்லை யென்று அவரின் வாழ்க்கை வரலாற்றை எழுதிய அவரது மகன் மறை. திருநாவுக்கரசு குறிப்பிடுகிறார். தமது நீண்ட வாழ்நாளில் கிரமமாக எழுதி வந்த தினக் குறிப்புகளையும் ஆங்கிலத்திலேயே எழுதியிருக்கிறார் என்பதும், உறவினருக்கும் நண்பருக்கும் பெரும்பாலும் ஆங்கிலத்திலேயே கடிதங்கள் எழுதியிருக்கிறா ரென்பதும் இத் தொடர்பில் நினைவுகூரத் தக்கன. பாரதியோ "இயன்றவரை தமிழிலேயே பேசுவேன், தமிழிலேயே எழுதுவேன்" என்று விரதம் பூண்டிருந்தார். இவ்வேறுபாட்டின் அடிப்படைக் காரணம் சிந்திக்கற்பாலது.

சுந்தரம் பிள்ளை போன்றோர் மொழியையொரு கலாசாரச் சின்னமாக மட்டும் கருதினர். பாரதியோ மக்கள் வாழ்வில் பின்னிப் பிணைந்துள்ள இயக்க சாதனமாகக் கொண்டார். முன்னவர் அகற்பாவிலே அத்துவிதக் கருத்துகளைப் பாடினார்; பின்னவர் சிந்துப் பாட்டில் சீர்திருத்தம் பேசினார். இக் கருத்து வேறுபாடுகள் இன்றுவரை எமது சமூகத்திற் காணப்படுவன; மொழிக்கும் சமுதாயத்திற்குமுள்ள சம்பந்தம் பற்றிய வாதப் பிரதிவாதங்களுக்கு அடிநிலையாகவுள்ளன. ஆயினும் பாரதியின் கண்ணோட்டமே காலத்தோ டொட்டியதென்பது மறுக்க முடியாதது. அதன் காரணமாகவே நவயுகத்தைப் (பாரதியின் பாஷையில் கிருதயுகத்தை) நாவாரக் கூவியழைக்கும் தெம்பும் திராணியும் அவனுக்கிருந்தன. ஷேக்ஸ்பியர் மகாகவியைப் பின்பற்றிச் சுந்தரம் பிள்ளை நாடகக் காப்பியம் இயற்றினா ரேனும், தமிழ் நாடக வளர்ச்சிக்கு *மனோன்மணீயம்* இன்றியமை யாததாயிருந்தது என்பதற்கில்லை. உண்மையில் அவரது ஆராய்ச்சிக் கட்டுரைகளே பின்வந்தோருக்குத் தூண்டு கோலாகவும் வழிகாட்டியாயும் அமைந்தன. அக்காலத்துத் தமிழ்த்துறை அறிஞர்கள் ஆய்வுகளைத் தாங்கி வெளிவந்த சென்னைக் கிறித்துவக் கல்லூரித் திங்களிதழிலே முதலிற் கட்டுரைகளாக வரையப்பட்டுப் பின்னர் நூல்வடிவம் பெற்ற மூன்று ஆய்வுரைகள் குறிப்பிடத்தக்கன. *பத்துப்பாட்டு* என்னும்

பொருள்பற்றிப் பொதுவாகவும் *நெடுநல்வாடை* பற்றிச் சிறப்பாகவும் நயந்துரைக்கும் *The Ten Tamil Idylls* என்ற கட்டுரையும், திருஞானசம்பந்தர் கால ஆராய்ச்சியைப் பொருளாகக் கொண்ட *Some Milestones in the History of Tamil Literature* என்ற கட்டுரையும், திருவாங்கூர்ப் பண்டை மன்னர் கால ஆராய்ச்சியான *Some Early Sovereigns of Travancore* என்ற கட்டுரையும் இன்றும் ஆராய்ச்சி மாணவருக்கு விருந்தாக உள்ளன. பாரதியோ தனது காலத்திலிருந்தே கவிதாமண்டலம் ஒன்றினை உருவாக்கிவிட்டான்.

பழைய இலக்கியங்களையும், தத்துவ நூல்களையும், கல்வெட்டுகளையும் நுணுகி ஆராய்ந்த சுந்தரம் பிள்ளை மொழிப்பற்றுடன் தேசப்பற்றும் பெற்றிருந்தார். பட்டம் பதவி பெற்றுக் கண்ணியமான வாழ்வு நடத்திய அவர் நாட்டுப்பற்றை நேரடியாகக் காட்டினாரல்லர். தமது காலத்து விவகாரங்களில் வெள்ளைக்கார ஆட்சியையும் சமஸ்தான மன்னராட்சியையும் ஏற்றுக்கொண்டனர் என்பதில் ஐயமில்லை. நிலவிய அரசியல் வரம்பிற்குள் மொழி, இலக்கியம் முதலியவற்றைப் பேணுவதே இலட்சியமாகக் கொள்ளப்பட்டது. ஆங்கிலேயரை எதிர்ப்பது சுந்தரம் பிள்ளை முதலியோரால் கனவிலும் கருதப்பட்டிருக்குமோ என்பது சந்தேகம். பிள்ளையின் சமகாலத்தவரும் இலக்கிய நண்பருமான வி.கோ. சூரியநாராயண சாஸ்திரியார் (1870–1903), அ. மாதவையா (1872–1925) ஆகியோரும் தமது காலத்தில் இராசவிசுவாசமுள்ள பிரஜைகளாய் இருந்தனர் என்பதும் ஈண்டு நோக்கத்தக்கது. *இந்தியர் ராஜபக்தி* என்ற கட்டுரையில் (*ஞானபோதினி* சஞ்சிகையில் வெளிவந்தது) சாஸ்திரியார் பின்வருமாறு எழுதியுள்ளார்:

> எளியரும் வலியரும் வேறுபாடின்றி ஒரு தன்மையாய்ப் பாராட்டி நடாத்தப்படும் நடுவு நிலைமையும் நீதியும் வாய்ந்த நம் ஆங்கில அரசாட்சிக் காலத்தில் நம் இந்தியர்களிடத்தில் இராஜ பக்திக் குறைவு எங்ஙனம் ஏற்படும்? நம் இந்தியர்க்கும் ஆங்கிலேயருக்குமுள்ள வேற்றுமையுணர்ச்சி குன்றி ஒற்றுமையுணர்ச்சி மிகுந்துகொண்டே வருகிறது. அஃதாவது முன்னையிலும் இப்போழ்தத்து இராஜபக்தி மிகவும் வளர்ந்து வருகிறது . . . இனி இராஜபக்தி நிரம்பிய நம்மவர்மேல் இராஜ விசுவாசக் குறைவு காண்பதாக வாய்ப்பறையறைந்து திரியும் சில போலி மாக்களது வெருட்டுரை நம் இந்தியரை அச்சுறுத்தும் வலியிலவாய்க் கழியுமென்க.

சாஸ்திரியார் கூற்றுக்கு வேறு விளக்கம் தேவையில்லை. மாதவையாவின் *பத்மாவதி சரித்திரம்* என்ற நாவலில் நூலாசிரியரது சாயலில் வார்க்கப்பட்டுள்ள பாத்திரமாகிய நாராயணன் பின்வருமாறு ஒரு சந்தர்ப்பத்தில் கூறுகிறான்: "நம்முடைய தேசம் இவ்வளவு நாகரீகமான ஆளுகைக்குள்ளிருந்தும் சீக்கிரத்தில் முன்னுக்கு வந்து விளங்காததற்குக் காரணமே இந்த ஈரடியான நிலைமைதான். ஆனால் எல்லாம் நாளுக்கு நாள் அறிவு பரவிச் சீராய்விடும் என நினைக்கிறேன்." நாவலாசிரியர் "அறிவு" என்னும்பொழுது நவீன ஆங்கிலக் கல்லூரிக் கல்விமுறையையே மனங் கொண்டிருந்தா ரென்பது நினைந்துகொள்ள வேண்டியது.

இளைஞனான வேதாசலம் திருவனந்தபுரம் சென்று பிள்ளையைக் கண்டு பெற்று வந்த புத்திமதிகளில் ஒன்று, ஆங்கிலக் கல்வியறிவை விருத்தி செய்தல் வேண்டும் என்பதாகும். மறைமலையடிகளைப் பொறுத்தவரையில் மேற்கூறிய அறிவுரை அவரை வருத்தத்தக்க முடிவுகளிற் கொண்டு செலுத்துவிட்டது. உதாரணமாக, *தமிழ் நாட்டவரும் மேனாட்டவரும்* என்ற கட்டுரையில் அடிகள் ஆங்கிலவராட்சியினை "நம் ஆங்கில அரசு" என்பதோடமையாது, "அவ்வரசுக்கு மாறாகக் கிளர்ச்சி செய்தல் தகாது. இந்நாட்டவரும் (தமிழ் நாட்டவர்) வடநாட்டவரும் ஒருங்கு குழுமித் தாமே தமது நாட்டை அரசு புரிதல் கனவிலும் கைகூடாது" என்று கூறியுள்ளார். இது மகாகவி பாரதி வாழ்ந்து மடிந்ததற்குப் பின் கூறப்பட்டுள்ளது (1935) என்பதனை எண்ணும்பொழுது, அடிகளின் தமிழுணர்ச்சியே விவாதத்திற் கிடமானதாகின்றது. சுந்தரம் பிள்ளை விதைத்த வித்து மறைமலையடிகளாக முளைத்தது என்றால் தவறிருக்காது.

பாரதியும் தவிர்க்க முடியாதபடி வெள்ளையராட்சியை ஏற்கும் மனோநிலையிலேயே தனது கவிதா வாழ்க்கையைத் தொடங்குகிறான். வேல்ஸ் இளவரசர் இந்தியாவுக்கு விஜயஞ் செய்தபொழுது பாரதி சம்பிரதாயத்தையொட்டி ஆசிரியப்பா ஒன்று எழுதியுள்ளான். எனினும் வெகு விரைவிலே அந்த விசுவாச நிலையை விட்டு நீங்கி,

அன்னியர் தமக்கடிமை யல்லவே – நான்
அன்னியர் தமக்கடிமை யல்லவே

என்று உரத்துக் கூறத் தொடங்கிவிட்டான்.

வேல்ஸ் இளவரசர் விஜயத்தையொட்டிச் *சுதேசமித்திரன்* பத்திரிகை உரிமையாளர் ஜி. சுப்பிரமணிய அய்யர் வேண்டு கோளுக்கிணங்க இளவரசருக்கு நல்வரவு கூறிப் பாடல் எழுதியபொழுதும், தனது மனம் அதற்கு ஒப்பாமையைப்

பாரதி காட்டியிருக்கிறான். இது பாடலின் பொருள், தொனி என்பனவற்றால் மட்டுமன்றி வேறொரு சான்றாலும் தெரிகிறது. *பாரதி தமிழ்* வெளியிட்ட பெரியசாமித் தூரன், "முழு மனத்தோடு இதைப் பாரதியார் இயற்றினாரா என்பது சந்தேகம்தான்" என்றெழுதியுள்ளார். ஆனால் சிதம்பர ரகுநாதன் ஐயந்திரிபறக் காட்டியிருப்பது போல, "அத்தகைய சந்தேகத்துக்கே பாரதி இடம் வைக்கவில்லை. வேல்ஸ் இளவரசருக்குப் பரத கண்டத் தாய் நல்வரவு கூறுதல்' என்ற தலைப்பிட்டுப் பாடலைத் தொடங்கும் பாரதி, அந்தத் தலைப்புக்கு அடியிலே வளைவுக் குறிக்குள் 'பாரத மாது தானே பணித்தன்று' என்னும் அடிக்குறிப்பு எழுதியுள்ளான்."

அதுமட்டுமன்று. அவன் காலத்திலும் பின்னரும், 'நாகரிக மான ஆளுகை' என்று பலராற் போற்றப்பட்ட பிரித்தானியரது ஆட்சியானது உண்மையில் அறிவை மயக்கும் மாயையென்னும் தத்துவத் தெளிவு பெற்றான். பரிதிமாற் கலைஞர், அ. மாதவையா போன்ற இலக்கியக் கர்த்தாக்கள் மட்டுமன்றிக் கோபால கிருஷ்ண கோகலே போன்ற தாராளக் கொள்கை அரசியல்வாதிகளும் 'நாவாரப்' புகழ்ந்த நல்லரசாட்சியைக் காறியுமிழ்ந்தான்.

> நீதரும் இன்பத்தை நேரென்று கொள்வனோ மாயையே – சிங்கம்
> நாய்தரக் கொள்ளுமோ நல்லர சாட்சியை மாயையே!

என்று உண்மையறிந்த திண்மை யுள்ளத்துடன் பாடுகிறான்.

சிதம்பர ரகுநாதன் கூறியுள்ளதுபோல "மாயையென்ற வேதாந்த உலகச் சொல்லுக்குப் புதிய தேசிய அர்த்த பாவத்தை வழங்கி ஆங்கிலேயராட்சிதான் நம்மைப் பிடித்திருந்த மாயை என்று சுட்டிக்காட்டி" அந்நியராட்சியை நேர்முகமாகச் சாடினான் பாரதி. "ஆங்கிலேயராட்சிக் கெதிராகக் கிளர்ச்சி செய்தல் தகாது" என்ற மறைமலையடிகள் கூற்றும், பாரதியின் வாக்கும் ஒப்பு நோக்கத்தக்கன. அப்பொழுதுதான் மகாகவியின் வரலாற்றுப் பாத்திரம் தெள்ளத் தெளிவாகும்.

தமது ஞானபுத்திரனிலும் பார்க்கச் சுந்தரம் பிள்ளை நேர்மையான, ஆனால் நிதானமான தேசப் பற்றுக் கொண்டிருந்தார் என்பதை மறுக்கத் தேவையில்லை. பண்டை மன்னராட்சி பற்றி நன்காராய்ந்த பிள்ளையவர்கள், *புறநானூறும் சிலப்பதிகாரமும் கலிங்கத்துப் பரணியும்* காட்டும் போர் முறைகளையே தமது நாடகக் காப்பியத்திலும் அமைத்துள்ளார். ஆயினும் அவர் இதயத்தில் தேசபக்திக் கனல் இருந்தது. ஹார்விபுரத்தில் இல்லாமையை யறியாது தானதருமங்கள் செய்துகொண்டு நூல்களின் மத்தியில் 'பண்புடையாளர்' பக்கலில் வாழ்ந்த

பிள்ளையவர்கள் பாடிய தேசபக்தி ஒருவகையில் 'இரவல்' பெற்றதே. மானசீகமானது அது எனலாம். பாரதியோ, 'நரியுயிர்ச் சிறு சேவகர், தாதர்கள், நாயெனத்திரி ஒற்றர்கள்' மத்தியில் 'என்புடைபட்ட' தேசபக்தரையும், வெஞ்சிறையில் வாடும் நூலோரையும் (வ.உ. சிதம்பரம் பிள்ளை) நேரில் அறிந்தவன். அது சுயமாக வாழ்க்கை வேள்வியில் பெற்ற உணர்ச்சிப் பிழம்பு எனலாம். இதுகுறித்து முதுபெரும் இலக்கிய இரசிகரான பி.ஸ்ரீ. *பாரதி: நான் கண்டதும் கேட்டதும்* என்ற நூலிலே பின்வருமாறு எழுதுகிறார்:

> மனோன்மணீய ஆசிரியரான சுந்தரம் பிள்ளையும் சுதந்திரத்தைப் பற்றிப் பாடியிருக்கிறார். தமிழர்கள் சுதந்திரக் காதலைச் சிறப்பாக வலியுறுத்தியிருக்கிறார். ஆனால் மனோன்மணீய ஆசிரியரின் அந்தச் சுதந்திர விருப்பத்திற்கும் பாரதியாரின் சுதந்திர வெறிக்கும் வேற்றுமையுண்டு. பண்டைத் தமிழர்களின் வீர சுதந்திர உணர்விலிருந்து தெறித்து ஷேக்ஸ்பியர் நாடகப் பாணியில் வந்து விழும் நினைவுப் பொறிதான் சுந்தரம் பிள்ளையின் சுதந்திரக் குறிப்பு. நம்மைக் கொத்தடிமை கொண்ட அந்நிய அரசுமீது வெறுப்பாலேற்பட்ட தாகமல்ல, தவிப்பல்ல.

நினைவுப் பொறியாக வமைந்தாலும் சுந்தரம் பிள்ளையின் பாடலிலே தேசவிடுதலை, தேசப்பற்று ஆகியன பற்றிய பகுதிகள் குறிப்பிடத்தக்களவு எளிமையாகவும் வேகமாகவும் உள்ளன. நாடகத்தின் பல இடங்களிலும் இவை விரவிக் காணப்படுகின்றன வெனினும் நான்காம் அங்கம் முதலிரண்டு களங்களிலும் சுடர் விடுகின்றன. ஜீவகன் கூறுகின்றான்:

அந்தணர் வளர்க்கும் செந்தழல் தன்னிலும்
நாட்டபி மானம் உள்மூட்டிய சினத்தீ
யன்றோ வானோர்க் கென்றுமே யுவப்பு.

பிராமணர் வளர்க்கும் ஓமகுண்டத் தீயினும் நெஞ்சிலே கனலும் தேசபக்தி சிறந்தது என்ற கூற்றானது தேசபக்தியே தெய்வபக்தியாக மாறும் நிலையை முன்னறிவித்து நிற்கிறது. பாரதியின் அடிகள் பிரசித்தமே.

பெற்ற தாயும் பிறந்த பொன்னாடும்
நற்றவ வானினும் நனி சிறந்தனவே.

சுந்தரம் பிள்ளை தமது பாத்திரமொன்றின் வாயிலாக 'பாஷாபிமானமும் தேசாபிமானமும் பொருள்' என்று குரல் கொடுக்கிறார். அக்குரல் பின்வருமாறு பேசுகிறது:

உரிமை மேல் ஆண்மை பாராட்டார் சாந்தம்
பெருமையில் பிணத்திற பிறந்தோர் சீதம்

சுதந்திரம் அவர்க்குயிர் சுவாசம் மற்றன்று

போர்க்குறிக் காயமே புகழின் காயம்

இப்படை தோற்கின் எப்படை ஜெயிக்கும்

சுந்தரம் பிள்ளை காலத்துச் சூழ்நிலையில் இவை தேசாபிமானக் குரல்களாகக் காணப்படுமாயினும் பாண்டிய மன்னன் ஜீவகனுக்கும், சேரமன்னன் புருடோத்தமனுக்குமிடையில் நடக்கும் வஞ்சிப் போராகவே கதையை அமைத்திருப்பதால் நேரடியான தாக்கம் காணப்படவில்லை. பிள்ளையவர்கள் சுவாசத்தினும் சுதந்திரமே பெரிதென்று போதிக்கிறார். பாரதியோ களத்தில் குதித்து நின்றுகொண்டு பாடுகிறான்.

விதந்தரு கோடியின்னல் விளைந்தெனை அழித்திட்டாலும்
சுதந்திரதேவி நின்னைத் தொழுதிடல் மறக்கிலேனே

என்று தணியாத சுதந்திர தாகத்துக்குத் தன்னை அர்ப்பணமாக்கியவன்.

சுந்தரம் பிள்ளை லிட்டன் பிரபு ஆங்கிலத்தில் எழுதிய *இரகசிய வழி (The Secret Way)* என்ற கதையைத் தழுவித் தமிழ் மயமாக்கியதே *மனோன்மணீயம்.* லிட்டன் பிரபு என்றழைக்கப்படும் *(Edward Bulwer Lytton, 1803-1873)* தமது காலத்தில் பிரபலியமானவரா யிருந்தார். பிற்காலத்தவர் அவரை அதிகம் பாராட்டுவதில்லை. ஆயினும் சுந்தரம் பிள்ளை அவர்கள் காலத்தில் ஆங்கில இலக்கிய வாசகரிடையே 'பலரும் போற்றும்' இலக்கியக் கர்த்தாவாக விளங்கியிருப்பரென்பதில் ஐயமில்லை. தொழில் முறையிலன்றி ஈடுபாடு காரணமாக ஓர் ஆசிரியன் இன்னொருவரைத் தழுவியோ, மொழிபெயர்த்தோ நூல் சமைக்கின் அவ்விருவருக்கும் ஏதாவது உடம்பாடிருத்தல் இயல்பு. அவ்வாறே லிட்டன் பிரபுவுக்கும், சுந்தரம் பிள்ளைக்கும் சிற்சில ஒற்றுமைகள் இருப்பது புலனாகும். முதலிற் பாராளுமன்ற உறுப்பினராகவும், பின்னர் பிரபுக்கள் மன்ற உறுப்பினராகவும் இருந்த லிட்டன், மெய்யியல், சமூக ஒழுக்கம் ஆகியவற்றில் ஆழ்ந்த ஈடுபாடுடையவராய் இருந்தார். இதனடிப்படையிலேயே *இங்கிலாந்தும் ஆங்கிலேயரும் (England and the English)* என்ற விமர்சன நூலையும் எழுதினார். வரலாற்றுத் துறையிலும் விருப்புடையவராயிருந்தார். வால்டர் ஸ்கொற் *(1771–1832)* வளர்த்துவிட்ட வரலாற்று நவீனத்தைத் தொடர்ந்து எழுத முனைந்தவருள் ஒருவர். பத்தொன்பதாம் நூற்றாண்டின் நடுப்பகுதியில் பொருளாழமுள்ள நாடகங்களை எழுதி மேடையேற்ற உதவியவருள் ஒருவராகவும் விளங்கினார். தத்துவச்

சாயல் படிந்த நாவல்கள் எழுதுவதிலும் ஈடுபட்டார். அதே சமயத்தில் அச்சமும், வியப்புமூட்டும் அற்புத மோகக் கதைகளும் எழுதினார் என்பதும் மனங்கொள்ள வேண்டிய செய்தியே.

லிட்டனின் படைப்புக்கள் சுந்தரம் பிள்ளையைக் கவர்ந்ததில் வியப்பெதுவுமில்லை. பிள்ளையுடன் பல வழிகளில் ஒப்பிடக்கூடிய மராத்திய மறுமலர்ச்சியாளர் மகாதேவ கோவிந்த ரானடே *(1842–1901)* விருப்புடன் வாசித்த ஆங்கில இலக்கிய ஆசிரியர்களுள் லிட்டன் பிரபுவும் ஒருவர் என்று கூறப்படுகிறது. அக்காலத்து இந்தியர்கள் பலர் பைரன், ஸ்காட் முதலியோருடன் லிட்டனையும் ஆர்வத்துடன் படித்தனர். திருவனந்தபுரம் மகாராஜக் கல்லூரியில் பேராசிரியர் ஆர். ஹார்வியிடம் மேல்நாட்டுத் தத்துவ விசாரணையை நன்கு பயின்றார். பின்னர் தாமே தத்துவப் பேராசிரியராகவும் பன்னிரண்டாண்டுகள் *(1885–1897)* பணிபுரிந்துள்ளார். மேற்கு நாட்டுத் தத்துவ விசாரத்துடன் வேதாந்த விசாரமும் நிகழ்த்தி வந்தார். இத் துறையில் இவருக்குக் குருவாக விளங்கியவர் கோடகநல்லூர் ஸ்ரீ சுந்தர சுவாமிகள். ஆழ்ந்த குருபக்தியின் விளைவாகத் தமது நாடகத்தில் சுந்தர சுவாமிகளைச் சீவகவழுதியின் குலகுருவான சுந்தர முனிவனாகப் படைத்துள்ளாரென்பர். “சரித்திரம் பற்றி எத்தனை ஆர்வங் கொண்டிருந்தனரோ அத்தனை பேரார்வம் தத்துவ சாஸ்திர விசாரணையிலும் இவருக்கு இருந்தது” என்கிறார் *1922*இல் *மனோன்மணீயத்தை* இரண்டாம் பதிப்பாகச் சிறந்த முறையில் வெளியிட்டவரும் ஆராய்ச்சிப் பேராசிரியருமான எஸ். வையாபுரிப் பிள்ளை.

லிட்டன் பிரபுவின் கதைப்பாடல் நன்கு தமிழ் மயமாக்கப்பட்டுள்ளது என்பது குறிப்பிடத்தக்கது. எனினும் ஆங்கில விமர்சகர்கள் பொதுவாக லிட்டன் பற்றிக் கூறும் குறிப்புக்கள் இன்று பார்க்கும்பொழுது சுந்தரம் பிள்ளைக்கும் பொருந்துவனவாகவே யுள்ளன.

> புனைகதைகளிலே விரித்துப் பொருள் கூறக்கூடிய தத்துவம் அமைப்பது லிட்டனால் அவர் காலத்து இலக்கியப் போக்கிற்குச் செலுத்தப்பட்ட பங்காகும். லிட்டனின் பிரதான குறைபாடுகள் யாதெனில், தனது புனைகதையில் தேவைக்கதிகமான சம்பவங்களும், கருத்திற்கும் நடைக்கும் *(style)* அளிக்கப்படும் அளவுகடந்த முக்கியத்துவமுமாகும். ஒருபுறம் மிகையான நூற் பயிற்சியும், தத்துவச் சார்பும், இலட்சியவாதமும் காணப்படும். அல்லது

மிகையான சரித்திரமும், குற்றச் சம்பவங்களும் இயற்கையிகந்த நிகழ்ச்சிகளும் காணப்படும். இவை அவரின் நூல்களுக்குத் தெவிட்டுந் தன்மையைக் கொடுக்கின்றன.

இவ்வாறு *The History of the Novel in England* என்ற நூலில் பேராசிரியர்கள் *R.M. Lovett, H.S. Hughes* ஆகியோர் கூறுகின்றனர். இக்கூற்று பெருமளவு பிள்ளையவர்களுக்கும் ஏற்புடைத்தே. தமது முகவுரையிலே பின்வருமாறு கூறியுள்ளார் சுந்தரம் பிள்ளை:

> இக்கதையினையே ரூபகமாலங்காரமாகக் கருதின், தத்துவ சோதனை செய்யும் முமுக்ஷுக்களுக்கு அனுகூலமாகப் பலிக்கவுங் கூடும். அப்படி உருவக மாலையாகக் கொள்ளுங்கால் . . . இம்முறையே பாவித்து உய்த்துணர்ந்து கொள்ள வேண்டியது.

இந்த வகையிலும் பாரதி வேறுபட்டவனாகக் காணப்படுகிறான். மேனாட்டுத் தத்துவ தரிசனங்களை அவன் முறையாகப் படித்தானல்லன். பொது அறிவே இருந்தது. ஆங்கிலக் கவிஞருள் ஷெல்லி, பைரன், வேர்ட்ஸ்வொர்த், கீட்ஸ், டெனிசன் முதலானோரையும் அமெரிக்கக் கவி வால்ட் விட்மனையும் அவன் ஈடுபாட்டுடன் கற்றிருந்தானென்பது இப்பொழுது நன்கறியப்பட்ட செய்தியாகும். எனினும் நேரடியான இரண்டொரு மொழிபெயர்ப்புக்களைத் தவிர மனத்திற்குப் பிடித்த கவிஞர்களின் படைப்புக்களை உள்வாங்கித் தனதாக்கிப் புதுத் தமிழ் பாடல்களாக்கினான். கவியுள்ளத்தையே பெரிதும் போற்றினான்; கருத்துக்களையன்று.

அவனது நெடும் பாடல்களில் *பாஞ்சாலி சபதம்* பழைய தெரிந்த கதை காலத்திற்கேற்ற வகையில் புதுப்பிக்கப்பட்டது. பாஞ்சாலியைப் பாரதமாதாவாகக் கொண்டு தனது சபதத்தினைக் கூறினான். *குயிற் பாட்டு* முற்றிலும் கற்பனை. பாடலின் இறுதியில்,

> ஆன்ற தமிழ்ப்புலவீர் கற்பனையே யானாலும்
> வேதாந்தமாக விரித்துப் பொருளு ரைக்க
> யாதானுஞ் சற்றே இடமிருந்தாற் கூறீரோ ?

என்று கேட்டிருப்பினும், பாடலை நாம் உருவக மாலையாக்கிக் கொள்ள வேண்டியதில்லை. தன்னளவிற் பூர்த்தியுறும் கற்பனைப் பாடல் குயிற்பாட்டு. கவிஞனின் கேள்வி புதுமையானதன்று. அமெரிக்க இலக்கியத் திறனாய்வாளர் ஸ்டீவன் மாக்கஸ் கூறியுள்ளது போல, "சில கவிஞர் தமது படைப்பிலே வளர்க்கப் பட்டவற்றினிடையே அமைதி காண்பதற்காகப் பாடலின்

இறுதியில் புதியதோர் எண்ணத்தைப் புகுத்தி விடுவர். இன்னுஞ் சிலரோ ஏதாவது கேள்வியை எழுப்பிவிடுவர். இவ்வுத்திகள் கவிதைபற்றிய கருத்து வேறுபாடுகளையும் மயக்கங்களையும் உண்டாக்குவதுண்டு." இது விமர்சகர் கருத்து. ஆனால், பாரதிக்கோ எதுவித ஐயமுமிருக்கவில்லை. "நமக்குத் தொழில் கவிதை நாட்டிற்குழைத்தல்" என்றிருந்த அவனுக்குத் தத்துவம், சமயம், விஞ்ஞானம், அரசியல் முதலிய யாவும் கவிப்பொருளாகித் தெளிந்த உள்ளக் காட்சிகளாக அமைந்தன.

இதுகாறும் நாம் கூறியவற்றைத் தொகுத்து நோக்குமிடத்துப் பாரதியின் கவிதாயுகம் பிறக்கப்போவதை யறிவித்து நிற்பதுபோல் சுந்தரம் பிள்ளையின் இலக்கியம் காணப்படும். சுந்தரம் பிள்ளைபால் மதிப்பும், அவர் குடும்பத்துடன் நெருங்கிய தொடர்புமுடைய வையாபுரிப் பிள்ளை பின்வருமாறு மதிப்பீடு செய்துள்ளார்: "பண்டித வர்க்கத்தினரையும் ஒருபால் தழுவி முற்போக்காளரையும் ஒருபால் தழுவி இந்த அரிய நாடகம் இயற்றப் பெற்றதெனச் சொல்லலாம்." சுந்தரம் பிள்ளையின் நோக்கம் ஒருகால் அவ்வாறிருந்திருக்கலாம். ஆனால், நூலில் பழமைப் பண்பும், பண்டித வர்க்கச் சார்புமே மிக்குக் காணப்படுகின்றன. இதிலொன்றும் பொருந்தாமையில்லை. சுந்தரம் பிள்ளையுடன் ஒருங்கே வைத்து எண்ணத்தக்க தமிழறிஞரும் சமகாலத்தவரும் நண்பருமான பூண்டி அரங்கநாத முதலியார் (1845–1893), வெள்ளகால் ப. சுப்பிரமணிய முதலியார் (1856–1938) ஆகிய இருவரையும் எடுத்துக்கொள்வோம். அரங்கநாத முதலியாரும் சுந்தரம் பிள்ளையைப் போன்றே எம்.ஏ. பட்டம் பெற்றவர்; கணித நூற் பேராசிரியராயிருந்தவர். உ.வே. சாமிநாதையரைச் சிலகாலம் போஷித்தவர். அவர் அரிய கவிதா முயற்சியாகக் *கச்சிக் கலம்பகம்* என்ற நூலை இயற்றினார். "எல்லாம் பாடிக் கலம்பகம் பாடு" என்பது பழமொழி. ஆயினும் புதுப் பனுவலாகக் கடினமான கலம்பக நூலையே யியற்றினார். "பண்டிதர் குழாங்கள் இந்நூலைப் பாராட்டினர்."

வெள்ளகால் முதலியார் ஆங்கிலக் கவி இராட்சசனான மில்டனைத் தமிழில் (*சுவர்க்க நீக்கம்*) பெயர்த்தவர். 1914இல் *அகலிகை வெண்பா* என்ற சுவை மிக்க கதைப் பாடலை இயற்றியவர். J. Merrick என்பார் யாத்த The Chameleon என்ற பாடலைத் தழுவி *கோம்பி விருத்தம்* பாடியவர். அவரே சுயமாக *நெல்லைச் சிலேடை வெண்பா* என்ற கடினமான நூலை இயற்றினார். "நெல்லை என்னும் சொல்லை ஆசாக வைத்து நூறு சிலேடை கூறுதல் மிகக் கொண்டாடற்பாற்று" என்று அன்றைய *விவேகபாநு* என்ற சஞ்சிகை விமர்சன மெழுதியிருந்தது. முதலியாரின் *கோம்பி விருத்தம்* வெளிவந்த

பொழுது, சி.வை. தாமோதரம் பிள்ளையவர்கள், "பண்டிதரும் வித்தியார்த்திகளும் ஒரு நிகராக இன்பம் அனுபவிக்க ஏற்ற நூல்" என்று பாராட்டினர். பொருளமைதி ஒருபுறமிருக்க வெள்ளகால் முதலியாரும் பூண்டி முதலியாரும் சுந்தரம் பிள்ளையைப் போல பழைய யாப்பு வகைகளையே பயன்படுத்தியமையும் கவனிக்கத்தக்கது. எனவே புதுமைப் பண்பு குறைவாகவும், பழமை கூடுதலாகவுமே பாரதிக்கு முந்திய இப்புலவர் பெரு மக்களிடத்துக் காணப்பட்டன. இந்நிலையில் பி.ஸ்ரீ. குறிப்பிடுவது போல் சுந்தரம் பிள்ளை, "பாரதியார் போல் புதிய சந்தம், நாடோடி மெட்டு முதலியவற்றைக் கையாளவில்லை. இராமலிங்க சுவாமியைப் போல் கும்மி, கண்ணி முதலிய மெட்டுக் களையும் கையாளவில்லை. புதிய கருத்துக்களையும் பழைய பாவகையிலேயே அமைத்திருக்கிறார்."

பிரக்ஞை பூர்வமாகப் புதியதும், பொது மக்கள் சார்ந்ததுமான பொருளையும் வடிவத்தையும் தனக்குத் தானே அமைத்துக் கொண்டதனாலேயே தன்னுணர்வோடும் தன்னம்பிக்கையுடனும் பாரதி பின்வருமாறு பாட முடிந்தது:

கவியரசர் தமிழ்நாட்டிற் கில்லையெனும்
வசையென்னாற் கழிந்த தன்றே ?
சுவைபுதிது பொருள் புதிது வளம் புதிது
சொற்புதிது சோதிமிக்க
நவகவிதை எந்நாளும் அழியாத மகாகவிதை.

இலக்கிய வரலாற்றடிப்படையிற் பார்க்கும்பொழுது இடைக்காலக் கவிதை மரபானது 19ஆம் நூற்றாண்டின் பெரும்புலவருள் ஒருவரான மகாவித்துவான் திரிசிரபுரம் மீனாட்சிசுந்தரம் பிள்ளையவர்களுடன் முடிவடைகிறது எனலாம். தலபுராணம், பிள்ளைத் தமிழ், மாலை, அந்தாதி போன்ற மரபு வழிவந்த பிரபந்தங்களை நூற்றுக்கணக்காகப் பாடிய மகாவித்துவான் நூற்றுக்கு நூறு வீதம் பழமை வழி நின்றவராவார். அவருக்குப் பின் தனிப்பட்ட சிலர் பிரபந்தங்களைப் பாடியுள்ளன ரெனினும் மகாவித்துவானைப் போல் பருவகால மேகங்களைப்போலச் செய்யுட்களைப் பொழியும் சக்தியில்லாதவர். மகாவித்துவான் வேகமாகப் பாடப் பிறர் செய்யுட்களை எழுதுவர். பழைய வாய்மொழி யிலக்கியத்தின் மிச்ச சொச்சம் அம்முறை என்று கொள்ளலாம். ஆங்கிலமும் தமிழும் கற்றுப் புதுப் பனுவல்கள் இயற்றிய யாவரும் தாமே எழுதுபவர்கள். செவிப்புலனிலிருந்து கட்புலனுக்கு எமது காலத்திற் கவிதை இடம் பெயர்ந்திருப்பதை அறிவோம். அதன் தொடக்கத்தை மனோன்மணீய ஆசிரியர் முதலியோரிற் காணலாம். ஆயினும் யாப்பு, மொழிநடை ஆகியனவற்றை

அளவுகோலாகக் கொண்டால் பழைமையே தலைதூக்கி நிற்கக் காணலாம். பி.ஸ்ரீ. கூறுவதுபோல, வேண்டுமாயின் "பழமைக்கும் புதுமைக்கும் பாலமாக"க் கொள்ளலாம். ஆனால், பாரதியுடனேயே புதுமையுணர்வு *(modern consciousness)* எமது கவிதையிற் பிரவேசிக்கின்றது. ஈழத்துக் கவிஞர் முருகையன் பாடுவதுபோல், பாரதி,

> கலைமெருகென்ப திதுவெனக்காட்டிக் கருத்துலகின்
> நிலுவையை மேலும் மிகுவிக்க வந்தான்
> நிலைத்துவிட்டான்.

சுந்தரம் பிள்ளை போன்றோருடன் ஒப்புநோக்கிக் கற்கும் போதுதான் பாரதியின் தனித்துவமும் கால உணர்வும் தெளிவாகின்றன. அதுமட்டுமல்ல, பாரதியின் கவிதைச் சிறப்பின் அடிப்படைகளும் புலனாகின்றன.

●

11

பாரதியும் மேனாட்டுக் கவிஞரும்

வாழையடி வாழையென வரும் தமிழ்ப் புலவர் திருக்கூட்டத்திலே தானுமொருவனென உரிமை பாராட்டிக்கொண்ட பாரதியார் – இளங்கோ, கம்பன், வள்ளுவன், ஔவை, தாயுமானவர், இராமலிங்க சுவாமிகள், ஆழ்வார்கள், நாயன்மார் முதலிய பழந்தமிழ்க் கவிகளை மட்டுமன்றிப் பண்டைய வேத முனிவரையும், காளிதாசன் போன்ற வடமொழிக் காவியக் கர்த்தாக்களையும், இரவீந்திரநாத் தாகூர் போன்ற சமகால இந்தியக் கவிஞரையும் ஆர்வத்தோடு சுவைத்தவர். திறமான புலமைக்கு எப்பொழுதும் தலைவணக்கம் செய்தவர் பாரதியார். தனக்கு முந்திய கவிச்செல்வத்தை யெல்லாம் தனதாக்கி அதிலே தன்னையுங் கலந்து, வெள்ளத்தின் 'பெருக்கைப்போல்' கவிப் பெருக்குப் பாய்ச்சிய பாரதி, 'பிறநாட்டு நல்லறிஞர் சாத்திரங்களை' அவை திறமான புலமையுடையன வெனில் தனதாக்கத் தவறியதில்லை. தனது காலத்து இளைஞர் ஆங்கிலக் கல்வியென்ற பெயரில் பேடிக் கல்வியே பெறுகின்றனர் என்று உள்ளம் எரிந்து பாடிய கவிஞன் ஆங்கிலக் கவிஞரை ஆர்வத்துடன் படித்தான். **சுயசரிதை** என்ற பாடலிலே அக்கால ஆங்கிலக் கல்வியின் விளைவாக,

செலவு தந்தைக் கோராயிரம் சென்றது
தீதெனக்குப் பல்லாயிரம் சேர்ந்தன
நலமோ ரெட்டுணையுங் கண்டிலே னிதை
நாற்பதாயிரம் கோயிலிற் சொல்லுவேன்

என்று ஆவேசத்துடன் பாடினார். எனினும் பள்ளிக்கூடங்களிலே அன்று காணப்பட்ட பாடத் திட்டத்தினைக் குறைகூறினாரேயன்றி ஆங்கிலக் கல்வியையன்று.

சென்றிடுவீர் எட்டுத்திக்கும் – கலைச்
செல்வங்கள் யாவும் கொணர்ந்திங்குச் சேர்ப்பீர்

என்று பாடியுள்ள புலவன் எத்தனையோ மொழிகளிலிருந்து தனக்கு ஊக்கமும் ஆக்கமும் தேடிக்கொண்டான். பிறநாட்டுக் கவிஞரைப் பாடப்புத்தகமாகப் படிப்பதைவிட அவர்தம் காவியங்களில் 'ஆழ்ந்திருக்கும் கவியுள்ளம்' காணவேண்டும் என்பது பாரதியின் கருத்து. உதாரணமாக 'ஜப்பானியக் கவிதை' என்ற தலைப்பில் எழுதிய கட்டுரையொன்றில் பிறமொழிக் கவிதைகளைத் தாம் அணுகிய விதத்தைத் தெளிவாக்கியுள்ளார். உயோநே நோகுச்சி என்ற ஜப்பானியக் கவிஞனின் கருத்துக்களையும், அமெரிக்கப் பெண்பாற் புலவர் மிஸ் ரீஸ் என்பாரது 'கவிமுத்துக்களையும்' மனமாரப் போற்றுகிறார் பாரதி. ஜப்பானிய மொழியில் பதினேழசை கொண்ட **'ஹொக்கு'** என்னும் பாவகையிற் காணப்படும் சொற்செட்டை உளங்குளிர்ந்து பாராட்டி விட்டு, "மேற்படி ஹொக்குப் பாட்டைப் படித்துவிட்டுத் திரும்பத் திரும்ப மனனம் செய்ய வேண்டும். படிப்பவனுடைய அனுபவத்திற்குத் தக்கபடி அதிலிருந்து நூறு வகையான மறைபொருள் தோன்றும். கேட்பவனுள்ளத்திலே கவிதையுணர்வை எழுப்பிவிடுவது சிறந்த கவிதை" என்கிறார்.

இவ்வாறு 'ஒரு வசனமே ஒரு தனிக் காவியமாக' நிற்கும் ஜப்பானிய மந்திரச் சொல்லின்பத்தை நாவாரப் புகழ்ந்துவிட்டுத் தமது மொழியையும் நினைந்து கொள்கிறார் கவிஞர். அது மட்டுமல்ல, பிறர் மதத்துடன் தானுடம்பட்ட கவிஞர் அதற்குத் திருத்தங் கூறி அமைதி காண்கிறார்:

> நமக்குள்ளே *திருக்குறள்* இருக்கிறது. கடுகைத் துளைத்தேழ் கடலைப் புகட்டிக் குறுகத்தறித்த குறள். தமிழ் நாட்டிலே முற்காலத்திலே இது மிகவும் மதிப்பெய்தி நின்றது. ஆனாலும் ஒரேயடியாய்க் கவிதை சுருங்கியே போய்விட்டால் நல்லதன்று ... எப்பொருள் யார் யார் வாய்க் கேட்பினும் அப்பொருள் மெய்ப்பொருள் காண்பதறிவு.

இவ்வாறு எவ்வளவுதான் உயர்ந்த கருத்தாயினும் அதனைத் தனது அளவுகோல்கொண்டு மதிப்பிட்டே ஏற்றார் பாரதியார். இந்த அடிப்படை யுண்மையை மனத்திருத்திப் பாரதியைக் கவர்ந்த சில மேனாட்டுக் கவிஞரைப் பற்றிச் சிறிது கூறலாம்.

பாரதியார் வாழ்ந்த காலத் தமிழகத்தைப் பற்றிப் பொதுவாக யாவருமறிவர். தாழ்வுற்று, வறுமை மிஞ்சி, விடுதலை தவறிக் கெட்டுப் பாழ்பட்டு நின்ற பாரத நாட்டில் நின்று அதனை வாழ்விக்க வேண்டுமென்று துடித்தவர் கவிஞர். அந்த மனோநிலையில் தேசப்பற்று, விடுதலை வேட்கை, புதுமை மோகம் ஆகியன பாரதியாரைப் இறுகப் பற்றிக்கொண்டிருந்தன. அவை எங்கிருந்தாலும் தேடிக் கண்டு போற்றினார் கவிஞர். அவ்வுணர்ச்சிகளுக்குக் குரல் கொடுத்த ஆங்கில – அமெரிக்கப் புலவர்கள் பாரதியைக் கவர்ந்ததில் வியப்பெதுவுமில்லை யல்லவா?

பாரதியைக் கவர்ந்த மேனாட்டுப் புலவர்களைத் தொகுத்துப் பார்க்கும்போது ஏறத்தாழ ஏழு புலவர்கள் நம்முன் தோன்றுகின்றனர். அமெரிக்க கவிஞர் வால்ட் விட்மன், பெண்பாற் புலவர் மிஸ் ரீஸ், ஆங்கிலக் கவிஞர்களான ஷெல்லி, பைரன், கீட்ஸ், வேர்ட்ஸ்வர்த்து, பெல்ஜியக் கவிஞரான எமில் வெர்ஹரேன் ஆகியோர் பல வழிகளில் பாரதியின் கவிதா வெறிக்குத் தூபமிட்டுள்ளனர். தேசப்பற்று, விடுதலை வேட்கை, புதுமை மோகம் ஆகியவற்றை மேற்கூறிய புலவர்களிடத்துப் பாரதி கண்டு போற்றினா ரென்பதை வற்புறுத்த வேண்டிய அவசியமில்லை.

~

வால்ட் விட்மன் (1819–1892) அமெரிக்காவின் தலையாய ஜனநாயகக் கவியாவார். இருபதாம் நூற்றாண்டிலே வால்ட் விட்மனைப் பாராட்டாத இலக்கியக் கர்த்தாக்கள் இலரென்றே கூறிவிடலாம். அபே சபெக் *(Abe Capek)* என்னும் விமர்சகர் கூறியிருப்பது போல "பிரான்ஸ், ஜெர்மனி, ஸ்பெயின், லத்தின் அமெரிக்கா, சோவியத் யூனியன், சீனா, இந்தியா, செக்கோஸ்லவாக்கியா, துருக்கி முதலிய நாடுகளில் உள்ள ஜனநாயகக் கவிஞர்கள் பல்வேறு வகைப்பட்ட மொழிகளிலும் தேசிய இலக்கிய மரபுகளின் அடிப்படையிலும் எழுதியபோதும் விட்மனைத் தமக்கு முன்னோடியாகக் கொண்டாடியுள்ளனர். அவர்களது ஆக்கங்களில் விட்மனது செல்வாக்குப் பிரதிபலிக்கிறது." 'நகரம்' என்ற கட்டுரையிலே விட்மன் பற்றிப் பாரதியார் பலவாறாக எழுதியுள்ளார். ஓரிடத்திலே,

குடியாட்சி, ஜனாதிகாரம் என்ற கொள்கைக்கு மந்திர ரிஷிகளில் ஒருவராக இந்த வால்ட் விட்மனை ஐரோப்பிய ஜாதியார் நினைக்கிறார்கள். எல்லா மனிதரும், ஆணும் பெண்ணும் குழந்தைகளும் எல்லாரும் சமானம் என்ற சத்யத்தை பறையடித்த மஹான்களில் இவர் தலைமையானவர் . . . இந்த மஹான் ஒரு நகரம் கற்பனை பண்ணுகிறார். அந்த நகரத்தில் ஆணும் பெண்ணும் சபதத்தில் துஞ்சார். அங்கே அடிமையில்லை. ஆண்டையுமில்லை . . . அங்கே பெண்கள் வீதிகளில் ஆண்களைப் போலவே கூட்டங்கூடி ஊர்வலம் வருகிறார்கள். அங்கே பொதுக் கூட்டங்களில் பெண்களும் ஆண்களுக்கு நிகரான இடம் பெறுகிறார்கள் . . . எல்லாருக்கும் விடுதலையும் சமத்துவமும் உள்ளதாகிய நகரம் கண்முன்னே தோன்றுவதை விரும்பாத மனிதனும் உண்டோ?

என்று எழுதிச் செல்கிறார் பாரதியார். குடியாட்சி, ஆண் பெண் சமத்துவம், விடுதலை ஆகிய பண்புகளை விட்மனிடம் கண்டு போற்றியுள்ளார் பாரதியார்.

குடிமக்கள் சொன்னபடி குடிவாழ்வு
மேன்மையுறக் குடிமை நீதி

என்றும்,

அடிமைக்குத் தளையில்லை யாருமிப்போது
அடிமையில்லை அறிக என்றார்

என்றும் பாரதியார் பாடும்போது விட்மனுடைய குரலைக் கேட்பது போன்ற பிரமை ஏற்படுகிறது.

எட்டுமறிவினில் ஆணுக்கிங்கே பெண்
இளைப்பில்லை காணென்று கும்மியடி

என்று பாரதியார் பாடும்பொழுதும் அதே குரலைக் கேட்கின்றோம்.

விட்மனுக்கும் பாரதிக்கும் “உள்ளக் கலப்பு” ஏற்படுவதற்குக் காரணம் பல. இருவரின் வாழ்க்கையிலும் பல ஒற்றுமைகள் காணப்படுகின்றன. இளமையிலேயே கவித்தாகம், ஒழுங்கற்ற கல்வி, நிலையற்ற சீவியம், ஆசிரியத் தொழில் (பத்திரிகைத் தொழில்), சமூக அரசியல் வேகம், பிரச்சார முயற்சி இவை இருவருக்கும் பொதுவான வாழ்க்கை முறையாகக் காணப்படுகின்றன. விட்மனுக்கு வேதாந்தப் பற்று இருந்தது. பாரதியோ வேதாந்தக் கவி. இந்நிலையில் பாரதியார் விட்மனை

'மகான்' என்று எழுதியதில் ஆச்சரியப்படுவதற் கொன்றுமில்லை. வருங்காலக் கவிதை என்னும் நூலிலே புதுக்கவிதைக்கு முன்னோடிகளில் ஒருவராக விட்மனைக் குறிப்பிடுகிறார் அரவிந்தர். பாரதியாரும் அரவிந்தரும் ஏறத்தாழ ஒரே குரலில் விட்மனை உயர்வாகப் பாராட்டியிருக்கின்றனர். இருவரும் விட்மனைப் பற்றிச் சர்ச்சை செய்து உரையாடியிருத்தல் வேண்டும் என்று தோன்றுகிறது. விட்மன் அமெரிக்காவின் தேசியப் பெரும் புலவன் என்பர். ஒற்றுமைப்பட்ட அமெரிக்காவைக் கற்பனையில் கண்டுகளித்த விட்மன், "பாரத நாடு", "பாரத தேசம்" முதலிய பாடல்களைப் பாடிய பாரதியைக் கவர்ந்தார் என்பதற்கு நிரம்பிய ஆதாரங்கள் உள. *(Starting from Paumanok)* "போமநோக்கிலிருந்து துவங்கி" (இப்போது லோங் ஐலன்ட் எனப்படும் இடத்திற்கு அமெரிக்க இந்தியரிட்ட பெயர் போமநோக் என்பது. அங்குதான் விட்மன் பிறந்தார்.) என்னும் பாடலிலே அமெரிக்க மாகாணங்கள் ஒவ்வொன்றையும் அவற்றின் சிறப்பியல்புகளோடு பாடிச் செல்கிறார் விட்மன். **பாரத தேசம்** என்னும் பாடலிலே நமது கவிஞர் வெள்ளிப் பனிமலை, சேது, வங்கம், சிந்துநதி, சேரநன்னாடு, சுந்தரத் தெலுங்கு, சிங்க மராட்டியர், ராசபுதனம் என்றெல்லாம் அடுக்கிக் கொண்டு போகும்பொழுது விட்மனுடைய செல்வாக்கைத் தெளிவாகக் காணமுடிகிறது. அதனைப் போலவே **தாயின் மணிக்கொடி** என்ற பாரதியார் பாடலை 'வைகறையிலே கொடிப் பாட்டு' *(Song of the Banner at Daybreak)* என்ற விட்மன் பாடலுக்குப் பெரிதும் இயைபுடையதாகக் காணப்படுகிறது. இவைபோலப் பல ஒற்றுமைகளைக் காணலாம். விட்மனின் ஜனநாயகப் பாட்டுகளும் பாரதியைக் கவர்ந்திருக்கும் என்பதில் ஐயமில்லை. கவிதைப் பொருளில் மட்டுமன்றி, கவிதா வடிவத்திலும் விட்மன் பாரதியைக் கவர்ந்தார். வசன கவிதைக்குத் தந்தையே விட்மன்தான். அமெரிக்கப் பெண்பாற் புலவரான மிஸ் ரீஸ் என்பாரும் விட்மனும் பாரதியின் வசன கவிதை வடிவத்திற்கு வழிகாட்டிகளாக அல்லது தூண்டுகோலாக இருந்தனர் எனத் துணிந்து கூறிவிடலாம்.

பெண்மையைப் போற்றுவதிலும் விட்மனும் பாரதியும் கருத்தொற்றுமை உடையவர்கள். பெண்மையைப் பவித்திரமாகக் கொண்டான் விட்மன். "தாயினுஞ் சிறந்ததெதுவுமில்லை எனக் கூறுகிறேன்" என்கிறான் விட்மன். "பெற்றதாய் நற்றவ வானினும் நனிசிறந்தவள்" என்பது பாரதி வாக்கு. பாரதி பெண்ணைப் பராசக்தியாகவே கண்டவன். இதனால் விட்மன் கண்ட பெண்மையிலும் கூடியளவு சமயப் பண்பு தோய்ந்ததாகப்

பாரதி கொண்டாடிய பெண்மை அமைந்தது. ஆனால், மேனாட்டுக் கவிஞன் ஒருவன் பெண்ணை மிக உயர்வாகப் பேசியது பாரதியைக் கவர்ந்து உற்சாகப்படுத்தியது என்பதில் ஐயமேயில்லை. இலக்கிய விருந்து என்னும் நூலிலே வி.ஆர்.எம். செட்டியார் பின்வருமாறு கூறியுள்ளார்: "விட்மனுடைய கவிதைகள் அனைத்தையுமே படித்து முடித்ததுமே பாரதியாரின் வரிகள் நினைவுக்கு உடனே வருகின்றன."

நவயுகத்தைப் பாட முனைந்த விட்மன் தொழிலுக்கும் தொழிலாளருக்கும் வந்தனை செய்தார். தொழிலாளரைப் பெருமைப்படுத்திப் பல்வேறு தொழில்களின் மாட்சிமையையும் மகத்துவத்தையும் பாடிய பாடல்கள் பல அவற்றில் சிறப்பாகக் குறிப்பிடத்தக்கது 'தொழில்களுக்கு ஒரு பாட்டு' (A Song for Occupations) என்பதாகும். பாரதியாரின் 'இரும்பைக் காய்ச்சி உருக்கிடுவீரே' என்று தொடங்கும் பாடலிலே சந்தேகத்துக்கு இடமின்றி விட்மனின் செல்வாக்கைக் கண்டு கொள்ளலாம்.

புறவுலகின் நிலைமைகளைப் பாடிய விட்மன் தன்னைப் பற்றியும் பாடத் தவறவில்லை. 'என்னைப் பற்றிய பாட்டு' (Sonj of Myself) என்பது விட்மனின் ஆத்மார்த்தக் கவிதைகளில் சிறப்பான தொன்று. தன்னைப் பற்றிய பாடல் என்று விட்மன் குறிப்பிட்டாலும் அதிலே வழக்கமான வாழ்க்கைச் சரித சம்பவங்கள் குறைவு. "தான்" என்ற பொருளை அடியாகக்கொண்டு பிறப்பு, வாழ்க்கை, இயற்கை, நன்மை, தீமை, இறப்பு முதலிய பொருள்களைத் தத்துவ நோக்கிற் பாடுகிறார் விட்மன். ஆழமான தத்துவக் கருத்துக்கள் அப்பாடலில் மின்வெட்டுவதைக் கவிதைச் சுவைஞர்கள் கண்டுள்ளனர். பாரதியாரின் **'ஸ்வசரிதை'** என்னும் பாடல் விட்மனின் முற்கூறிய பாடலின் அருட்டுணர்வில் எழுந்தது என்று கருதுதல் நியாயமாகப் படுகிறது. பாரதியார் தனது பாடலுக்கு எழுதிய முகவுரையும் இவ்வூகத்துக்கு அரண் செய்வதாய் அமைந்துள்ளது.

இச்சிறிய செய்யுள் நூல் விநோதார்த்தமாக எழுதப்பட்டது. ஒரு சில பாட்டுக்கள் இன்பமளிக்கக் கூடியதானாலும் பதர் மிகுதியாகக் கலந்திருக்கக்கூடும். இதன் இயல்பு தன் கூற்றெனப்படும். அதாவது, கதாநாயகன் சரிதையைத் தான் நேராகவே சொல்லும் நடை. இக்காவிய முறை நவீனமானது. இஃது தமிழறிந்த நூலோர்கள் அங்கீகரிக்கத் தக்கதுதானா என்று பார்த்திடும் பொருட்டுச் சிறிய நூலொன்றை முதலில் பதிப்பிடுகிறேன். இதனைப் பதம் பார்த்து

மேலோர் நன்றென்பாராயின் இவ்வழியிலே வேறு பல வெளியாக்குவேன்.

'இக்காவிய முறை நவீனமானது' என்று பாரதியார் சொல்லும்பொழுது அதற்கு மூலமும் முன்மாதிரியும் விட்மனின் கவிதைகளில் இருந்திருக்கலாம் என்று கருதுதல் தவறாகாது.

இவ்வாறு சொல்லிலும் பொருளிலும் பற்பல ஒப்புமைகள் காணப்படினும் சில முக்கிய வேறுபாடுகளும் உள்ளன. உதாரணமாக ஜனநாயகவாதியாக வாழ்ந்த விட்மன், யாப்பு பழமையின் சின்னமென்றும், நிலப்பிரபுத்துவத்தின் மிச்ச சொச்சமென்றும் நம்பினான். எனவே, யாப்பில்லாது எழுதினான். நவீன இலக்கியத்தில் உரைநடைக்கும் செய்யுளுக்குமுள்ள வேறுபாடு இருக்கக்கூடாது என்பது அவன் கொள்கை. பாரதி 'வசன கவிதை' எழுதியுள்ளானெனினும் அதுவே தலைசிறந்த சாதனம் எனக் கருதினானல்லன். அதுமட்டுமன்று, பாரதியின் 'வசன கவிதை' வேத கீதங்களையும் ஊற்றாகக் கொண்டது. அளவோடு பயன்படுத்தப்பட்டது. விட்மனைப் போல், கண்மூடித்தனமாகவும் உணர்ச்சி பூர்வமாகவும் யாப்பை அவன் உதறித்தள்ளவில்லை. புதிய செய்யுள் வகைகளைப் பயன்படுத்தி வெற்றி கண்டானேயன்றி, யாப்பை ஒரு விலங்காகக் கருதினான் அல்லன். பழைய பா வகைகளைப் போதியளவு கையாண்டுள்ளான். இங்குதான் விட்மனுக்கும் பாரதிக்குமுள்ள அடிப்படை வேறுபாடு பளிச்சிடுகிறது. பேரியக்கமொன்றின் காரணமாகவும் பேரியக்கமாகவும் திகழ்ந்த பாரதி, கவிதையைக் கூர்மைமிக்க ஆயுதமாகக் கொண்டான். "பாட்டுத் திறத்தாலே இவ்வையத்தைப் பாலித்திட வேண்டும்" என முனைந்து நின்றான். அந்த வகையில் சமுதாயத்தில் யார் யார் பாடுகின்றனரோ அவரிடத்திலிருந்தெல்லாம் ஜீவசத்துப் பெற்றான். வண்டிக்காரன் பாட்டிலிருந்து குடுகுடுப்பைக்காரனது பாட்டுவரை யாவற்றையும் பாடித் தீர்த்தான். தனிமனிதருக்குக் குறி சொல்லும் குடுகுடுப்பைப் பாட்டைத் தூக்கி நிறுத்தித் தனது சமூகத்துக்கு வருவதுரைத்தான். விட்மனோ கவிதைப் பேரியக்கத்தின் அங்கமாகக் காணாதபடியால் தனது சொந்த ஆத்ம வெளிப்பாட்டுக்குக் கருவியாகவே கொண்டான். கவிதை உரக்கப் பாடுவதற்கன்றி, ஊகக் கண்ணாற் பார்த்து மனத்துக்குள் படித்துச் சிந்திப்பதற்கு என நம்பினான். விஞ்ஞானம், சமுதாயம் ஆகியவற்றைப்பற்றி ஆழமாகவும் விரிவாகவும் கவிதையிலும் எழுதுதல் வேண்டுமென்பது அவன் கருத்து. இஃது வசனத்தின் பணியாகும். ஆகவே, இரண்டிற்கும் வேறுபாடு இருக்கக்கூடாது

என வாதிட்டான். அமெரிக்காவைப் புத்தம் புதிய தேசமாகக் கொண்ட விட்மன் பழைய ஆங்கில யாப்பமைதிகளை அடிமைத் தளையின் அம்சங்களாகக் கொண்டான். பாரதியோ நாயன்மாரின் தேவாரங்களிலிருந்து நாடோடிப் பாடல்கள்வரை கட்டமைதியுள்ள யாவற்றையும் தனதாக்கிப் பரிசீலனை செய்தான். இதுவும் பிற காரணங்களும் பாரதியை விட்மனிலும் சிறந்த உயர்ந்த கவிஞனாக்கின.

~

நமது காலத்து யந்திரப் புரட்சியையும் வளர்ச்சியையும் வரவேற்ற புலவன் உற்பத்தித் தொழிலைப் பிரமதேவன் கலையென்று நாமகரணம் செய்தான். இந்த வகையில் பாரதியைக் கவர்ந்த புலவன் எமில் வெர்ஹரேன் (1855–1915) என்னும் பெல்ஜிய நாட்டுக் கவிஞர். கவிதைக்கு உரிய பொருள் இனியதும் நல்லதும் என்ற மரபுணர்ச்சியின் காரணமாகக் காற்றையும் வானையும் வயலையும் மதியையும் குளத்தையும் பெண்ணையும் காதலையுமே புலவர்கள் திரும்பத் திரும்பப் பாடிவந்தனர். இந்நிலையிலேயே மேற்கு நாகரிகத்தின் விளைபொருள்களான யந்திரங்கள், ஆலைகள், கப்பல்கள் ஆகியவற்றையும் அழகுப் பொருள்களாகக் கண்டு நகர நாகரிகத்தைப் பாடினார் எமில். அந்த வகையிலே அவர் முன்னோடிதான்.

> புதிய கவிதை புலவர்களிடம் தோன்ற வேண்டும். எந்த ஜில்லாவுக்குப் போ, எந்தக் கிராமத்துக்குப் போ, எந்த வித்வான் வந்தாலும் இதே கதைதான். தமிழ் நாட்டு ஜனங்களுக்கு இரும்புக் காதாக இருப்பதால் திரும்பத் திரும்ப ... பாட்டுகளை வருஷக்கணக்காக் கேட்டுக்கொண்டிருக்கிறார்கள். புதிய புதிய கீர்த்தனங்களை வெளியே கொணரவேண்டும்

என்று கூறிக்கொண்டு வந்த பாரதிக்கு பெல்ஜியக் கவிஞரது பொருள் மாற்றம் பிடித்துக்கொண்டது. பின்வருமாறு எழுதியுள்ளார்:

> எமில் வெர்ஹரேன் என்பவருடைய கொள்கை யாதென்றால்: 'வலிமையே அழகு. ஒரு பொருளின் வெளியுருவத்தைப் பார்த்து அது அழகா? இல்லையா? என்று தீர்மானஞ் செய்யலாகாது. யந்திரங்களிலே வலிமை திகழ்கின்றது. ஆதலால் அவை அழகுடையன. அவற்றைக் கவி புகழ்ச்சி செய்தல் தகும். வலிமை ஓர் அழகு, அழகு ஓர்

வலிமை. யந்திர ஆலை, நீராவி வண்டி, நீராவிக் கப்பல், வானத் தேர், பெரிய பீரங்கி எல்லாம் அழகுதான் . . .

இவ்வுண்மையைப் பாரதியார் ஓரளவுக்கு உடன்பாடாகக் கொண்டமையாலேதான் அழகுத் தெய்வத்தை மங்கியதோர் நிலவினிலே கனவில் மட்டுமன்றி – அல்லிக் குளத்தருகே ஆங்கோர் முல்லைச் செடிய தன்பால் மட்டுமன்றி – மண்ணுலகத்து ஓசைகள் பலவற்றிலும் கண்டு பாடினார்.

வலிமை வலிமை என்று பாடுவோம்

என்றும்,

வாழுஞ் சுடர்க் குலத்தை நாடுவோம்,
கலியைப் பிளந்திடக் கையோங்கினோம் – நெஞ்சில்
கவலை யிருளனைத்தும் நீங்கினோம்

என்றும் பொதுவாக வலிமையால் கலியைப் பிளக்க விழைந்த கவிஞர் சிறப்பாக வல்லாயுதங்களை வாழ்த்தினார்.

இரும்பைக் காய்ச்சி உருக்கிடுவீரே
யந்திரங்கள் வகுத்திடுவீரே

என்றும்,

ஆயுதஞ் செய்வோம் நல்ல காகிதம் செய்வோம்
ஞாலம் நடுங்கவரும் கப்பல்கள் செய்வோம்

என்றும் வலிமையிலே அழகு கண்டு தமிழ்க் கவிதைக்கே புதிய பொருள்களைப் புகுத்திப் புரட்சி செய்தார். இவ்வாறு பழமையும் புதுமையும் இணைத்துப் பார்க்க முடிந்தமையாலேதான்,

எத்தனை கோடி இன்பம் வைத்தாய்

என்று இறைவனை வியக்க முடிந்தது.

~

பாரதியார் எட்டயபுரத்தில் இருந்த காலத்திலேயே ஷெல்லியை ஈடுபாட்டுடன் கற்றார் என்பதற்குச் சான்றுகள் உள. 'ஷெல்லி தாசன்' என்பது பாரதியின் இளமைக்காலப் புனைபெயர்களி லொன்று.

'ஷெல்லி கிளப்' என்றுகூட நடாத்தினார் பாரதி. இரவீந்திரநாத் தாகூரும் இளமையில் ஷெல்லி தாசனாகவே இருந்தார். ஆங்கிலேயரது கலாசாரச் செல்வாக்குப் பரவிய பல தேசங்களில் ஷெல்லி நவயுகத்தைக் கூவியழைத்த விடிவெள்ளிக் கவிஞனாக மிளிர்ந்தான். அடிமை, மிடிமை, மடமை, வறுமை

முதலியன என்ன வடிவத்தில் எங்கிருந்தாலும் அவற்றை உடைத்துத் தகர்த்தெறியத் துடித்த அராஜகக் கவிஞன் ஷெல்லி; பெண்கள் விடுதலையிலும் ஷெல்லிக்கு ஈடுபாடு; எந்த விதமான தளைகளுமின்றி மனிதன் சுத்த சுயம்புவான சுதந்தரப் பிறவியாகத் துலங்க வேண்டுமென்பது ஷெல்லியின் கனவு. முடியரசை நிராகரித்த குடியரசுக் கவிஞன் அவன். இத்தகைய பண்புகள், விட்டு விடுதலையாகி நிற்கத் துடித்த எமது கவிஞனைக் கவர்ந்ததில் வியப்பில்லை. எங்கெங்கு மனிதன் தளைகளிலிருக்கிறானோ அங்கெல்லாம் விடுதலையின் சங்கநாதம் முழங்கவேண்டுமென்று பாடியவன் ஷெல்லி. ஷெல்லியின் தாரக மந்திரம் அதுவாகவே இருந்தது. பாரதி பல இடங்களில் ஷெல்லியின் வாக்கியங்களை உள்வாங்கித் தனதாக்கிப் பாடியுள்ளார் என்று கூறத் தோன்றுகிறது. ஷெல்லி தனது *Skylark* என்னும் பாடலில் கவிதா வெறியை *harmonious madness* என்கிறான். பாரதியாரோ, 'முன்னிக் கவிதை வெறிமூண்டே நனவழிய' என்கிறார். வானத்தில் மறைந்து கானரசத்தைச் சொரிகின்றது பறவை என்கின்றான் ஷெல்லி; வானத்து மோகினியாள் இன்னிசைத் தீம்பாடல் இசைத்திருக்கும் விந்தையைப் பாடினார் பாரதி. இராணி மாப் *(Queen Mab)* என்னும் நெடும் பாடலிலே காணப்படும் பகுதிகள் பல பாரதியை நினைவூட்டவல்லன.

> பூமண்டலத்திலே அன்பும் பொறையும் விளங்குக
> துன்பமும் மிடிமையும் நோவும் சாவும் நீங்கிச்
> சார்ந்த பல்லுயிரெல்லாம் இன்புற்று வாழ்க

என்றுதான் ஷெல்லியும் துடித்தான்.

கிரேக்க இதிகாசங்களிலும் பௌராணிகக் கதைகளிலும் புரோமத்தியஸ் *(Prometheus)* என்னும் பாத்திரம் வார்க்கப் பட்டுள்ளது. தேவர்களிடமிருந்து நெருப்பைத் திருடி மானிடர்க்குக் கொடுத்தான் என்பதற்காகத் தேவர்கள் அவனைக் கட்டிச் சிறைப்படுத்தினர் என்பது புராணக்கதை. எனினும் பிற்காலக் கிரேக்கர்கள் புரோமத்தியஸை மனித புத்தியின் சின்னமாகவே கருதி விளக்கம் கூறியுள்ளனர். "மானுடன் தன்னைக் கட்டிய தளையெல்லாம் சிதறுக" என்று தேவரையே எதிர்த்த சக்தியாகப் புரோமத்தியஸைக் கொண்டனர். இந்தப் பௌராணிகக் கதையை அடித்தளமாகக் கொண்டு ஷெல்லி தனது காப்பியமான *(Prometheus Unbound)* கட்டறுத்த புரோமத்தியஸ் என்பதனைப் படைத்தான். அது மானிடத்தின் வெற்றியைக் கூற எழுந்த மகத்தான நவகாவியம். இவ்வாறே கலியுகம் பற்றிய பழைய உணர்வைப் பாரதியார் நூதனமான வேகத்துடன் தமது கவிதைகளிற் கையாண்டுள்ளார். அறம், மறம் என்ற

கோட்பாட்டிற்குள் அடங்கியிருந்த அக் கதைக்கு அரசியல் சமூக அர்த்தத்தைப் பெய்தார் அவர். தமது காலத்து அடிமை, மிடிமை, வறுமை, கொடுமை முதலியவற்றின் சின்னமாகவும் கலியை அமைத்தார். ஜார் சக்கரவர்த்தியின் வீழ்ச்சியைப்பற்றிக் கூறவந்தவர் அவனது அழிவைக் கலியின் அழிவாகக் காண்பதிலிருந்தே எத்துணை அரசியல் உத்வேகத்துடனும் உள்ளுணர்வுடனும் பழைய கருத்தைக் கையாளுகிறார் என்பது புலனாகும்.

இடிபட்ட சுவர்போலே கலிவிழுந்தான்
கிருதயுதம் எழுக மாதோ!

ஷெல்லியின் கவிதையை ஆராய்ந்த மேனாட்டு விமர்சகர்கள், அவனது எதிர்கால இனிமை நம்பிக்கையைப் பற்றிக் குறிப்பிட்டுள்ளனர். அவனது கவிதையின் முனைப்பான போக்கு எதிர்காலத்தைப் பற்றிய நன்னம்பிக்கையாகும். கடந்த காலத்திலே சமுதாயத்தில் நிலவிய அடிமைத்தனம், துன்பம், கொடுமைகள் என்பனவெல்லாம் நீங்கிப் புதியவொரு யுகம் தோன்றிடும் என்று அவன் நம்பினான். இந்நன்னம்பிக்கையே ஷெல்லியை அவனது சமகாலக் கவிஞர்கள் பலரிலிருந்து வேறுபடுத்தியது. பெரும்பாலான 'ரொமாண்டிக்' கவிஞர்கள் துன்ப இயற்கைக் கோட்பாட்டைத் தழுவியவர்களாயிருந்த வேளையில், ஷெல்லி வரலாற்றடிப்படையில் எதிர்காலம் இனியது என உரத்துக் கூவினான். *இஸ்லாத்தின் கிளர்ச்சி (The Revolt of Islam)* என்னும் நூலின் முன்னுரையில் தனது காலத்துக் கவிஞர்களிடையே காணப்பட்ட சோர்வுவாதத்தையும் துன்ப இயற்கைக் கோட்பாட்டையும் அவன் விமர்சித்துள்ளான்.

> இச்சோர்வு வாதத்தின் செல்வாக்கு, அது ஊற்றெடுக்கும் நம்பிக்கை உணர்ச்சியற்ற உள்ளங்களினால் நமது காலத்து இலக்கியத்தைக் கறைபடுத்தியுள்ளது. இயற்கை யதீதவாதமும், அறிவியல், அரசியல், விஞ்ஞானம் ஆகியன பற்றிய ஆய்வுகளும், தகர்த்தெறியப்பட்ட மூட நம்பிக்கைகளுக்குப் புத்துயிர் ஊட்டும் வீண் முயற்சிகளாகவே அமைகின்றன. அல்லது மனுக்குலத்தை நசுக்குவோருக்கு முடிவுற்ற வெற்றி பற்றிய ஒரு பிரமையைக் கொடுக்கும் திருவாளர் மால்தூஸ் போன்றோரின் குதர்க்கங்களாய் அமைகின்றன. எமது புனைகதை கவிதை ஆகியனவும் பாங்குடைய அதே மனவிருளினாற் கவ்வப்பட்டுள்ளன. ஆயினும் மனுக்குலம் தனது மெய்ம்மறதி நிலையிலிருந்து மீண்டு கொண்டிருப்பதாய் எனக்குத் தோன்றுகிறது. பொதுவான

படிப்படியான, அமைதியான ஒரு மாற்றம் நிகழ்வதை நான் உணர்கிறேன்.

இதேபோன்ற ஒரு எதிர்கால நன்னம்பிக்கையே பாரதியின் பாடல்களில் நாம் அடிக்கடி காண்கிறோம். வசன கவிதை என்னும் பகுதியில் "இவ்வுலகம் இனியது" என்று தொடங்கும் பாடலடிகளும் உலகத்தை நோக்கி வினவுவதாய் அமைந்த "பொய்யோ? மெய்யோ?" என்னும் பாடலில் வரும்,

  காண்பதுவே உறுதி கண்டோம்
  காண்பதல்லால் உறுதியில்லை
  காண்பது சத்தியாம் – இந்தக்
  காட்சி நித்யமாம்

என்னும் பாடலடிகளும், இறைவனை வேண்டுதல் என்னும் கவிதையில்,

  எத்தனை கோடி யின்பம் வைத்தாய் – எங்கள்
  இறைவா! இறைவா! இறைவா!

என்னும் அடிகளும் பாரதியின் இனிமை நம்பிக்கைக்கு ஏற்ற சான்றுகளாய் விளங்குகின்றன. இவை யாவற்றுக்கும் மேலாக "தேச முத்துமாரி" என்னும் பாடலில் வரும்,

  துன்பமே இயற்கையெனும் சொல்லை மறத்திடுவோம்
  இன்பம் வேண்டி நிற்போம்; யாவு மவள் தருவாள்

என்னும் அடிகள், மாயாவாதத்தையும் நிலையாமை கோட்பாட்டையும் சோர்வு வாதத்தையும் துடைத்தெறியும் நம்பிக்கைக் குரல்களாம்.

  பாரதியாரின் காதற் கவிதைகள் சிலவற்றிலும் ஆங்காங்கே ஷெல்லியின் சாயலைக் காண முடிகிறது. தமிழிலும் வடமொழி யிலும் பாரதிக்கு முன் எண்ணற்ற கவிஞர்கள் காதற் கவிதைகள் பாடியுள்ளனர் என்பது உண்மையே. எனினும் ஷெல்லி, கீட்ஸ் போன்ற ஆங்கிலக் கவிஞர்கள் ஆவேசத்துடன் பாடிய காதற் பாக்களில் புலன் இன்பமும் கட்டுமீறிய தன்மையும் விசேஷமாகக் காணப்படும். பாரதியாரின் "காற்று வெளியிடைக் கண்ணம்மா" என்று ஆரம்பிக்கும் பாடலிலும், "பாயும் ஒளி நீ எனக்கு" என்று தொடங்கும் பாடலிலும் ஷெல்லியின் செல்வாக்கைச் சந்தேகத்துக்கு இடமின்றிக் கண்டறியக் கூடியதாய் உள்ளது.

  இத்தகைய ஒப்புவமைகள் பல உள. கற்றாரைக் கற்றார் காமுறுவதுபோல கவியுள்ளம் தனது இனத்தைத் தேடிக் கண்டு கொள்கிறது. இது இயற்கைதானே.

~

பைரன் (1788–1824) ஷெல்லியின் நண்பன்; ஷெல்லியைவிடக் கூடிய சமுதாய உணர்வு வாய்க்கப் பெற்றிருந்தான். தனது காலத்துச் சமுதாயத்திலே காணப்பட்ட முரண்பாடுகளையும் கொடுமைகளையும் மானுடனைக் கட்டியுள்ள தளைகளை யெல்லாம் கண்டு கொதித்தெழுந்த தேசியக் கவி. கிரேக்க நாட்டின் விடுதலைப் போரில் பங்கு பற்றி அந்நாட்டிலே புகழுடம்பெய்திய பைரன், பிரபுத்துவக் குடும்பத்திற் பிறந்து, ஜனநாயகவாதியாக மாறியவன். பார்ப்பனக் குடும்பத்திலே பிறந்து பறையருக்கும் புலையருக்கும் பள்ளுப் பாடிய பாரதிபோல மேற்கத்திய நாகரிகத்தின் கருவூலமாகிய கிரேக்க தேசம் அந்நியர் வசப்பட்டு அதன் புராதனப் பெருமையிழந்து நலிந்திருந்த நிலைகண்டு ஏங்கினான் பைரன். *Don Juan* என்னும் காவியத்தில் வரும் *Isles of Greece* என்னும் செய்யுட்கள் பண்டை நிகழ்ச்சிகளை மனத்திரையிற் காணும் பாடல்கள். பாரதியார் பாடிய 'எந்தையும் தாயும்..' என்று தொடங்கும் பாடல் இப்பாடல்களின் சாயலைப் பெருமளவு பெற்றிருக்கின்றது. 'எங்கள் தாய்,' 'பாரதமாதா,' 'பாரத மாதா திருப்பள்ளியெழுச்சி' முதலிய பாடல்களில் முன்னர் நாடு திகழ்ந்த பெருமையையெண்ணி யெண்ணி இதயம் பூரிக்கையில் பைரனுடைய நினைவு நமக்கு வருகிறது. *Childe Harold's Pilgrimage* என்னும் நெடும் பாடலிலே இத்தாலி, கிரீஸ் ஆகிய நாடுகளைப்பற்றிப் பைரன் கூறுமிடங்களில் அச்சொற்களை நீக்கிவிட்டு இந்தியா என்னும் பதத்தை வைத்துப் படித்தாலும் பொருந்தும். 'எந்தையும் தாயும்' என்று தொடங்கும் இனிமை கலந்த பாரதியார் பாடலிலே,

    கன்னிய ராகி நிலவினி லாடிக்
    களித்ததும் இந் நாடே

என்பது போன்ற அடிகள் *Don Juan* என்னும் காவியத்தில் வரும் *Isles of Greece* "கிரேக்கத் தீவுகள்" என்னும் பாடலிலே,

    கிரேக்கத் தீவுகளே! சஃபோ காதலித்துப் பாடி,
    மகிழ்ந்தது உம்மீதே.
    போரின் கலைகளும் அமைதியுந் தவழ்ந்தது உம்மீதே.
    அழியாத வசந்தம் தவழும் தீவுகளே!
    டெலோசும் பீபசும் உதித்ததும் உம்மிடத்தே

என்று பைரன் பாடும் அடிகளின் நேர் எதிரொலியாகக் காணப்படுகின்றன.

~

ஜோன் கீட்ஸ் (1795–1821) ஆங்கில 'ரொமாண்டிக்' கவிஞருள் தனித்தன்மை வாய்ந்தவன். இளவயதிற் சோக

மரணமடைந்த கீட்ஸ் குறுகிய காலத்துக்குள் அனுபவித்த கொடுந்துயர் காரணமாக நித்தியத்தைத் தேடிக்கொண்டவன் எனலாம். அந்த வகையில் பைரன், ஷெல்லி முதலியோரினும் ஆத்மானுபவமும் பரிபக்குவமும் அதிகமாகப் பெற்றவன் என்பர். 'பிரிவுத்துயரின் பிறவிக் கவிஞன்' எனப் பாராட்டப் பெறும் கீட்ஸ், இளங்கவிஞருக்கு என்றுமே இலட்சிய புருஷனாக இருந்து வந்துள்ளான். கவிக் கனவுகள் மீதூரப் பெற்ற பாரதியார் விரும்பிக் கற்றவரில் கீட்ஸ் ஒருவன். இதற்கு அகச்சான்றுகளும் புறச்சான்றுகளும் உள்ளன. பாரதியை உள்ளும் புறமும் அறிந்தவரான மண்டயம் ஸ்ரீநிவாசாசாரியார் கூறுகிறார்:

> அவருக்கு இங்கிலீஷ் பாஷை தெரியாதென்றும் அதிலுள்ள பேரெண்ணங்களை அவர் இகழ்தா ரென்றும் எண்ணலாகாது. அது ராஷ்டிர பாஷை என்று நம் தாய் மொழிகளுக்கும் முன் அதைச் சிறுவர்களுக்கு வலுவில் புகட்டுவது தவறு என்பதே அவர் கருத்து. அவருக்குத் தக்க வயது வந்து காசியில் வசித்தபோது சொற்ப காலத்தில் ஷெல்லி, கீட்ஸ், வேர்ட்ஸ்வொர்த் என்னும் பெரிய பெரிய ஆங்கிலேய இயற்கைக் கவிகளைச் சுவையோடு படிக்கலானார் *(சித்திரபாரதி முகவுரை).*

குறுகிய வாழ்நாளில் ஆழமான வாழ்க்கைத் தத்துவம் ஒன்றை வகுத்துக்கொண்டவன் கீட்ஸ். ஆயினும் பொதுவாக கீட்ஸ் என்றவுடன் நினைவுக்கு வருவது *Beauty is truth, truth beauty"* என்னும் பாடலடியாகும். *Ode on a Grecian Urn* – கிரேக்கத் தாழி ஒன்றன்மீது பாடல் – மேற்கூறிய அடியை முத்தாய்ப்பாய்க் கொண்டது. பார்க்க எளிமையான கூற்றெனினும் கவிஞனொருவனது தத்துவத்தையே திரட்டித் தரும் வாக்கியமாகையால் அது பொருளாழம் மிக்கது. ஆங்கிலத் திறனாய்வாளரிடையே இதுபற்றித் தோன்றிய வாதப் பிரதிவாதங்கள் பல. அவையெவ்வாறாயினும் பாரதி, பிரபல்யமான இவ்வடியைச் சுவைத்திருக்கிறான். பல வழிகளில் அவனுக்கும் இக்கோட்பாடு உடம்பாடே. *ஞானரதம்* என்ற வசன காவியத்தில் இக்கோட்பாட்டை எடுத்துக்கூறி விளக்குகிறான் கவிஞன்; பாரதி கையில் அது பாரதீயத்தின் அங்கமாகிவிடுகிறது.

> ஸௌந்தரியத்தைத் தாகத்துடன் தேடுவோர்களுக்கு ஸத்தியமும் அகப்பட்டுவிடும். 'உண்மையே வனப்பு, வனப்பே உண்மை' என்று ஓர் ஞானி சொல்லியிருக்கிறார் . . . தெய்வமென்பது யாது? தெய்வமென்பது ஆதர்சம்; தெய்வமென்பது சித்த

லக்ஷ்யம். தெய்வமென்பது உண்மை. தெய்வமென்பது வனப்பு.

மேற்கூற்றிலே 'ஓர் ஞானி' என்று பாரதியார் குறிப்பிடுவது கீட்ஸைத்தான். லுட்விக் விட்கென்ஸ்டைன் என்னும் அறிஞர் "ஒழுக்கவியலும் அழகியலும் ஒன்றே" எனக் கூறியுள்ளார். இதுபற்றியும் தத்துவவாதிகளிடையே அபிப்பிராய பேதமுண்டு. "அழகுடைப் பொருள் நித்திய ஆனந்தம் தருவது" என்றும் கூறினான் கீட்ஸ். அழகை ரசிப்பதற்குப் பாரதியார் யாரிடமும் பாடங்கேட்க வேண்டிய நிலையில் இருக்கவில்லை. சத்தியம், சுந்தரம், சிவம் என்ற கோட்பாட்டை உணர்ச்சி பூர்வமாகத் தெரிந்திருந்தான். ஆனால் இடைக்காலத்தில் அதீத வறுமை காரணமாகவும், மடமை காரணமாகவும் இந்திய எழுத்தாளரும் கவிஞரும் அழகுத் தத்துவத்தை அடியோடு மறந்திருந்ததைக் கண்டான் பாரதி. அந்நிலையிலேயே, அழகுத் தத்துவத்தை ஆணித்தரமாகக் கூறிய மேலைநாட்டு இயற்கைக் கவிஞர் – குறிப்பாகக் கீட்ஸ் போன்றவர்கள் – பாரதிக்கு ஊக்கம் அளிப்பாராயினர். அழகுத் தத்துவத்தை மீண்டும் மீண்டும் கவிதையிற் பாடுவதற்கு மேனாட்டுக் கவிஞர் ஆதர்சமாக இருந்தனர் எனலாம். *கர்மயோகி* பத்திரிகையிலே பின்வருமாறு உணர்ச்சி ததும்ப எழுதினான் பாரதி:

> உலகத்தில் எங்கு பார்த்தாலும் நிறைந்து கிடக்கும் லாவண்யங்களைத் தமிழர்கள் கவனிப்பது கிடையாது. சனிக்கிழமை சாயங்காலந்தோறும் குளக்கரைகளிற் போய்க் கருடன் பார்ப்பதற்கென்றால் நம்மவர்கள் கூட்டங்கூட்டமாக ஓடுகிறார்கள். சூரியாஸ்தமன காலத்தில் வானத்திலே தோன்றும் அதிசயங்களைப் பார்க்க ஒருவன்கூடப் போகிறதில்லை.
>
> நமது நாட்டில் வேதகாலத்து ரிஷிகள் பிரகிருதியின் சௌந்தர்யங்களைக் கண்டு மோகித்துப் பரமானந்த மெய்தியவர்களாய்ப் பல அதிசயமான பாடல்கள் பாடியிருக்கிறார்கள். பிரகிருதியின் அழகைக் கண்டு பரவசமெய்திக் காளிதாசன் முதலிய பெருங்கவிகள் அற்புதக் கவிதைகள் செய்திருக்கின்றனர். இக்காலத்திலேதான் இந்தத் துரதிருஷ்ட நிலை கொண்ட நாட்டில் வானம் பார்த்தறியாத குருடர் களெல்லாரும் கவிகளென்று சொல்லி வெளிவரு கிறார்கள்.

இதே குரலிலே பலவிடங்களிற் பாரதி அழகைக் கண்டனுபவிக்கும் ஆனந்தத்தைப்பற்றி எழுதியுள்ளான். **அழகுத் தெய்வம்** என்ற பாரதி பாடலும் நினைவு கூரத்தக்கதே.

கீட்ஸ் பாடிய **இராக்குயில் பாட்டு** *(Ode to a Nightingale)* பாரதியின் குயிற்பாட்டுக்கு அடியெடுத்துக் கொடுத்திருக்கலாமென்பது பலரது அபிப்பிராயம். சொல்லாட்சியிலும் பொருளமைப்பிலும் இரண்டினுக்கும் சில குறிப்பிடத்தக்க ஒப்புவமைகள் உள்ளன.

அந்தமாஞ் சோலை யதனிலோர் காலையிலே
பேடைக் குயிலொன்று பெட்புறவோர் வான்கிளையில்
வீற்றிருந்தே . . . . . .
இன்னிசைத் தீம்பாடல் இசைத்திருக்கும் விந்தைதனை

என்னுமடிகள் கீட்ஸ் எழுதியவற்றின் நேரடி மொழிபெயர்ப்போ என்று கருதுமளவிற்கு ஒற்றுமை யுடையவையாய்க் காணப்படுகின்றன. கீட்ஸ் எழுதிய குயிற்பாட்டை மட்டுமன்றி அவனது உயிரோவியமான *(Endymion)* **எண்டிமியோ**னையும் பாரதி இலயித்துப் படித்திருக்க வேண்டும். மாற்றமும் துன்பமும் நிலையாமையும் நியதியாயுள்ள இவ்வுலகில், நிரந்தரமான – நித்திய இன்பத்தைத் தேடுவதே எண்டிமியோன் உணர்த்தும் தத்துவம். காதல் உணர்வு அத்தகையொரு “பேரின்ப” நிலையுணர்த்துகிறது.

காதலித்துக் கூடிக்களியுடனே வாழோமோ ?
நாதக் கனவில் நம்முயிரைப் போக்கோமோ ?

என்று பல எண்ணும் கவிஞன் குயிற் பாட்டில் நித்தியத்தைத் தேடுகிறான் எனக் கொள்ளலாம். குயில் கூறுவது காதலின் உயர் தத்துவம். காதலே அழகு; அழகே காதல். கீட்ஸ் பாடிய காவியத்தில் எண்டிமியோன் தனது சகோதரி பியோனாவிடம் தான் கண்ட அற்புதக் கனவைக் கூறுகிறான். பூரண இனிமையைக் கண்டதாகக் கூறுகிறான். கனவிற் கண்ட அழகுக் காதல் தெய்வத்தைத் தேடுகிறான். பாரதியும் குயிற் பாட்டிலே கனவிலே கண்ட குயிற் பெண்ணைத் தேடி நிற்கிறான்.

விந்தைச் சிறுகுயிலைக்
காணநான் வேண்டிக் கரைகடந்த வேட்கையுடன்
கோணமெலாஞ் சுற்றிமரக் கொம்பையெல்லாம் நோக்கிவந்தேன்

என்று உன்மத்தனாய்ப் பாடும்பொழுது முற்கூறிய தேடுதல் தெரிகிறது. பாரதியின் நவகாவியத்தின் இறுதிப் பகுதி இக்கண்ணோட்டத்திற் பார்க்கும்பொழுது பொருத்தம் நிறைந்து தோன்றுகிறது.

அன்புடனே யானும் அருங்குயிலைக் கைக்கொண்டு
முன்புவைத்து நோக்கியபின் மூண்டுவரும் இன்பவெறி
கொண்டதனை முத்தமிட்டேன். கோகிலத்தைக் காணவில்லை

விண்டுரைக்க மாட்டாத விந்தையடா! விந்தையடா!
ஆசைக்கடலின் அமுதடா! அற்புதத்தின்
தேசமடா! பெண்மைதான் தெய்விகமாம் சாட்சியடா!
பெண்ணொருத்தி அங்கு நின்றாள்; பேருவகை கொண்டுதான்
கண்ணெடுக்கா தென்னைக் கணப்பொழுது நோக்கினாள்
சற்றே தலைகுனிந்தாள். சாமி இவளழகை
எற்றே தமிழில் இசைத்திடுவேன் . . .

விண்டுரைக்க மாட்டாத "அற்புதக் காட்சியே" கவிஞன் நாடித் தேடிய பேரின்பமாகும். ஆனால் அதுவும் கணப்பொழுதுக்குரியது தான். இராக் குயில் பாடிய இன்பத்தில் தன்னை மறந்து "களைப்பு, காய்ச்சல், எரிச்சல் ஆகியவற்றோடு மனிதர்கள் வீழ்ந்து கிடந்து ஒருவரின் முனகலை மற்றொருவர் கேட்கும் சூழலையும், நடுக்கு வாதத்தில் நடுங்கும் நரைமயிரையும் முதுமை யையும் உள்ளவர்கள் துயர்தோய்ந்த விழிகளினால் அழகைக் கண்ணெடுத்தும் பார்க்கமாட்டாத சூழலையும்" தற்காலிகமாக விட்டொழித்துப் பாட்டில் இலயித்து இருக்கையில் யதார்த்த உலகம் குறுக்கிடுகிறது; கீட்ஸ் முடிக்கிறான்:

மானத காட்சியோ, பகற்கனவோ?
கானம் முடிந்தது; நான் விழிப்போ உறக்கமோ!

பாரதியாருக்கும் முடிவில் புற உலகத்தின் உணர்வு ஏற்படுகிறது:

சூழ்ந்திருக்கும் பண்டைச்சுவடி, எழுதுகோல்,
பத்திரிகைக் கூட்டம், பழம்பாய் வரிசையெல்லாம்

நிஜ உலகின் துன்பத்தை உணர்த்துகின்றன. இவை யாவற்றையும் பார்க்கும்போது கீட்ஸின் பாடல்கள் பாரதியின் குயிற் பாட்டில் பிரிக்க இயலாதபடி இரண்டறக் கலந்துள்ளன என்று கூறத் தோன்றுகிறது.

பாரதியாரின் குயிற் பாட்டிலே அமரத்துவம் பெற்றுவிட்ட மாஞ்சோலை வெறும் கற்பனையல்ல என்பது பலருக்குத் தெரிந்த செய்தியே. புதுச்சேரியில் முத்தியாலுப்பேட்டைக்கருகே கிருஷ்ணசாமி செட்டியார் என்பவருக்குச் சொந்தமான நிழல் நிறைந்த ஒரு மாந்தோப்பே குயிற் பாட்டில் வருவது. பாரதியார் அத்தோப்பில் மணிக்கணக்காய்ச் சஞ்சரிப்பாராம். உண்மையுலகிலுள்ள அத்தோப்பை அடிப்படையாகக் கொண்டு கற்பனைக் காவியம் ஒன்றை ஆக்கினார் பாரதியார். முழுமையான அப்பெரும் பாடலைப் பிரித்துப் பிய்த்துப் பார்ப்பதில் அர்த்தமில்லை. ஆனால் குயிற் பாட்டின் சிற்சில பகுதிகள் பாரதியார் நெஞ்சிற் பலகாலம் ஊறியிருந்திருக்கின்றன. உதாரணமாக **வேப்பமரம்** என்ற கதையில் ஒரு கனவு காண்கிறார்; வேப்பமரம் கனவிலே கதை சொல்லுகிறது. கதை பின்வருமாறு முடிவடைகிறது:

கண்ணுக்குப் புலப்படாத மறைவிலிருந்து ஓர் ஆண் குயிலும் ஒரு பெண் குயிலும் ஒன்றுக்கொன்று காதற் பாட்டுக்கள் பாடிக்கொண்டிருந்தன.

ஆண் குயில் பாடுகிறது:

துஹூ, துஹூ, துஹூ
துஹூ, துஹூ, துஹூ

இதன் பொருள்:

நீ, நீ, நீ
நீ, நீ, நீ
ராதையடி!

பெண் குயில் பாடுகிறது:

துஹூ, துஹூ, துஹூ
ராதாக்ருஷ்ண, க்ருஷ்ண, க்ருஷ்ண!

வேப்பமரம் தனது பசிய இலைகளை வெயிலில் மெல்ல மெல்ல அசைத்துக்கொண்டிருந்தது. 'என்ன ஆச்சர்யமான கனவு கண்டோம்' என்றெண்ணி யெண்ணி வியப்புற்றேன்.

முப்பெரும் பாடல்களில் ஒன்றான குயிற் பாட்டின் சிதறல்களே இவை போன்ற பகுதிகள். இதில் வைஷ்வண தத்துவமும் இருக்கிறது. குயிற் பாட்டின் 'சுதேசியப் பண்பை இப்பகுதி காட்டுகிறது. ஆயினும் மொத்தமாகப் பார்க்கும்போது குயிற் பாட்டின் உருவாக்கத்தில் கீட்ஸ் எழுதிய *எண்டமியோன், இராக் குயில் பாட்டு* முதலியனவும் பிற பாடல்களும் பங்கு கொண்டுள்ளன என்பதை மறுக்க முடியாது. பிற கவிஞரைப் போலவே கீட்ஸையும் பாரதி தனதாக்கித் தமிழ்மயப்படுத்தி உருமாற்றஞ் செய்துவிடுகிறான். ஆனாலும் ஒப்பு நோக்கும்பொழுது மூலத்தின் அழுத்தமான சாயல் துலக்கமாகத் தெரிகிறது.

~

டெனிசன் (1809–1892) சென்ற நூற்றாண்டின் புகழ்மிக்க ஆங்கிலக் கவிஞர்; ஆங்கில அரசவைப் புலவராகவும் இருந்தவர். தமது நண்பன் ஆர்தர் ஹாலம் இறந்தபோது அவர் பிரிவாற்றாது பாடிய 'இன் மெமோரியம்' என்ற இரங்கற்பாக் கோவையைப் பாரதியார் ஈடுபாட்டுடன் படித்திருக்கிறார். கவியுள்ளத்திலே நினைவலைகள் திரை எறியும்பொழுது உணர்வுகள் ஒன்றையொன்று பின்னிப் பிணைவன. பிரிவுத்துயர் டெனிசனுக்குத் துயர்மிகுந்த வேறுபல உணர்வுகளை எழுப்பியது.

மார்கழி மாதக் கடைசி இரவில் புதுவருடப் பிறப்பினைக் குறிக்கும் மணியோசை ஒலித்துக்கொண்டிருக்கும்போதும் காலத்தையே கவிப் பொருளாகக் கொண்டார் டெனிசன். துன்பமும் அறியாமையும் நிரம்பிய பழைய ஆண்டைப் 'போ போ' என்றும், ஆனந்தமும் அறிவொளியும் நிரம்பிய புத்தாண்டை "வா வா" என்றும் பாடினார். டெனிசனுடைய பாடல் பாரதி நெஞ்சில் தொடர்புடைய பல சிந்தனைகளையும் உணர்வுகளையும் பிறப்பித்துள்ளது. பாரதி பாடிய **வலிமையற்ற தோளினாய் போ போ** என்று தொடங்கும் பாடலின் மூலம் இதுவே.

டெனிசனைப் படித்த பாரதி தனது காலத்தையும் நாட்டையுஞ் சிந்திக்கிறான். கற்பனைக் கண்ணால் போகின்ற பாரதத்தையும் வருகின்ற பாரதத்தையும் நோக்குகின்றான். கம்பன் கண்ட கற்பனையுலகமாம் அயோத்திபோல எல்லாம் நிறைந்த ஒரு நாட்டை நாவாரக் கூவியழைக்கின்றான். இதுபற்றி டி.கே.சி. கூறியுள்ளது பொருத்தமாகக் காணப்படுகிறது.

> மூலத்துக்கும் பாரதியார் பாடலுக்கும் சம்பந்தமே இல்லை என்று சொல்லும்படி அவ்வளவு வேறுபட்டது. ஏதோ டெனிசன் எழுதிய ஆங்கிலக் கவி பாரதியாரை அந்த விஷயங்கள் சம்பந்தமாகச் சிந்திக்கச் செய்தது; அவ்வளவுதான். உணர்ச்சி எழுந்ததும் அதற்குத் தக்கபடி தமிழ்ச் செய்யுள் வந்து உதவியதும் பாவங்களின் புதுமையும் வேகமும் எல்லாம் தனி ... மூலத்தில் உள்ள சோகம் எப்படியோ பாரதியாருக்கு ஆங்காரத்தை உண்டு பண்ணிவிட்டது. ஆங்கார பாவம் தமிழ்ச் செய்யுள்ளாக உருவம் எடுத்தது.

தனது மொழிப் பற்றும் நாட்டுப் பற்றும் நிரம்பப் பெற்றிருந்த பாரதி மேனாட்டுப் புலவரின் ஆத்ம வேட்கைகளையும் நன்கறிந்து பெல்ஜியம், ரஷ்யா, கிரேக்கம், இத்தாலி முதலிய நாடுகளின் வளர்ச்சி தேய்வுகளையும் உணர்ந்தபடியினாற்றான் உலகக் கண்ணோட்டத்துடன் மனிதனைப் பாடினான். "நமது பாட்டு மின்னலுடைத்தாகுக, நமது வாக்கு மின்போலிடித்திடுக" என்று விழைந்த பாரதியை, இருபதாம் நூற்றாண்டு உலகக் கவிஞருள் ஒருவனாக அவன் கற்றுச் சுவைத்துத் தனதாக்கிய பிறமொழிக் காவியங்களும் உதவின என்பது உண்மை. முன்னேறிச் செல்லும் எந்தச் சக்தியும் உலகமளாவியதா யிருத்தல் அவசியம்.

~

முடிவாகச் சில வார்த்தைகள் கூறலாம். பாரதியைக் கவர்ந்த ஆங்கிலப் புலவரில் ஷெல்லியும் பைரனும் 'ரொமாண்டிக்' எனப்படும் தன்னுணர்ச்சிக் கவிதாநெறியின் தலைமக்களாவர். "இவ்வாறுதான் கவிப்பொருளும் அமைந்திருத்தல் வேண்டும்" என்ற *Neo-classical* ஏற்பாட்டை யெதிர்த்து, தமது சுய உணர்வை உரைகல்லாகக் கொண்டு முனைப்பாகக் கவிதை பாடியவர்கள் இவர்கள். பாரதியும் "பொருள் புதிது, சுவை புதிது" என்று தன்முனைப்புடன் பாடியவனே. அந்த வகையிலே மனப்போக்கில் பாரதிக்கும் அவர்களுக்கும் நெருங்கிய ஒப்புமையுண்டு. 'முன்னிக் கவிதை வெறி மூண்டு நனவழிய'ப் பாடியவனல்லவா பாரதி? உலக இலக்கிய அளவுகோல்களைக் கொண்டு பார்க்கும்பொழுது பாரதியை தன்னுணர்ச்சிக் கவி என்றே கூற வேண்டும். ஆனால் இவ்வொப்புமைக்குட் சிற்சில வேற்றுமைகளும் உள. உதாரணமாக, ஷெல்லி உரம் பெற்ற நிரீச்சுரவாதி; எத்தகைய கட்டுப்பாட்டையும் விரும்பாத அராஜகன் அவன். மானுடனைக் கட்டிய தளைகள் யாவும் நீங்க வேண்டும் என்று பாரதியும் துடி துடித்தானாயினும் சமயத்துறையில் அவன் 'கட்டறுத்தவன்' அல்லன். சமயத் தளத்தில் சாக்தனாகவும், தத்துவார்த்த மட்டத்தில் அத்வைதியாகவும் இருந்தான். "அத்வைத நிலை கண்டால் மரணமுண்டோ?" என்று கேட்கிறான், தனது சுயசரிதையில். ஷெல்லியிடத்து ஆக்க நோக்கிலும் அழிவு நோக்கே அதிகம் எனலாம். பாரதியிடம் ஆக்க நோக்கே தலைதூக்கி நின்றது. பாரதியின் சமய நம்பிக்கையே இதற்கு அடிப்படை யெனலாம். இன்று பின்னோக்கிப் பார்க்கும்போது பாரதி இன்னுஞ் சிறிது தீவிரவாதியாக இருந்திருந்தால் கூடிய நலன் விளைந்திருக்கும் எனத் தோன்றுகிறது. ஆனால் அதே சமயத்தில் இவ்வேறுபாடே பாரதியை நிரந்தர "ஷெல்லிதாசனாக" விட்டு வைக்காது, நவதமிழ்க் கவிதையின் நாயகனாக்கியது. பாரதியையும் மேனாட்டுக் கவிஞரையும் ஒப்புநோக்கும்போது பாரதியின் பலமும் பலவீனமும் தெளிவாகின்றன.

இறுதியாக ஒன்று. அண்மைக் காலத்திலே பாரதியாரின் முற்போக்குத் தன்மை பற்றியும் வர்க்கச் சார்பு குறித்தும் சிற்சில வாதப் பிரதிவாதங்கள் நிகழ்ந்துள்ளன. புதிய ருஷ்யாவைப் பாடினார் என்பதற்காகக் கவிஞரைப் 'புரட்சிக் கவிஞ'ராக நாம் புகழ்ந்துரைக்க வேண்டியதில்லை என்பது ஒப்புக்கொள்ளக் கூடியதே. பாரதியார் முற்றிலும் புதுமைக் கவிஞர் அல்லர் என்று வாதிடுவோர் கட்சியிலும் நியாயமுண்டு. எனினும் பாரதியை அவனது சரித்திரச் சூழலில் வைத்து நாம் மதிப்பிடுதல் வேண்டும்.

இயக்க ரீதியாகவும் தத்துவ ரீதியாகவும் பொதுவுடைமைக் கோட்பாடுகள் வலுப்பெறாத இந்தியாவில் வாழ்ந்தவன் பாரதி. வர்க்க வேறுபாடுகள் துலக்கமடையாத சிந்தனைச் சூழ்நிலையிலேயே பாரதியின் பெரும்பாலான கவிதைகள் முகிழ்த்தன என்னும் அடிப்படை உண்மையை எவரும் மறத்தல் கூடாது.

சோவியத் இலக்கிய ஆய்வாளர் சுகொவ் கூறியிருப்பது இவ்விடத்தில் பொருத்தமாய்த் தோன்றுகிறது. பாரதியைக் கவர்ந்த ஷெல்லியின் கற்பனாவாதப் போக்கினை விமர்சிக்கும்பொழுது அவர் பின்வருமாறு கூறியுள்ளார்:

> புதிய சமுதாய அமைப்பின் வர்க்க மோதல்கள் சிறிதளவே வளர்ச்சியுற்றும், வரலாற்று இயக்கத்தின் அடிப்படைக் காரணிகள் சரிவரத் தெளிவடையாமலும் இருந்த காலப்பகுதியிற் கவிஞரது உணர்வு செயற்பட்டதை நாம் மனம் கொள்ளுதல் நன்று. ஏங்கல்ஸ் கூறியிருப்பதுபோல, 'முதலாளித்துவ உற்பத்திமுறையின் செப்பமுறாத நிலைமைகளுக்கும், பக்குவமுறாத வர்க்க நிலைகளுக்கும் சரி ஒப்பாயிருந்தன, செப்பமற்ற கொள்ளைகள். சமூகப் பிரச்சினைகளுக்கான தீர்வு, அன்றையநிலையில் வளர்ச்சியடையாதிருந்த பொருளாதார நிலைமைகளுக்குள் மறைந்திருந்ததை உணராத கற்பனாவாதிகள், தீர்வினைத் தமது மூளையிலிருந்து பெற முயன்றனர்.

ஷெல்லியின் கவிதைகளிற் காணப்படும் கற்பனாவாதப் போக்குக்குப் பொறிஸ் சுகொவ் கூறும் சமாதானமும் விளக்கமும் நமது கவியாம் பாரதிக்கும் ஓரளவு பொருந்தும் எனலாம்.

●

உசாத்துணை நூல்கள்

இயல் 1

Atkins, J.W.H., *Literary Criticism in Antiquity* (2 vols), London, 1952.

Burrow, T., *The Sanskrit Language,* London, 1950.

Chadwick, H.M. & N.K., *The Growth of Literature,* Cambridge, 1932-40.

Hutten, E.H., *The Origins of Science,* London, 1962.

Huxley, A., *Literature and Science,* London, 1963.

Khan, S.J., *Science and Aesthetic Judgement,* London, 1953.

Levy, H. & Spalding, H., *Literature for an Age of Science,* London, 1952.

Richards, I.A., *Principles of Literary Criticism,* London, 1944.

ரெனி வெல்லாக், ஆஸ்டின் வாரன், *இலக்கியக் கொள்கை,* சென்னை, *1966.*

இயல் 2

Aiyar, V.V.S., *Kambaramayana: A Study,* New Delhi, 1950.

Kailasapathy, K., *Tamil Heroic Poetry,* Oxford, 1968.

Subramoniam, V.I., *(etd.), Four Papers,* Madras, 1968.

வையாபுரிப் பிள்ளை, எஸ்., *காவிய காலம்,* சென்னை, *1957.*

இயல் 3

Bowra, C.M., *Heroic poetry,* London, 1952.

Lord, A.B., *The Singer of Tales,* London, 1960.

இயல் 4

Ferguson, J., *Moral Values in the Ancient World,* London, 1958.

Murry, G., *The Rise of the Greek Epic,* Oxford, 1907.

Subramoniam, V.I., *Index to Purananuru,* Trivandrum, 1962.

Thomson, G., *Studies in Ancient Greek Society,* London, 1964.

தொல்காப்பியம் — பொருளதிகாரம்.

இயல் 5

Briffault, R., *The Mothers,* London, 1927.

Chadwick, H.M., *The Cult of Othin,* London, 1899.

Davidson, R.R.E., *Gods and Myths of Northern Europe,* London, 1964.

இயல் 6

Burn, A.R., *The World of Hesiod,* London, 1936.

Burnett, J., *Early Greek Philosophy,* London, 1930.

Chadwick, H.M., *The Heroic Age,* Cambridge, 1912.

Sidhanta, N.K., *The Heroic Age of India,* London, 1929.

சபாபதி நாவலர், *திராவிடப் பிரகாசிகை,* சென்னை, *1927.*

கைலாசபதி, க., *பண்டைத் தமிழர் வாழ்வும் வழிபாடும்,* சென்னை, *1966.*

இயல் 7

Finley, M.I., *The World of Odysseus,* London, 1964.

Laceliere, R., *Love in Ancient Greece,* London, 1962.

Licht, H., *Sexual Life in Ancient Greece,* London, 1933.

Willetts, R.F., *Aristocratic Society in Ancient Crete,* London, 1955.

தால்காப்பியம் — பொருளதிகாரம்.

மாணிக்கம், வ.சுப., *தமிழ்க் காதல்,* சென்னை, *1962.*

இயல் 8

Chattopadhyaya, D.P., *Lokayata,* New Delhi, 1959.

Cowell, E.B., & Gough, A.E., *The Sarva Darsana Sangraha* (tr.), London, 1914.

Fung yu-Lan, *The Spirit of Chinese Philosophy,* London, 1947.

Lau, D. (ed. and tr.), *Lao-Tzu, Tao To Ching,* London, 1963.

Needham, J., *Science and Civilization in China, (*vol. 2), Cambridge, 1956.

Thomson, G., *The First Philosophers,* London, 1961.

Ray, P.C., *History of Hindu Chemistry, (*vol. 1), London 1907; Vol. 2. Calcutta, 1925.

சிதம்பரனார், சாமி., *சித்தர்கள் கண்ட விஞ்ஞானம் – தத்துவம்,* சென்னை, *1961.*

கைலாசபதி, க., 'பழந்தமிழ் நாடும் பண்டைய சீனாவும்', *தினகரன், 1962.*

இயல் 9

Mahadevan, P., *Subramania Bharathi: A Memoir,* Madras, 1957.

Sen, S., *History of Bengali Literature,* New Delhi, 1960.

பத்மநாபன், ரா.அ., *சித்திரபாரதி,* சென்னை, *1957.*

பி.ஸ்ரீ., *பாரதி: நான் கண்டதும் கேட்டதும்,* சென்னை, *1961.*

யதுகிரி அம்மாள், *பாரதி நினைவுகள்,* சென்னை, *1954.*

ரகுநாதன், தொ.மு.சி., *சமுதாய இலக்கியம்,* சென்னை, *1964.*

வையாபுரிப் பிள்ளை, எஸ்., *தமிழின் மறுமலர்ச்சி,* சென்னை, *1947.*

இயல் 10

பி.ஸ்ரீ., *(பதிப்பு), மனோன்மணீயம்,* புதுச்சேரி, *1958.*

வையாபுரிப் பிள்ளை, எஸ்., *தமிழ்ச் சுடர் மணிகள்,* சென்னை, *1949.*

இயல் 11

Essays on Bharathi, Calcutta, 1962.

Murry, J.M., *Keats and Shakespeare,* Oxford, 1925.

Walt Whitman, *Poetry and Prose,* ed. by Abe Capek, Berlin, 1958.

Boris Suchkov, *A History of Realism,* Moscow, 1973.

டி.கே.சி., *இதய ஒலி,* தென்காசி, *1958.*

நூலாசிரியர் அகரவரிசை

அகத்தியர், 23
அகப்பேய்ச் சித்தர், 193
அண்ணாமலை ரெட்டியார், 190, 194, 196, 198
அப்பர், 140, 141
அப்பாத்துரை, கா., 204
அபெர் குரொம்பி, 67
அமிர்த கவிராயர், 84
அரங்கநாத முதலியார், 170, 200, 216
அரவிந்தர், 223
அரிஸ்டோட்டில், 91, 107
அருணகிரி, 194
அருணாசலக் கவிராயர், 190
அழகிய சொக்கநாத பிள்ளை, 191
அழகிரிசாமி, கு., 16, 62, 196
அறவாணன், க.ப., 64
ஆர்னல்ட் மாத்தியூ, 38
ஆலத்தூர் கிழார், 89
இடைக்காட்டுச் சித்தர், 193
இயூரிபிடீஸ், 87
இராகவ ஐயங்கார், 42
இராசமாணிக்கம், மா., 42
இராமகிருஷ்ணன், எஸ், 49, 51, 64
இராமசாமி ஐயர், எம்.எஸ்., 196
இராமலிங்க சுவாமிகள், 184, 190, 198, 217, 219
இராஜசுந்தரம், சி.வி., 61
இளங்கோ, 46, 58, 64, 100, 184, 219
இளம்பூரணர், 79, 84, 86, 87, 92, 130, 133, 134, 135
இளம் பெருவழுதி, 83
இளவழகனார், 130
எம்பிடோக்கிளிஸ், 107
எலியட், டி.எஸ்., 142
ஏங்கல்ஸ், பிரெடரிக், 18, 239
ஐயர். வ,வே.சு., 14, 45, 48, 57
ஒட்டக்கூத்தர், 186
ஔவையார், 70
ஃபிளேசிலியர், 136
ஃபிறேசர், 61
ஃபின்லி, எம்.ஐ., 136
ஃபுங்யு–லான், 158, 162
கடவுள் மாமுனிவர், 142
கடிகை நமச்சிவாயப்புலவர், 187
கடிகை முத்துப்புலவர், 187
கண்ணப்ப முதலியார், 26, 104
கணபதி பிள்ளை, க., 63
கணபதி பிள்ளை, சி., 116
கந்தசாமிப் பிள்ளை, நீ., 170
கபிலர், 70
கம்பன், 23, 44, 48, 195, 219, 236,
கருவூர்க் கதப்பிள்ளை, 83
கல்கி, 52
கலியாணசுந்தரனார், திரு.வி., 164
கலைவாணன், 110, 111
கனகசபைப் பிள்ளை, 42
கனகரத்தின உபாத்தியாயர், 165
காப்கா, 52
கால்டுவெல், 54
காளிதாசன், 44, 203, 219, 233
கான்ற், 47

கிருஷ்ணசாமி ஐயங்கார், எஸ்., 42, 43, 67
கிறேமர், எஸ்.என்., 39
கீட்ஸ், 52, 215, 221, 229, 236, 231, 232, 233, 234, 235, 236
குப்புசாமி முதலியார், க., 192
குமரகுருபரர், 172
குமாரசாமி, வ., 63
கேர், டபிள்யூ. பி., 67
கேர்க், ஜி.எஸ்., 51
கொன்பூசியஸ், 33, 157, 158, 161, 162
கோபாலகிருஷ்ண பாரதியார், 184, 185, 187, 188, 196, 198
கோவிந்த பகவன், 152
கௌடில்யர், 33
சகலாகம பண்டிதர், 25
சங்கரர், 47
சச்சிதானந்தன், வி., 51, 64
சுநிதிகுமார் சட்டர்ஜி, எஸ்.கே., 26
சந்தானம், ந., 110, 111
சந்திரசேகரன், கி., 52
சபாபதி நாவலர், 112, 113
சபெக், அபே, 221
சம்பந்த முதலியார், 203
சம்பந்தர், 208
சயங்கொண்டார், 193
சவரிராஜ பிள்ளை, 205
சாட்விக், எச்.எம்., 39, 66, 67, 99
சாட்விக், நோரா, 35
சாத்தனார், 24, 74, 111
சாமி சிதம்பரனார், 148, 155
சாமிநாத ஐயர், உ.வே., 42, 187, 199, 216
சிங்காரவேலு, எஸ்., 55, 56, 59
சித்தாந்தா, என்.கே., 43, 54, 66, 67, 98
சிதம்பரநாத முதலியார், டி.கே., 49, 237
சிவஞானம், ம.பொ., 190
சிவஞானயோகிகள், 24, 26
சிவப்பிரகாச சுவாமிகள், 206

சிவராச பிள்ளை, கே.என்., 42
சிவவாக்கியர், 151
சீனிவாச ஐயங்கார், பி.டி., 101
சுகொவ், பொறிஸ், 238, 239
சுந்தரம் பிள்ளை, 33, 34, 198, 199, 200, 201, 202, 203, 204, 205, 206, 207, 208, 211, 212, 213, 214, 216, 217, 218,
சுந்தரர், 140
சுந்தரமூர்த்தி, கோ., 64
சுப்பிரமணிய பிள்ளை, கா., 204, 207
சுப்ரமண்யம், க.நா., 49
சுப்ரமண்யம், என்., 65
சுப்பிரமணிய முதலியார், வெ.ப., 48, 216
சுப்பிரமணியன், தி.நா., 153
சுப்பிரமணியன், நா., 58
சுப்பிரமணியன், பி.ஆர்., 58, 62
சுப்பிரமணியன், வி.ஐ., 59, 62
செட்டியார், வி.ஆர்.எம்., 224
செண்பகம், மா., 65
செல்லப்பா, சி.சு., 49
செல்லப்பன், கே., 64
செலிஷெவ், இ.பி., 60, 61
சேக்கிழார், 137, 144
சேதுப் பிள்ளை, ரா.பி., 205
சேரமான் பெருமாள், 137, 141
சேனாவரையர், 24, 26
சேஷையர், கே.ஜி., 42, 200
சோமசுந்தரப் புலவர், 168
சோமசுந்தர பாரதியார், 169, 178, 181, 182, 195, 200
சோமசுந்தர பிள்ளை, ஜே.எம்., 205
டார்வின், 37
டெனிசன், 215, 236, 237
டேவிட்ஸன், 100
டைலர், 61
தத்துவராயர், 190
தமிழண்ணல், 64
தமிழ் நாகனார், 114
தனிநாயகம், சேவியர், 45, 56, 67
தாகூர், 60, 219

தாந்தே, 51, 142
தாமோதரம் பிள்ளை, சி.வை., 42, 200, 217
தாயுமானவர், 178, 219
தியாகராசச் செட்டியார், 169
திரிகூடராசப்பர், 194
திருத்தக்கதேவர், 144
திருமங்கையாழ்வார், 141
திருமூலர், 148
திருவள்ளுவர், 78
துர்க்கைம், 61
துரஜதி பிரசாத் முகர்ஜி, 186
துரைசாமிப் பிள்ளை, சு., 99. 205
துவிஜேந்திரலால் ராயர், 200
துளசிதாஸ், 57
தெயின்,
தேசிகன், ரா.ஸ்ரீ., 30, 40, 49, 63
தேவநேயப் பாவாணர், 26
தொம்ஸன், ஜி., 51, 142
தொல்காப்பியர், 25, 132, 134, 138, 139, 169, 183
நக்கண்ணையார், 139
நக்கீரர், 70
நச்சினார்க்கினியர், 170
நடராஜன், தி.சு., 65
நம்மாழ்வார், 121, 124
நல்லாதனார், 92
நன்னாகனார், 70
நாவலர், ஆறுமுக, 165, 168
நிவேதிதா, 177
நீதாம், ஜே., 156, 159, 160, 161, 163
நொச்சி நியமங்கிழார், 80
நோகுச்சி, உ., 220
நோடோ பொருலொஸ், 51
பங்கிம் சந்திரர், 199
பரணர், 70, 96
பரி, மிலமன், 37, 39, 50, 51, 68, 69
பரிதிமார் கலைஞர், 171, 175, 178, 181, 183, 200, 211
பரிமேலழகர், 80, 81, 82, 100, 101, 111, 133, 134
பவானந்தம் பிள்ளை, 205
பறே, டி., 26, 27

பாம்பாட்டிச் சித்தர், 150, 163, 164, 193
பாரதி, 23, 46, 47, 48, 51, 52, 54, 60, 61, 117, 118, 120, 121, 122, 123, 124, 125, 165, 166, 167, 168, 169, 171, 172, 174, 175, 176, 177, 178, 179, 180, 181, 183, 184, 185, 186, 187, 188, 189, 190, 191, 192, 193, 194, 195, 196, 197, 198, 199, 201, 202, 203, 204, 205, 206, 207, 208, 209, 210, 211, 212, 213, 215, 216, 217, 218, 219, 220, 221, 222, 223, 224, 225, 226, 227, 228, 229, 230, 231, 232, 233, 234, 235, 236, 237, 238, 239
பாரதிதாசன், 119, 195, 204
பாலகிருஷ்ணன், புரசு, 49
பிரான்சிஸ், தொம்சன், 142
பிலிப்ஸ்தி, ஜான், 62
பிளேட்டோ, 91. 135
பி.ஸ்ரீ., 49, 189, 190, 212, 217, 218
புகழேந்திப்புலவர், 193
புதுமைப்பித்தன், 52, 125
புரோகோப்கியஸ், 100
பூதந்தேவனார், 80
பெர்னாட் ஷா, 52, 53
பெரியசாமித் தூரன், 211
பெருந்தலைச் சாத்தனார், 74,
பேராசிரியர், 26, 27, 43, 44, 52, 56, 58, 59, 60, 62, 63, 67, 75, 86, 87, 89, 98, 99, 106, 107, 115, 156, 157, 158, 159, 162, 170, 178, 179, 182, 186, 200, 203, 214, 215
பேரெயின் முறுவலார், 95
பைரன், 221, 229, 230, 231
போப், ஜி.யூ., 67
பௌரா, சி.எம்., 51, 75, 76
மகாதேவன், கதிர், 64
மதுதுதன தத்தர், 174, 175, 200
மயிலைநாதர், 108
மறே, கில்பெர்ட், 86
மறைமலையடிகள், 114, 183, 200, 207, 208, 211

மாங்குடி மருதன், 70, 82
மாணிக்கம், வ.சுப., 44, 67, 84, 182
மாணிக்க நாயக்கர், பா.வே., 48
மாணிக்கவாசகர், 165, 177
மாதவர், 151, 152
மாதவையா, 171, 209, 210, 211
மாமூலனார், 99
மார், ஜே.ஆர்., 45, 67
மார்க்ஸ் அவுரேலியஸ், 33
மார்ளோ, கி., 202
மான்ஸ்ஃபீல்ட், 52
மில்டன், 45, 142, 173, 202,
மிளைக்கந்தன், 70
மீனாட்சிசுந்தரம் பிள்ளை, தி., 169, 185, 217
மீனாட்சிசுந்தரனார், தெ.பொ. 56, 57, 63
முகர்ஜி, டி.பி., 186
முத்துத் தாண்டவர், 190
முத்துராமன், எம். 65
முத்து வீரப்பக் கவிராயர், 187
முருகையன், 118, 179, 203, 218
மெயில், பியெ., 70
மோர்கன், எல்.எச்., 61
மௌனி 52
யதுகிரி அம்மாள், 179, 180
யமுனா, கே.ஏ., 57
ரகுநாதன், 49, 191
ரமணி, ஆர்., 61
ராஜகோபாலன், என்.வி., 62
ராஜமையர், பி.ஆர்., 200, 201
ரீஸ், 220, 221, 223
லிட்டன் பிரபு, 213, 214
லோட், ஏ.பி., 39, 51, 75
லோரன்ஸ், டி.எச்., 52
வன்பரணர், 85
வன்மீகநாதன், ஜி., 52
வாரன், ஒஸ்டின், 39
வான்மீகி, 23, 48

வானமாமலை, நா., 62
விட்கென்ஸ்டைன், 232
விட்மன், 52, 221, 223, 224, 225
விபுலானந்தர், 63
வியாசர், 23, 44, 191
வில்லியப்பிள்ளை, 190
வீராகவ ஐயர், கே.சி., 149, 150
வீராசாமி, தா.வே., 65
வெர்ஜில், 45
வெர்ஹறேன், 221, 226
வெல்லாக், ரெனி, 39, 40
வேட்ஜெரி, 37
வேட்ஸ்வொர்த், 215, 232
வேதநாயகம் பிள்ளை, 190
வையாபுரிப் பிள்ளை, எஸ்., 39, 42, 43, 44, 54, 59, 67, 179, 180, 187, 191, 192, 214, 216
ஜகந்நாதன், கி.வா., 112
ஜயஸ்வால், கே.பி., 47
ஜெயகாந்தன், 52
ஜோய்ஸ், ஜே., 52
ஜோன்சன், ஒ.எஸ்., 155
ஸ்ரீனிவாசாச்சாரியார், மண்டயம், 231
ஷெல்லி, 51, 52, 121, 122, 175, 221, 227, 228, 229, 230, 231, 232, 237, 238, 239
ஷேக்ஸ்பியர், 47, 64, 178, 202, 204, 212
ஸ்கொற், வால்டர், 52, 199, 213
ஸ்டீவன், மார்க்கஸ், 215
ஸக்ஸோ, 101
ஹமீத், கே.பி.எஸ்., 58, 61
ஹார்ட், ஜோ.எல்., 59, 60
ஹீசியொட், 30, 89, 90, 91, 105, 106, 107, 108, 116
ஹேறபர்ட், ஸ்பென்ஸர், 170
ஹோமர், 37, 45, 46, 50

* * *

எட்டயபுரம், 166, 167, 175, 187, 194, 195, 227